உங்க காதல் நிஜமானதா..?

10 LOVE FORMULA

எஸ்.கே.முருகன்

ஆசிரியர் பக்கம்

காதல்ன்னாசும்மாஇல்லீங்க...

காதல் செய்வதற்கும், காதலிக்கப்படுவதற்கும் விரும்பாத ஆணும், பெண்ணும் இன்னமும் பிறக்கவேயில்லை. ஆனால், காதல் பெரும்பாலோருக்குத் துன்பமாகவும், ஏமாற்றமாகவும் இருக்கிறது. ஏன் தெரியுமா?

எல்.கே.ஜி. வகுப்பில் சேர்வதில் இருந்து கவுன்சிலர் தேர்தலில் நிற்பது வரை எல்லாவற்றுக்குமே ஒரு தகுதி தேவைப்படுகிறது. ஆனால் காதலுக்கு... ஆணாக அல்லது பெண்ணாக இருப்பது மட்டுமே போதுமான தகுதி என்று நினைக்கிறார்கள். மேலும் காதல் என்ற பெயரில் தனக்கு ஒரு நல்ல அடிமை கிடைக்கவேண்டும் என்றுதான் மனதுக்குள் ஆசைப்படுகிறார்கள். அதனால்தான் காதல், மகிழ்ச்சிக்குப் பதில் துன்பத்தைக் கொடுக்கிறது. நீங்கள் எதை விதைக்கிறீர்களோ அதைத்தானே அறுவடை செய்யமுடியும்.

சொல்லித் தெரிவதல்ல மன்மதக்கலை என்று நம் முன்னோர் அசட்டையாக இருந்துவிடவில்லை. காமத்தையும் மனிதன் கற்றுக்கொண்டு ஆனந்தமாக அனுபவிக்க வேண்டும் என்ற நல்ல நோக்கத்தில்தான், அந்தக் கலையை கல்லில் செதுக்கி வைத்தார்கள். காமத்தை மட்டுமல்ல, அதற்கும் மேலான காதலையும் முழுமையாக அறிந்துகொள்வதுதான், அதனை வெல்வதற்கான வழி. ஆகவே, காதலை கற்றுக்கொள்வதற்கு ஒரு எளிய வழிகாட்டியாகத்தான் இந்த நூலை எழுதி இருக்கிறேன்.

இந்த பரந்த உலகில் ஒரே ஒரு மனதை வெற்றிகொள்வதுதான் காதல். அந்த ஒருவரை காதல் செய்யத் தொடங்கிவிட்டால், அதன்பிறகு இந்த உலகம் முழுவதும் காதலைப் பரவச் செய்யமுடியும். கண்ணில் காண்பதை எல்லாம் காதலிக்க முடியும். 'தீக்குள் விரலை வைத்தால் நந்தலாலா... நின்னைத் தீண்டும் இன்பம் தோன்றுதடா நந்தலாலா..."

என்று பாரதி பாடியது போன்று எங்கேயும் காதல்... எல்லாமும் காதலாக வாழமுடியும். மனிதனாகப் பிறந்தவர்கள், இதைவிட சாதிக்கவேண்டியது வேறு எதுவும் இல்லை. ஆதலால் காதல் செய்வீர்.

மனிதர்கள் எல்லோருமே காதலிக்கப் பிறந்தவர்கள் என்பதை மனதார நம்புங்கள். எல்லோரையும் காதலிக்க ஒரு இதயம் காத்திருக்கிறது என்பதை நம்புங்கள். அதை கண்டறிய, கண்களில் வாழும் காதலை இதயத்துக்குக் கொண்டு செல்லுங்கள். காதல் தேடி வரும்.

எல்லோரும் காதல் செய்வோம்... எல்லோரையும் காதல் செய்வோம்.

ப்ரியங்களுடன்

எஸ்.கே.முருகன்

Skmnila1@gmail.com

பொருளடக்கம்

அணிந்துரை

நூலின் பெயர் : காதல் முதல் காதல் வரை
ஆசிரியர் : எஸ்.கே.முருகன்
முதல் பதிப்பு : ஜனவரி 2022
பக்கங்கள் :
விலை : ரூ.200
வரைகலை :
வெளியீடு : ஞானகுரு பதிப்பகம்
புதிய எண்.22, நாகார்ஜுன் நகர் 2வது தெரு,
கோடம்பாக்கம், சென்னை — 600 024.
செல்போன் : 9840903586, 9884453014

முகவுரை

காதலிக்கக் கற்றுக்கொள்ளுங்கள்...

பள்ளிகளில், கல்லூரிகளில் கற்றுத்தர வேண்டிய ஒரு பாடம் என்றே காதலை சொல்லலாம். ஏனென்றால், எது காதல் என்ற புரிதல் இல்லாமல்தான் இளைய சமுதாயம் தடுமாறிக் கிடக்கிறது.

ஆறுதலாக, பரிவாக, பாசமாக, தோழமையோடு யாரா-வது ஒரு ஆண் அல்லது பெண் பேசினாலே, அதனை காதல் என்று மொழிபெயர்ப்பு செய்துகொள்கிறார்கள். இன்-னும் சிலர் பருவத்தில் ஏற்படும் உடல் தாகத்தை காதல் என்று மொழி பெயர்க்கிறார்கள். ஆதாயம் தேடி, உடல் ஈர்ப்பை காதல் என்று நினைத்து ஏமாறுவதால்தான் ஆசிட் வீச்சு, கத்திக்குத்து, கொலை போன்ற வன்முறைகள் அரங்-கேறுகின்றன.

காதல் என்பது மலரினும் மென்மையானது. காதலில் பொறாமைக்கும், வெறுப்புக்கும் இங்கு இடமில்லை. பகிர்ந்-துகொள்ளுதல், விட்டுக்கொடுத்தல், புரிந்து கொள்ளதல் போன்றவையே காதலின் வலுவான அடித்தளங்கள். தன்-னைவிட, தான் நேசிப்பவர் நன்றாக இருக்கவேண்டும் என்று ஆசைப்படுவதுதான் காதல்.

அதனால்தான் உண்மையான காதல் ஒருபோதும் தோற்-பதில்லை. அதேநேரம், காதலின் முடிவு கல்யாணம் என்பது உண்மையல்ல. சேர்ந்து வாழாமலே, காலமெல்லாம் காதலில் திளைப்பவர்கள் இன்னமும் இருக்கத்தான் செய்கிறார்கள்.

காதல் என்பதன் மற்றொரு பெயர் நம்பிக்கை. காத-லர்களுக்கு இடையிலான பாதுகாப்புணர்வு, மகிழ்ச்சி அவர்-களையும் தாண்டி மணம் வீசக்கூடியது. ஆதலால், காதல் செய்வீர்.

உள்ளே ஆங்காங்கே வைக்கவேண்டிய காதல் மொழி-கள்

- காதலிக்காமலே இருப்பதை விட காதலித்துத் தோல்வியடைவது மேல்.- ஆல்ஃப்ரெட் டென்னிசன்
- காதல் காலத்தை மறக்கச் செய்யும். காலம் காதலை மறக்கச் செய்யும்.- யாரோ
- காதலிக்கும்போது புத்திசாலிக்கும் முட்டாளுக்கும் இடையில் வித்தியாசம் கண்டுபிடிக்கமுடியாது.-யாரோ
- ஒரு ஆண் தான் ஒரு பெண்ணின் முதல் காதலனாக இருக்க விரும்புகிறான். பெண்ணோ ஒரு ஆண்ணின் கடைசிக் காதலாக இருக்க விரும்புகிறாள். - ஆஸ்கர் ஒயில்டு
- அவருடன் வாழ்ந்தால் வாழ்க்கை நன்றாக இருக்கும் என்பது காதல் அல்ல, அவருடன் தான் வாழ்க்கை என்பதுதான் காதல்.
- இதயத்திற்கு ரத்தமாகவும், உடலுக்கு தண்ணீராகவும் இருப்பது காதல்.
- காதல் என்பது போரைப் போன்றது. துவக்குவது எளிது. முடிப்பது கடினம்.
- காதல் மகிழ்ச்சியை அளிக்குமே தவிர மகிழ்ச்சியாக இருக்க விடாது.
- காதல் இதயத்தில் இருந்து வர வேண்டும். கண்களில் இருந்து அல்ல.
- காதலிப்பதை விட ஏதாவது சிறந்த பொருள் ஒன்று இருந்தால் அது காதலிக்கப்படுவதாக இருக்கும்.
- காதல் இதயத்தை கனக்கச் செய்துவிட்டு மூளையை காலியாக்கிவிடும்.
- சில சமயம் கண்களால் பார்க்க முடியாத விஷயங்களை இதயம் பார்க்கும். அதுதான் காதல்.
- காதல் காதல் தான். அது எப்போதும் சாயம் போவதில்லை.
- நாம் நேசிப்பவரால் மட்டுமே நம்மை அழவும், சிரிக்கவும் வைக்க முடியும்.

1

அத்தியாயம் 1 : காதலும்கடவுளும்ஒன்றுதான்

காதல் என்ற உணர்வை கடவுள் என்கிறார் ஓஷோ. அதனால் காதலைக் கண்டவர் கடவுளை அல்லது உண்மையை அறிந்தவர் என்று உறுதியுடன் கூறுகிறார். எப்போதுமே ஓஷோவின் சொற்பொழிவுகளில் காதலுக்கு முக்கிய இடம் உண்டு. மனிதர்களிடையே காதல் உணர்வை வளர்ப்பது எப்படி, காதலிப்பதால் ஏற்படும் நன்மைகள் என்ன, காதல் எத்தனைதூரம் உயர்வானது என்பதை வாய் வலிக்கச் சொல்லிக்கொண்டே இருந்தார்.

'காதல் இல்லாத மனிதர்... தனி நபர். இவருக்கு மனிதர்களுடன் நல்ல உறவு இருக்காது. யார் ஒருவர் தனக்குள் காதலை வளர்க்கவில்லையோ, அவர் தானே உருவாக்கிய நரகத்தில் வாழ்கிறார். காதல் நிறைந்த மனிதர், அவரே உருவாக்கிய சொர்க்கத்தில் வாழ்கிறார்' என்கிறார் ஓஷோ.

அதாவது, காதல் செய்பவர்கள் இந்த உலகத்தை சொர்க்கமாக மாற்றிக்கொண்டு வாழ்கிறார்கள். அதனால்தான் காதலிப்பவர்கள் நான்கு மணி நேரம் பேசிக்கொண்டு இருந்தாலும், அது ஒரு நொடி போல கழிகிறது. காத்திருக்கும் ஒவ்வொரு நொடியும் ஒரு மணி நேரமாக நகர்கிறது. எல்லாமே காதல் செய்யும் மேஜிக். இந்த உணர்வுடன் வாழ்வது ஒரு சுகம்.

காதல் திரைப்படங்கள்தான் மிக அதிக நாட்கள் ஓடுகிறது. இதன் அர்த்தம் என்னவென்றால், எல்லோருக்குமே காதல் பிடிக்கிறது. எல்லோருமே காதல் தன் மீது மழையாகப் பொழியவேண்டும் என்று விரும்புகிறார்கள், ஆசைப்படுகிறார்கள், காத்திருக்கிறார்கள். ஆனால், காதலை பிறருக்கு வழங்குவதற்குத்தான் தயங்குகிறார்கள்.

திருமணத்திற்குப் பிறகு காதலிக்கலாமா..?

திருமணத்திற்குப் பிறகுதான் காதலிக்க வேண்டும் என்று பலர் கட்-டுப்பாடுகளுடன் வாழ்கிறார்கள். அதாவது தங்களுக்குத் தேவையான துணையை பிறர் பெற்றுத் தருவார்கள் என்று நம்புகிறார்கள். அதாவது, வாழ்க்கைக்கு ஒரு துணை வேண்டும் என்பதுதான் அவர்களுடைய விருப்பமாக இருக்கிறது. அதாவது, எதிர்காலத்தில் தனிமையில் வாழமு-டியாது என்பதற்காக ஒரு துணை வேண்டும், அப்படி வரும் துணையை காதலித்தால் வாழ்க்கையில் எந்த பிரச்னையும் வராது என்று நினைக்-கிறார்கள்.

இந்த வகையில், திருமணம் முடிக்கும் அனைத்து நபர்களும் காத-லில் விழுவார்கள் என்று உறுதியாகச் சொல்ல முடியாது. ஏனென்றால், அவர்களுடைய முதல் விருப்பம் காதல் அல்ல. ஒரு துணை மட்டுமே. அந்த துணையால் தனக்கு நிறைய நன்மையும், சந்தோஷமும் கிடைக்க வேண்டும் என்று நினைக்கிறார்கள்.

கணவன், மனைவி உறவுகளுக்கு இடையே இந்த பந்தமே பொது-வாக இருக்கிறது. தனிமையை நீக்கவும், சந்ததியைப் பெருக்கவும், திரு-மணம் என்ற கடமையை நிறைவேற்றவும் ஆணும் பெண்ணும் சேர்த்து வைக்கப்படுகிறார்கள். அவர்கள் இருவரும் சேர்ந்து தாம்பத்திய உறவில் ஈடுபடுகிறார்கள், பிள்ளை பெறுகிறார்கள், அவர்களை வளர்க்கிறார்கள், பின்னர் பிள்ளைகளுக்கும் ;திருமணம் முடிக்கிறார்கள்.

இந்த பந்தத்திலும் காதல் வரலாம். ஆனால், மிகவும் அரிது. ஏனென்றால் இங்கு காதலைவிட கடமைதான் முன்னுரிமை பெறுகிறது. இருவருக்கும் மனதுக்குள் ஒரு தீராத ஆசை இருந்துகொண்டே இருக்-கும். நான் எப்படி ஒரு வாழ்க்கையை கற்பனை செய்து வைத்திருந்தேன். ஆனால், இப்படி ஒரு வாழ்க்கை அமைந்துவிட்டதே என்று மனதுக்குள் குமைவார்கள். ஒருவரை காதலித்து திருமணம் செய்துகொள்ளும் சுதந்-திரம் பறிபோனதாக உணர்வார்கள். அந்த சுதந்திரத்தை பறித்தவராக தங்கள் இணையை நினைப்பார்கள்.

அதனாலே, குறைகள் மட்டுமே கண்ணுக்குத் தெரியும். ஒருவரது குறையை சுட்டிக் காட்டும்போது, நரகத்தின் வாசல் திறந்து கொள்கிறது. குடும்பத்தில் சண்டை, குழப்பம், சிக்கல் கொடி கட்டிப் பறக்கிறது. ஆனாலும், வாழ்நாள் முழுவதும் லட்சியத் தம்பதியர் போன்று வெளிஉ-லகத்திற்கு வாழ்ந்துகொண்டுதான் இருப்பார்கள்.

இதன் அர்த்தம் திருமணத்திற்கு பிறகு காதலிக்க முடியாது என்பது அல்ல, காதல் செய்யும் திறந்த மனதுடன் இருவரும் நெருங்கும்போது, காதல் சாத்தியமே.

இன்னும் சொல்லப்போனால், ஒவ்வொரு மனிதரும் சந்தோஷமாக வாழ்வது சாத்தியம்தான். அப்படி ஒருவர் சந்தோஷமாக வாழ விரும்பினால், அவர் தன்னைத்தானே முதலில் காதலிக்க வேண்டும். தன்னை நேசிப்பவரால்தான் பிறரையும் நேசிக்க முடியும். தன்னை நேசிப்பது என்பதன் அர்த்தம், தனக்கு இன்பம் தருவது என்றே பலரும் புரிந்து கொள்கிறார்கள்.

* 45 வயதான ஒரு பெண் 25 வயது இளைஞனுடன் பழகி காதல் வயப்பட்டு தன் குழந்தைகள், கணவனைப் பிரிந்து ஓடிப் போகிறாள்.

* புரிந்தும் புரியாத 13 வயது மாணவி, நன்றாக பாடம் நடத்தும் ஓர் ஆசிரியரிடம் காதல் வயப்படுகிறாள். தன்னை மட்டும் ஆசிரியர் 'சிறப்பாக' கவனிப்பதாக நினைத்து, அவரிடம் தன்னை இழக்கிறாள்.

* கல்லூரி மாணவன் ஒருவன் நண்பர்கள் தூண்டுதலால் சக மாணவியை விரட்டி விரட்டிக் காதலிக்கிறான். காதலுக்கு எதிர்ப்பு தோன்றவே பயந்து பிரிகிறார்கள்.

* அண்ணன், தங்கை உறவு முறை வருபவர்கள் காதலித்து, ஊரை விட்டு ஓடுகிறார்கள்.

* தன் மனைவியைக் காதலித்த தன் உயிர் நண்பனை வெட்டிக் கொல்கிறான் ஒருவன்.

* வீட்டை எதிர்த்து ஓடிவந்த காதல் ஜோடி அதற்குப் பின்னர் வாழ வழி தெரியாமல் ரயிலில் விழுந்து சாகிறார்கள்.

* தோழி மீது கொண்ட மையல் காரணமாக, திருமணமே வேண்டாம் என்று மறுக்கிறாள் ஒருத்தி.

* பத்து வருடமாக காதலில் இருந்தவர்கள், திடுமென உதறித் தள்ளி அந்த பந்தத்தில் இருந்து வெளியேறுகிறார்கள்.

* காதலன் அன்பைப் பெறுவதற்காக எதையும் இழக்கத் தயாராக இருக்கிறார் ஒரு பெண்.

* காதலைச் சொன்ன ஓர் உயர் அதிகாரியை காவல் துறையில் மாட்டி வைக்கிறார், ஒரு பெண்.

* காதலித்து கடும் பிரச்னைகளைத் தாண்டி திருமணம் முடித்த ஒருவன், மீண்டும் இன்னொரு பெண்ணுடன் காதல் வயப்பட்டு மனைவி-

யைப் பிரிகிறான்.

* காதலனை அடைவதற்காக கணவனை கொலை செய்கிறார் ஒரு பெண்.

* காதலிப்பதாக ஆசை காட்டி, பெண்ணை அழைத்துச் சென்று விபசார விடுதியில் விற்பனை செய்கிறான் ஒருவன்.

* ஆயிரம் பேர் தன்னிடம் காதல் சொன்னாலும் அதையெல்லாம் மறுத்துவிட்டு, ஏற்கெனவே திருமணம் முடித்து குழந்தைகளுடன் இருக்-கும் ஒருவருக்கு இரண்டாம் தரமாகச் செல்கிறார் ஒரு நடிகை.

* கோடிக்கணக்கான பணத்தில் புரளும் வசதியான வீட்டுப் பெண், டிரைவருடன் ஓடிப் போகிறார்.

* சந்தேகத்தால் காதலி மீது ஆசிட் வீசுகிறான் ஒருவன்.

நாளிதழ்களைப் பிரித்தால் தினம்தினம் இதுபோன்று நிறையவே உண்மை சம்பவங்களைப் படிக்க முடியும். இதுதான் காதலா... இதுவும் காதலா..?

இந்த கேள்விகளுக்கு விடை தெரிந்து கொள்ளும் முன்னர், காதலை பற்றி கொஞ்சம் பேசுவோம்.

காதல் என்பது வானவில்லைப் போன்றது. தூரத்தில் பார்த்தால் அழகாகத் தெரியும். அருகில் சென்று பார்த்தால் எதுவும் தெரியாது என்பார்கள். அது உண்மையல்ல, காதல் செய்பவர்கள் மாயமாவது இல்லை, அவர்கள் வானவில்லாக மாறிவிடுகிறார்கள்.

காதல் என்பது கற்பக விருட்சம்

இந்தப் புத்தகத்தில் காதல் என்பதை, நாம் இதிகாசங்களில் மட்டும் படித்திருக்கும் கற்பனையான, கற்பக விருட்சமாக உருவகம் செய்து இருக்கிறேன். ஏனென்றால், தேவலோகத்தில் இருக்கும் கற்பக மரம் அதீத சக்தி வாய்ந்தது. யார் என்ன கேட்டாலும், அதை எந்த பார-பட்சமும் பார்க்காமல் கொடுக்கக்கூடியது. அப்படி ஒரு சக்தி வாய்ந்த கற்பக மரம் பூமியில் இருக்கிறது என்றால், அது காதல் மட்டும்தான்.

காதல் என்ற ஆனந்த உணர்வுக்கு ஆட்படாத மனிதர்கள் யாருமே இந்த உலகத்தில் இருக்க முடியாது. ஏனென்றால் காதலும் சுவாசம் போன்றது. ஆனால் காதலில் ஜெயித்தவர்கள் மிகவும் சிலரே. அதிலும் வாழும் காலம் முழுவதும் காதலைத் தொலைக்காமல் வாழ்ந்தவர்கள் மிகமிகச் சிலரே. ஏன் இப்படி நிகழ்கிறது?

காதல் பற்றிய முழுமையாக அறிதல் மனிதர்களுக்கு இல்லை. யாரையாவது பார்த்தவுடன் அல்லது பேசியவுடன் பிடித்துவிட்டால், உடனே அவரை திருமணம் செய்துகொள்ள வேண்டும் என்ற எண்ணம் ஏற்படுவதைத்தான் காதல் என்று நினைக்கிறார்கள். இந்த உணர்வு பலருக்கும் பலரிடம் வருவது உண்டு. குறிப்பாக சினிமா கலைஞர்களைப் பார்த்து ஆசைப்படாத ஆணும், பெண்ணும் இல்லை. ஆனால், அது காதல் அல்ல.

ஏன்செய்யவேண்டும்காதல்?

காதல் என்பது பசி, தாகம், கோபம் போன்று மனிதர்களிடையே தோன்றும் ஓர் இயல்பான உணர்வு. உடல் ரீதியாகப் பார்த்தால் காதல் என்பது சுரப்பிகளின் விளையாட்டு. ஆண்ட்ரோஜன், ஈஸ்ட்ரோஜன், அட்ரினலின் போன்ற சுரப்பிகளின் இயக்கம் காரணமாக தோன்றக்கூடியது.

'அன்பு, நட்பு, நம்பிக்கை, பொறுப்பு ஆகிய நான்கு தூண்களின் மீது கட்டப்படும் அழகிய மாளிகை' என்று காதலை கவிஞர்கள் வர்ணிக்கிறார்கள்.

'இரண்டு கண்கள் இருந்தாலும் இரண்டு வெவ்வேறு பார்வைகள் இல்லை. இரு கண்களின் ஒருங்கிணைப்பு பார்வை என்பது போன்று, இரண்டு மனங்களின் சங்கமம் காதல்' என்று சொல்கிறார்கள்.

இந்த உலகில் மனித குலம் தோன்றிய காலம் முதல் காதல் இருக்கிறது. காதல் செய்வதால் ஜாதி, மதம் தொடர்பான பிரச்னைகளும் பொருளாதார வர்க்கபேதமும் ஒழியும் என்பது மனித குலத்துக்கான பொது நன்மை. ஒவ்வொரு தனி மனிதனுக்கும் காதல் பல்வேறு நன்மைகளைச் செய்கிறது. எப்படித் தெரியுமா?

* காதல் தன்னம்பிக்கையை வளர்க்கிறது. காதலில் வீழ்ந்தவர்கள் எளிதில் வாழ்க்கையிலும் வெற்றி பெறுகிறார்கள்.

* காதல் செய்பவர்கள் தங்களை நன்றாக அலங்கரித்துக் கொள்கிறார்கள். அதனால் தங்களைத் தாங்களே மதிக்கிறார்கள்.

* காதல் தைரியம் கொடுக்கும். நல்லதை ஆதரிக்கவும், தீமையை எதிர்க்கவும் சக்தி கொடுக்கிறது.

* காதல் என்பது விட்டுக்கொடுத்தல். தான் விரும்புபவர் நன்றாக இருக்கவேண்டும் என்பதற்காக விட்டுக் கொடுப்பதால், உடலும் மனமும் இலேசாகிறது.

* காதல் பொறுப்பை அதிகப்படுத்துகிறது. அதனால் தேவையற்ற சகவாசங்கள், தீய நட்பு போன்றவற்றில் நாட்டம் குறைகிறது.

* காதல் என்பது மனிதனின் உடல் ஆரோக்கியத்துடன் நெருங்கிய உறவு கொண்டது. நிம்மதியான, மகிழ்வான மனிதனால் பல நோய்களை வெல்லமுடியும் என்பது மருத்துவரீதியாக நிரூபணம் செய்யப்பட்டுள்ளது.

* தன்னந்தனியே வாழ்பவர்களே விரைவில் விரக்தி அடைந்து மது, போதை போன்றவற்றை நாடுகிறார்கள். காதலில் விழுந்தவர்களிடம் மனவிரக்தி, நம்பிக்கை குறைவு ஏற்படுவது இல்லை.

* நீண்ட காலமாக காதலுடன் வாழ்பவர்களுக்கு மனப்பதற்றம் ஏற்-படுவது குறைவு என்று கண்டறியப்பட்டுள்ளது.

* மகிழ்ச்சியாக வாழும் தம்பதிகளுக்கு உடல்வலி, தலைவலி ஆகியன மற்றவர்களைவிட குறைவாகவே தாக்குகிறது. எம்.ஆர்.ஐ. ஸ்கேன் பரிசோதனைகள் செய்து பார்த்ததில், காதலர்களுக்கு வலிக-ளைத் தாங்கும் மூளையின் பகுதி சுறுசுறுப்பாகச் செயல்பட்டு, வலியைக் குறைக்கிறது என்கிறார்கள் ஆய்வாளர்கள்.

* மணம் முடித்து மகிழ்ச்சியாக வாழும் தம்பதிகளின் ரத்த அழுத்தம் மற்றவர்களைவிடக் குறைவாக இருக்கிறது. மணம் முடிப்பதால் மட்டும் ரத்த அழுத்தம் குறைந்து விடுவதில்லை. மகிழ்ச்சியாக வாழ்வதே முக்-கியம் என்று ஆய்வுகள் தெரிவிக்கின்றன.

* காதல் வயப்பட்டவர்களுக்கு நோய் எதிர்ப்பு சக்தி அதிகரிக்கும். இதனால் காய்ச்சல், தலைவலி போன்ற தொல்லைகள் அடிக்கடி ஏற்ப-டாது. சிறிய காயங்கள் தாமாகவே விரைவில் குணமாகிவிடும் என்றும் ஆய்வில் தெரியவந்துள்ளது.

* எந்த ஒரு முடிவு எடுப்பதாக இருந்தாலும், இருவர் இணைந்து பேசி எடுக்கும்போது, அது சிறந்த வெற்றி தரும். ஒருவர் முன்னேற்றத்-தில் மற்றவருக்கு அக்கறை இருக்கும் என்பதால் தெளிவாக யோசித்து முடிவெடுப்பதால் எளிதில் வெற்றி பெறுகிறார்கள்.

* ஒருவரிடம் உள்ள தனித் திறமைகளை வெளிப்படுத்தும் சக்தி காதலுக்கு உண்டு. காதல் செய்பவர்களிடம் இந்த சக்தி முழுமையாக வெளிப்படுகிறது.

* ஆண், பெண் இருவரிடமும் நகைச்சுவை உணர்வைத் தூண்டுவ-தால், காதலில் நிறையவே சந்தோஷம் உண்டு.

* தனித்து இருப்பவர்களைவிட திருமணம் முடித்தவர்கள் நீண்ட ஆயுள் கொண்டவர்களாக இருக்கிறார்கள். இதற்கு திருமண உறவு காரணமாக பரஸ்பர ஆதரவு, பிள்ளைகளின் உதவி, நிதி தட்டுப்பாடு இன்மை காரணமாக அமைகிறது. இவை எல்லாவற்றையும்விட, தாம் ஒருவரால் காதலிக்கப்படுகிறோம், நமக்கு ஆதரவு உள்ளது என்ற உணர்வு அவர்களுக்கு நல்ல உடல் நலத்தையும் நீடித்த வாழ்வையும் கொடுக்கிறது.

* மனிதன் பிறருடன் இணைந்துவாழும் குணத்துடன் படைக்கப்பட்-டுள்ளான். எனவே தனித்து வாழ இயலாது. சேர்ந்து வாழ்வதை காதலு-டன் செய்வது, வாழ்க்கையை அர்த்தமுள்ளதாக மாற்றுகிறது.

* இந்த உலகமே காதல் மயமாகிவிட்டால் நாடுகளுக்கு இடையில் எல்லைக் கோடுகளும் தேவையில்லை, போர் ஏற்படும் சூழலும் இல்லை.

காதல் செய்வதால் இத்தனை நன்மைகள் கிடைக்கிறது என்பது உண்மையா..? அதனை எப்படி நம்புவது..? எப்படி காதலிப்பது? காதலை துன்பமில்லாமல் ஜெயிப்பது எப்படி என்றெல்லாம் தயக்கமாக-வும் அச்சமாகவும் இருக்கிறதா..?

காதலில் ஜெயிப்பதற்கு 10 மந்திரங்கள் உள்ளன. மந்திரம் என்றதும் பூஜை, புனஸ்காரம் என்று நினைத்துவிட வேண்டாம். காதலில் ஜெயிப்-பதற்கான எளிய வழிகளைத்தான் அடுத்தடுத்த அத்தியாயங்களில் விளக்க இருக்கிறேன். அதற்கு முன்பு காதல் பற்றி இன்னமும் கொஞ்சம் அறிந்துகொள்வோம்.

அத்தியாயம் 2 : காதலில்தொடங்கிகாதலில்முடியலாம்

டீன் ஏஜ் வயதில்தான் காதல் அரும்புகிறது என்று பெரும்பாலோர் நினைக்கிறார்கள். உண்மை அதுவல்ல. மனிதன் பிறக்கும் போதே அவனுடன் காதலும் தொடங்கிவிடுகிறது. அது, மரணம் அடையும் கடைசி நொடி வரையிலும் அவனுடனே இருக்கிறது.

உளவியலின் தந்தை என்று கருதப்படும் சிக்மண்ட் ஃப்ராய்ட் இரு-பதாம் நூற்றாண்டின் இணையற்ற சிந்தனையாளர்களில் ஒருவர். 'ஒரு குழந்தை பிறந்த சில மாதங்களிலேயே அதன் காம உணர்வுகள் தோற்-றம் கொள்ள ஆரம்பிக்கின்றன. ஒரு குழந்தை தன் தாயின் மார்புக் காம்புகளைச் சுவைப்பது, தனது பிறப்புறுப்பைத் தொட்டுப் பார்த்தல், மல ஜலம் கழித்தல் போன்ற அனுபவங்களில் சுகம் அனுபவிக்கிறது. இந்த இன்பங்கள் காம அனுபவத்தின் ஆரம்ப நிலைகள்' என்கிறார் ஃப்பி-

ராய்ட்.

'ஒரு பிறந்த குழந்தைக்கும் இந்த உலகத்துக்கும் இடையே இருக்கும் முதல் தொடர்பு தாயின் மார்பகம் மட்டுமே. குழந்தைக்கு தாய் என்பது தாயின் மார்பகம்தான். பின்னர்தான் அது தனது தாயின் முகம், உடல், தாயின் வாசனை போன்ற இதர அம்சங்களை உணர்ந்து கொள்கிறது. தாயின் மேல் காதல் கொள்கிறது. இந்தக் காதலை 'ஈடிபஸ் காம்ப்ளக்ஸ்' (Oedipus complex) என்று அழைக்கலாம்' என்கிறார்.

அது என்ன ஈடிபஸ் காம்ப்ளக்ஸ்?

கிரேக்க நாடக ஆசிரியரான சோபக்ளிஸ் எழுதிய ஒரு நாடகத்தின் பெயர், 'மன்னன் ஈடிபஸ்'. ஒரு நாட்டின் மீது படையெடுத்துச் செல்லும் மன்னன் ஈடிபஸ், அந்நாட்டு மன்னனைக் கொன்று, அவன் மனைவி மீது விருப்பப்பட்டு மணந்து கொள்கிறான். பின்புதான், அவனால் கொல்லப்பட்ட மன்னன் ஈடிபஸின் தந்தை என்று தெரியவருகிறது. அவனால் மணந்து கொள்ளப்பட்ட அரசி, அவனது தாய். அதாவது பெற்ற தாய் மீது காதல் கொண்டு மணம் முடித்த காரணத்தால், இதனை ஈடிபஸ் காம்ப்ளக்ஸ் என்றார்கள்.

ஒரு ஆண் குழந்தை ஈடிபஸ் சிக்கலில் ஈடுபடுவது இருக்கட்டும். பெண் குழந்தையின் நிலை என்ன?

ஃபிராய்ட் இது குறித்து, 'பெண் குழந்தையின் இயல்பைக் கண்டறிய முடியவில்லை' என்று ஒதுங்கிப்போகும் நிலையில், உளவியல் பெண் நிபுணரான ஜூலியா கிறிஸ்தேவா, 'பெண் குழந்தைக்கும் தாயே ஆதர்-சம். தாயோடு தன்னை அடையாளப்படுத்திக் கொள்ள நினைக்கிறது. தாயை மதிக்கும், தாயைக் கொண்டாடும் தந்தை மீது பேரன்பு செலுத்-துகிறது' என்று சொல்கிறார்.

அதனால் காதல் என்பது பிறக்கும்போதே உடலுடன் ஒட்டிப் பிறந்தது என்பது உறுதியாகிறது. விரும்பினாலும் விரும்பாவிட்டாலும் ஒவ்வொரு மனிதரும் காதலில் விழுகிறார்கள் என்பது உண்மை. பலர் காதல் என்-றால் என்ன என்பது புரியாமலே காதலில் விழுவதால்தான் தோற்றுப் போகிறார்கள்... உயிரை விடுகிறார்கள். நாம் காதல் என்றால் என்ன என்று அறிந்துகொள்வோம்.

இதுதான்காதல்!

காதல் என்றால் என்ன என்று வாண்டுகளிடம் கேட்டால், 'மரத்தைச் சுற்றி விளையாடுவது' என்பார்கள். விவரம் புரியாத சிலர், 'கெட்ட

வார்த்தை' என்பார்கள். டீன் ஏஜில் வயதினருக்கு காதல் என்பது கைக்கு அருகே இருக்கும் சொர்க்கமாகத் தெரியும். கடவுளைவிடப் புனிதமானது என்று கொண்டாடுபவர்களும் உண்டு, சாத்தான் என்று ஒதுக்குபவர்களும் இருக்கிறார்கள். காதல்தான் லட்சியம், நம்பிக்கை, மகிழ்ச்சி, இனிமை என்று வர்ணிப்பவர்களைப் போன்றே துரோகம், ஏமாற்றம், துன்பம் என்று காதலை திட்டுபவர்களும் உண்டு.

காதலுக்கும் காமத்துக்கும் எந்த வித்தியாசமும் இல்லை, காமம்தான் காதல், காதல்தான் காமம் என்று சொல்பவர்கள் பலர். எது காதல் என்று அறிந்துகொள்ளும் முன் எதுவெல்லாம் காதல் இல்லை என்பதை முதலில் அறிந்துகொள்ளலாம்.

* தனக்கு மட்டும் என்று சொந்தம் கொண்டாடுவது காதல் அல்ல.

* காதல் உடலுக்கும் மனதுக்கும் காயம் உண்டாக்காது.

* காதல் எதையும் எதிர்பார்ப்பது அல்லது கொடுத்துப் பெறுவது அல்ல.

* மனதுக்குப் பிடிக்காத ஒரு செயலை செய்யத்தூண்டுவது காதல் அல்ல.

* தியாகத்தை எதிர்பார்ப்பது காதல் அல்ல.

* ஒருவரைத் தவறாகப் பயன்படுத்திக்கொள்வது காதல் அல்ல.

* மனதைக் குழப்புவது காதல் அல்ல.

* பொறாமை காதல் அல்ல.

* இனக்கவர்ச்சி காதல் அல்ல.

* எதிர்காலம் குறித்த பயம் உருவாக்குவது காதல் அல்ல.

* தன் மீது மட்டுமே கவனம் இருக்கவேண்டும் என்று நினைப்பது காதல் அல்ல.

* எதையாவது ஒன்றினை எதிர்பார்ப்பது காதல் அல்ல.

* நிபந்தனை விதிப்பது காதல் அல்ல.

* காதல் என்பது கல்யாணம் அல்ல.

* காதல் என்பது தனிமை சந்திப்பு அல்ல.

* காமம் என்பது காதல் அல்ல.

அப்படி என்றால் எதுதான் காதல். காதலைத் தெரிந்து கொள்ளும்- முன் காமம் பற்றிய புரிதல் வேண்டும். அப்போதுதான் காமத்துக்கும் காதலுக்கும் உள்ள உறவு புரியும். காமத்தைவிட காதல் உயர்ந்தது என்-பதும் புரியும்.

காமம்நல்லதே!

நீங்கள், நான், மரம், நாய், பூனை, கொசு, யானை என்று உயி-ருள்ள அத்தனையும் இன்று இருப்பதற்கும் நாளை வாழ்வதற்கு ஆர்-வத்தைக் கொடுப்பதும் காமம். சுருக்கமாகச் சொல்வது என்றால் இந்த உலகிற்கு மூலமாகத் திகழ்வதே காமம்தான்.

காமம் இல்லாவிட்டால் புல், பூண்டு, மரம், செடி, கொடி, விலங்-குகள், மனிதர்கள் போன்ற உயிர்களின் உற்பத்தி மட்டுமல்ல, கவிதை, இலக்கியம், இசை, ஓவியம் என்று கலைகளும் இந்த பூமியில் காணா-மல் போய்விடும்.

அதாவது வேர் இருந்தால்தான் மரம், கிளை, காய், கனி, பூக்கள், இலைகள் எல்லாம் இருக்கமுடியும். இந்த வேர்தான் காமம். உயிர்களை எல்லாம் கடவுள் படைக்கிறாரோ இல்லையோ, காமம் நிச்சயமாகப் படைக்கிறது. அதனால் காமம் என்பதை, கெட்ட வார்த்தை என்று முகம் சுளிக்காதீர்கள்.

காமத்தைத் தகாதது என்று நினைக்கும் கண்ணோட்டத்தைத் தூக்கி எறியுங்கள். காமம் வேறு ஒழுக்கம் வேறு. ஒழுக்கக் குறைபாட்டைத்தான் பலரும் காமக் கோளாறு என்று தவறாக எண்ணுகிறார்கள்.

காமம் மனிதனுக்கு இன்றியமையாதது. அதனால்தான் மனிதனுக்கு அறத்தைப் போதிக்கும் திருக்குறளிலும் காமத்துப் பால் இருக்கிறது. சமஸ்கிருதத்தில் எழுதப்பட்ட காமசூத்திரத்தை, அதிவீரராம பாண்டியன் கொக்கோகம் என்று தமிழில் எழுதியுள்ளார். வடநாட்டில் கஜூரா, கோனார்க் கோவிலில் காம நிலையை அற்புதச் சிற்பங்களாக வடித்துள்-ளனர். தென்னிந்திய கோவில்களிலும் இத்தகைய உடலுறவு நிலைச் சிற்பங்களைக் காண முடியும். மதம், இதிகாசம், இலக்கியம், சிற்பம், சித்திரம் அனைத்திலும் காமம் நிரம்பி வழிகிறது.

மனித இனம் ஆதியிலிருந்து இன்றுவரை காமத்தினால்தான் உயிர் வாழ்கிறது. காமத்தில் இருந்து கிடைக்கும் இன்பத்திற்கு ஈடான வேறு இன்பம் இன்று வரை கண்டுபிடிக்கப்படவில்லை என்பதுதான் உண்மை.

'மனிதனைக் கொடுமைப்படுத்தும் பிரச்னைகளையும், நோய்களையும் திசை திருப்பும் சக்தி காமத்துக்கு உண்டு. காமம்தான் உடலிலுள்ள நோய் எதிர்ப்பு சக்தியான இம்யூனை துரிதப்படுத்துகிறது. இதனால் அனைத்து உடல் வலிகளும், தசை வலிகளும் நரம்பு வலிகளும், மனநோயும் தீருகின்றன. சரியான அளவில் காமம் கொள்பவர்களுக்குச்

செரிமானம் அதிகமாகிப் பசி எடுக்கும், நல்ல தூக்கம் வரும். மன இறுக்கம், கவலை தீரும். மனதில் அமைதி, நிதானம், மகிழ்ச்சி ஏற்படும்.

காமம் என்பது ஒரு தீக்குச்சி போன்றது, அதைக்கொண்டு விளக்கு ஏற்றலாம்... வீட்டையும் கொளுத்தலாம். அதனால் காமம் தவறல்ல, அதனை சிலர் அடையும் விதத்தில் தவறு இருக்கலாம். முறையற்ற காமம் மனிதனை சீர்குலைக்கிறது. அதனால் காதல் என்பதே காமத்-துக்கான முன்னேற்பாடுதான் என்று குற்றம் சாட்டுவதை நிறுத்துங்கள். உண்மையில் காமம் சிறப்பானது, காதல் அதையும்விட சிறப்பானது.

காதல்இலக்கணம்!

காதலைப் பற்றித் தெளிவாக அறிந்துகொள்வதற்காக பல்வேறு நாட்-டைச் சேர்ந்த பத்தாயிரம் பேரிடம் ஒரு மெகா சர்வே 1988ம் ஆண்டு டாக்டர் ஃபெகர் என்பவரால் எடுக்கப்பட்டது.

காதல் என்றால், 'தாயைப் போன்ற அன்பான பாதுகாப்பு' என்பது-தான் 43.75 சதவிகித மக்களின் பதிலாக இருந்தது. அடுத்து 29.17 சதவிகித மக்கள், 'காதல் என்றால் சந்தோஷம்' என்று சொன்னார்கள். இதனை அடுத்து 17.13 சதவிகித மக்கள், 'புரிந்துகொண்ட ஒருவருடன் சேர்ந்து இருப்பது' என்றார்கள்.

இந்த சர்வேயில் காதலின் முக்கிய அம்சம் என்னவென்று கேட்-கப்பட்டது. அதற்கு பெரும்பாலான மக்கள் சொன்ன பதில், நம்பிக்கை. அடுத்து அதிகமாக சொல்லப்பட்ட பதில், பாதுகாப்பு. மூன்றாவது இடத்-தைப் பிடித்தது, நேர்மை. இந்த சர்வே சொல்லும் முடிவின்படி காதல் என்றால் நம்பிக்கை நிரம்பிய பாதுகாப்பு. அங்கே சந்தோஷம், நேர்மை இருக்கும்.

காதலில் ஒருவரை விரும்புவதற்கு எது காரணமாக அமைகிறது என்றும் கேள்விகள் கேட்கப்பட்டது. அதற்கு இனம் புரியாத ஈர்ப்பு என்-பதுதான் பெரும்பாலான நபர்களின் பதில். அடுத்ததாக ஒரு குறிப்பிட்ட விரும்பத்தக்க குணம் காரணமாக அமைந்தது என்றார்கள். இன்னும் சிலர் தனக்கும் அவர்களுக்குமான ஒரே ரசனை காதலில் விழக் கார-ணமாக அமைந்தது என்று சொன்னார்கள்.

இப்போது காதல் என்றால் என்ன என்பது பற்றி ஓரளவு புரிதல் ஏற்பட்டு இருக்கும். குறிப்பாக ஒருவர் மீது எவ்விதமான நிபந்தனையும் செலுத்தாமல் அன்பு செலுத்துவதை காதல் என்று சொல்லலாம்.

நிபந்தனையற்ற அன்பு என்பதற்கு அர்த்தம், இன்று எப்படி இருக்-கிறாரோ அப்படியே... நேற்று எப்படி இருந்தாரோ அப்படியே... நாளை எப்படி இருப்பாரோ அப்படியே ஏற்றுக்கொள்வதுதான் காதல். மனிதர்கள் ஒவ்வொரு நேரமும் குணம் மாறக்கூடியவர்கள். அதனால் கருத்துவேறு-பாடு ஏற்பட்டால்கூட, அவர் மீதுஅன்பு செலுத்துவதுதான் காதல். கட்-டுப்பாடு செலுத்தாத காதல் என்பதன் அர்த்தம், நீங்கள் விரும்புவரை அவர் விருப்பப்படி வாழ அனுமதிப்பதுதான். அவர் என்ன செய்தாலும் அவருக்கு ஆதரவாக, துணையாக இருப்பதுதான் காதல்.

நாளை உங்கள் குழந்தைகளிடம் சந்தோஷமாக பகிர்ந்துகொள்ள முடியும் என்றால், அதுதான் காதல். எந்தக் கணத்தில் நினைத்தாலும் இனிப்பதுதான் காதல். வாழ்வில் ஒரு அற்புதமான காரியம் சாதித்து இருக்கிறோம் என்ற மன நிறைவைத் தருவதுதான் காதல்.

இன்னும் நீங்கள் முழுமையாக காதல் பற்றி புரிந்துகொள்ள வேண்-டுமா?

காதல் பற்றி இதுவரை நீங்கள் அறிந்திருக்கும் அத்தனை தகவல்-களையும் மூளையின் நினைவுகளில் இருந்து அழித்துவிடுங்கள். மாபெ-ரும் அறிஞர்கள், பெற்றோர்கள், நண்பர்கள், உறவினர்களின் கருத்து-களையும் அழித்துவிடுங்கள். நீங்கள் நேரில் பார்த்த பிறர் வாழ்க்கை அனுபவங்களையும் தூக்கி எறியுங்கள். இனி புதிதாக அறிந்துகொள்-ளலாம். உண்மையான காதலைத் தெரிந்துகொள்ளலாம். நிபந்தனையற்ற அன்பு செலுத்துவது எப்படி... அதனை எப்படி காதலாக மாற்றுவது என்ற புதிய ஓர் உலகத்துக்குள் நுழையலாம்.

ஏன்காதலிக்கிறார்கள்?

காதல் என்பது இந்த உலகத்திலே மிகச்சிறந்த உணர்வு. காதலில் விழுந்தவர்கள் ஒவ்வொருவரும், ஒரு காரணம் சொல்வார்கள். ஏன் காதலில் விழுந்தேன் என்பதற்கு பெரும்பாலான ஆண்களும் பெண்க-ளும் சொல்லும் காரணங்களைப் பாருங்கள்.

* அவர் பேசிய விதம் என்னைக் கவர்ந்தது, காதலில் விழுந்தேன்.

* என் மீது அவள் வைத்த நம்பிக்கையே காதலிக்கத் தூண்டியது.

* அந்த புத்திசாலித்தனம் என்னை காதலிக்க வைத்தது.

* அவரது நேர்மை என்னை மயக்கியது.

* அவருடன் இருந்தபோது ஏற்பட்ட பாதுகாப்பு உணர்வே காதலை ஏற்படுத்தியது.

* ஒரு நல்ல பெண் இப்படித்தான் இருக்கவேண்டும் என்று சொல்லும்படி இருந்தான்.

* என்னுடைய மிகச்சிறந்த தோழி போன்று இருந்தான்.

* நான் கேட்கும் முன்னரே எனது தேவையை பூர்த்தி செய்த குணம் என்னைக் கவர்ந்தது.

* பார்வையிலேயே என்னை இழுத்துவிட்டார்.

* எப்போதும் என்னை சிரிக்கவும் மகிழ்விக்கவும் முயல்வது பிடித்துப் போனது.

* அந்த புன்னகைக்காக என்னை மட்டுமல்ல, இந்த உலகத்தையே தரலாம்.

* அந்த தன்னம்பிக்கையை யாராலும் காதலிக்காமல் இருக்கமுடியாது.

* தற்செயலாகத் தொட்டால்கூட மின்சாரம் பாய்கிறது, அதனால் காதலித்தேன்.

* எப்போதும் என் நலன் பற்றியே பேசுவதால் காதலித்தேன்.

* எங்கள் வீட்டில் எல்லோருக்குமே அவனைப் பிடிக்கும், அதனால் எனக்கும் பிடித்துப் போனது.

* தினமும் புதுசு புதுசாக எதையாவது செய்வதால் காதல் பிறந்தது.

* அவனுடைய பலமான கைகளின் இறுக்கத்தால் காதலில் விழுந்தேன்.

* அந்தப் பெண்ணின் குழந்தை சிரிப்புதான் காரணம்.

* என் எதிர்காலம் பற்றிய நம்பிக்கை விதைத்ததால் காதல் செய்தேன்.

* எப்படியென்றே தெரியவில்லை... என் நெஞ்சுக்குள் நுழைந்துவிட்டாள்.

* வாழ்க்கையில் ஜெயிக்கவேண்டும் என்று வைத்திருக்கும் ஆசையும், வெறியும் காதலிக்கத் தூண்டியது.

* எனக்கு என்ன வேண்டும் என்பது என்னைவிட அவளுக்குத்தான் தெரியும்.

* அவன் எதிர்காலத் திட்டத்தை தீட்டுவதற்கு எனக்கு கொடுத்த சுதந்திரம்.

* ஒவ்வொரு நாளும் அவனுக்கு என் மீதான அன்பு கூடிக்கொண்டே போவதால் காதலிக்கிறேன்.

* அவனுடன் இருக்கும்போதுதான் நான், நானாகவே இருக்கிறேன்.
* அவளுடன் இருந்தால் கொஞ்சம்கூட போரடிக்காது.
* இந்த உலகத்தில் எதைப் பற்றியும் பேசமுடியும்.
* அடேங்கப்பா... அந்தக் குரல் மயங்கச் செய்துவிட்டது.
* என்னுடைய முடிவுகளுக்கு தரும் மரியாதை.
* என் செயல்களில் குறிக்கிடாத பெருந்தன்மை
* என் தவறுகளோடு என்னை ஏற்றுக்கொள்ளும் குணம்.
* அந்த ஆண்/பெண் வாசம் மயக்கக்கூடியது.
* அவனை ஒவ்வொருமுறை பார்க்கும்போதும், இதயம் துடிக்க மறக்கிறதே, அந்த கணம் காதலைத் தூண்டியது.
* அவனைப் பார்த்தபிறகுதான் என்னையே எனக்குப் பிடிக்கத் தூண்டியது.
* இந்த உலகத்திலேயே அழகானவள் அவள்தான் என்று நினைக்-கிறேன்.
* எதுவுமே இல்லாமல் ஒரு நாள் முழுவதும் அவனுடன் பேசமுடி-கிறதே
* ஏதாவது ஒரு சமயத்தில் என்னை அவள் தொடும்போது கிடைக்-கும் ஆறுதல்.
* எப்போதும் அவனுடன் ஒட்டிக்கொண்டு இருக்கும் விளையாட்-டுத்தனம்.
* எந்த ஒரு முடிவையும் என்னை எடுக்கச் சொல்வது.
* அதென்னமோ, அவளைப் பார்த்தாலே எனக்குள் ஒரு விளக்கு எரிகிறது.
* தைரியமாக காதலைச் சொன்னவிதம்.

ஏன் காதலில் விழுந்தேன் என்பதற்கு ஆண்களும் பெண்களும் சொல்லி இருக்கும் பதில்களைப் படித்தீர்களா? எத்தனை நம்பிக்கை... எத்தனை தைரியம். காதல் என்பது கண்ணுக்கு எட்டிய தூரத்தில் இருந்-தாலும் அதனை அடைவது அத்தனை எளிதல்ல.

காதல் என்பது தேவலோகத்தில் இருக்கும் கற்பக மரத்தைப் போன்-றது என்று சொன்னது முழு உண்மை. ஆம், அன்பையும் ஆனந்தத்-தையும் அள்ளி அள்ளி தரக்கூடியது. காதல் எனும் கற்பக மரத்திற்கு விதையைத் தேடிக் கண்டுபிடித்து, சரியான இடத்தில் ஊன்றி, போதிய பராமரிப்பு செய்து, திருமணம் எனும் போதிய வளர்ச்சியை அடைந்தபி-

றகே நீங்கள் விரும்பும் அத்தனை பலன்களும் கிடைக்கும். ஆரம்பகா-லத்தில் நீங்கள் காட்டும் பராமரிப்புக்கு ஏற்ப காலம் முழுவதும் உங்களை காவல் காக்கக்கூடியது இந்தக் காதல் மரம்.

இத்தனை இன்பம் தரக்கூடிய காதல் மரத்தை வளர்ப்பது எளிது அல்ல. ஏராளமான இடையூறுகளும் தடைகளும் வரக்கூடும். ஒவ்வொரு கணமும் கண்ணும் கருத்துமாக காவல் காத்தால் மட்டுமே வளரக்கூடிய அபூர்வ மரம் இந்த காதல். எல்லோருக்கும் காதல் எனும் கற்பக மரத்தை வளர்க்க ஆர்வமும் ஆசையும் இருக்கும். அவர்களுக்கு காதல் எனும் கற்பக மரத்தை வளர்த்து பலன் அடைவதற்கு உதவும் பத்து மந்-திரங்களைச் சொல்லித் தருகிறேன். அவற்றை மட்டும் கடைபிடித்தால் போதும். காதல் கோட்டை கட்டி, அதில் கடவுளைப் போன்று வாழலாம். வாருங்கள் முதல் மந்திரத்தை அறிந்து கொள்ளலாம்.

அத்தியாயம் 3

காதல் மந்திரம் 1 - தகுதியுள்ளகாதலேதப்பிப்பிழைக்கும்!

தேர்தலில் ஓட்டு போடுவதற்கு மட்டுமல்ல... காதலில் நுழைவதற்கும் குறிப்பிட்ட வயது வேண்டும். ஆம். இதுதான் காதலுக்கான முதல் தகுதி. இந்த தகுதியை அலட்சியம் செய்வதால்தான், ஏராளமான காதல்கள் தோற்றுப் போகின்றன.

பொதுவாக 13 முதல் 19 வயது வரையிலான பருவத்தையே டீன் ஏஜ் என்கிறோம். . இந்த வயதில் பையன்களும், பெண் பிள்ளைக-ளும் உடல் ரீதியாகவும், மன ரீதியாகவும் ஏராளமான மாற்றங்களை சந்திக்கிறார்கள். இந்த வயதில் கிட்டத்தட்ட எல்லோருக்குமே காதல் உணர்வு அரும்பத்தான் செய்கிறது. எந்த ஒன்றையும் தைரியமாக, ஆர்-வமாக செய்துபார்க்கும் அசட்டுத் துணிச்சல் இந்த வயதினரிடம் நிரம்-பியிருக்கும். டீன் ஏஜ் வயதினருக்கு யார் என்ன அறிவுரை சொன்னா-லும் மூளைக்குள் ஏறாது. எல்லாமே எனக்குத் தெரியும் என்ற ரீதியில் செயல்பட தொடங்குவார்கள். டீன் ஏஜ் வயதினரை அத்தனை எளி-தில் கட்டுப்படுத்தவே முடியாது ஏன் தெரியுமா?

உடல்விளையாட்டு

வளர் இளம் பருவத்தில் பாலியல் மாற்றம் மற்றும் பாலியல் உறுப்-புகள் வளர்ச்சி காரணமாக மனசுக்குள் ஒரு சூறாவளி அடிக்கும். இதுவரை பெற்றோர்கள் கூறும் ஆலோசனைகளுக்கு முக்கியத்துவம் கொடுத்து வந்தவர்கள், இப்போது தன் வயது நண்பர்களின் ஆலோ-

சனைகளுக்கே முக்கியத்துவம் தருவார்கள். குழந்தைத்தனத்தில் விடு-படவில்லை என்றாலும், வயது முதிர்ந்தவர்களாக தங்களை நினைத்-துக்கொள்வார்கள். பாலியல் சார்ந்த ஆர்வம், சந்தேகம், பிரச்னைகளை தங்கள் வயதினரிடமே பகிர்ந்தும் அறிந்தும் கொள்வார்கள்.

ரகசியங்களை அறிந்து கொள்ளும் ஆர்வம் இந்த பருவத்தினரிடம் அதிகம் காணப்படும். எதிர் பாலினரிடம் அதிகக் கவர்ச்சி இருக்கும். அதனால் தங்களை மிகவும் அழகு படுத்திக்கொள்வார்கள். கண்ணாடி-யின் முன்பு அதிக நேரம் நின்று தங்களை முன்னும், பின்னும் பார்த்து உடலை ரசிப்பார்கள்.

இந்த பருவத்தில் ஆண், பெண் இடையே தோன்றும் இனக்க-வர்ச்சியை தீவிரமான அன்பாக, காதலாகப் புரிந்து கொள்கிறார்கள். அதனால் உடலில் ஏற்படும் சில மாற்றங்கள் குறித்து வளர் இளம் பெண்களுக்கு பூப்பு எய்தும் முன்னரே பக்குவமாக கற்றுத் தரவேண்டியது பெற்றோரின் கடமை.

இந்த வயதில் எல்லோருமே மனசுக்குப் பிடித்த யார் மீதாவது காதலை வளர்த்துக் கொள்கிறார்கள். எல்லோரும் தைரியமாக பேசுவது வெளிக்காட்டுவது இல்லை என்றாலும், மனதுக்குள்ளாவது கண்டிப்பாக காதல் இருக்கும். தங்கள் காதலை உயிருக்கும் மேலாக நினைப்பார்கள். காதலுக்காக எதையும் செய்யத் துணிவார்கள். அதனால்தான் கர்ப்பம் அடைவது, ஓடிப்போவது, தற்கொலை செய்வது டீன் ஏஜ் வயதினரிடம் அதிகளவில் நிகழ்கின்றது.

ஏன்சரிப்படாது?

'டீன் வயதில் ஏற்படுவது காதல் இல்லை. இனக்கவர்ச்சி அல்லது ஹார்மோனின் தூண்டுதல்' என்று மனநல மருத்துவர்கள் அடித்துச் சொல்கிறார்கள். ஏன் தெரியுமா?

இந்த வயதினருக்கு யாரைக் காதல் செய்யவேண்டும் என்பதுகூட தெரியாது. ஆசிரியை, ஆசிரியர், டியூசன் எடுக்கும் எதிர் வீட்டுப் பையன் அல்லது பெண், சினிமா நட்சத்திரங்கள், விளையாட்டு வீரர்கள் என்றுதான் இவர்களுக்குக் காதல் தோன்றுகிறது. தான் விரும்புபவரை அடைவதற்குத் தன்னிடம் என்ன தகுதி இருக்கிறது என்பதை எந்த ஒரு டீன் ஏஜ் மாணவர்கள் எண்ணிப் பார்ப்பதே இல்லை. தங்களுடைய காதலை மிகச்சிறந்ததாக, உலகிலேயே உயர்ந்த காதலாக நினைப்பார்-கள். ஆனால் சமூகம் எந்த ஒரு டீன் ஏஜ் காதலையும் ஏற்றுக்கொள்-

வது இல்லை, சட்டமும் ஏற்றுக் கொள்ளாது.

பறக்கும்பெண்... நடக்கும்பையன்

டீன் ஏஜ் வயதில் பையன் உடலில் டெஸ்டோஸ்ட்ரோன் எனும் ஹார்மோன் சுரக்கிறது. இந்த ஹார்மோன் உடலில் மட்டுமின்றி மனதளவிலும் பெரும் மாற்றத்தை, கிளர்ச்சியை உண்டாக்குகிறது. தன்னைச்சுற்றி என்ன நடக்கிறது என்பதையே புரிந்துகொள்ள முடியாதவனாக இன்பத்தில் மிதக்கிறான். இந்த உலகம் தனக்காகவே படைக்கப்பட்டதாக நினைக்கிறான்.

இதே வயதில் பெண் உடலிலும் மனதிலும் மாற்றங்கள் உண்டாகின்றன. ஆனால் ஆணைவிட பெண் கூடுதல் தெளிவு பெறுகிறாள். அதிகம் உணர்ச்சிவசப்படவும், அதனைக் கட்டுப்படுத்தவும் கற்றுக்கொள்கிறாள். வளவளவென பேசக்கூடியவளாகவும், ஆண்களை எடை போடத் தெரிந்தவளாகவும் மாறுகிறாள். ஆனால் சின்னச்சின்ன சந்தோஷங்களுக்கு மயங்கக்கூடியவளாகவும் இருக்கிறாள். அதனால்தான் பிறந்தநாள், காதலர் தினம் போன்ற தினங்களில் வாழ்த்துச் சொல்லி, பரிசு கொடுத்தாலே மயங்கிப் போகிறாள். ஒரு சின்ன பார்வையிலேயே தன்னை வெளிப்படுத்தக் கூடியவளாக இருக்கிறாள்.

காதல் ஒரு போதை என்று சில கவிஞர்களும் காதலை எதிர்ப்பவர்களும் கூறுவார்கள். இதை விஞ்ஞானிகளும் ஒப்புக்கொள்ளவே செய்கின்றனர். அதாவது காதலில் விழுவது, கொக்கேய்ன் போன்ற போதைப் பொருளை உட்கொள்வதற்கு நிகரான தாக்கத்தை உடலுக்கு ஏற்படுத்துகிறது என்று அமெரிக்க விஞ்ஞானிகள் கூறுகின்றனர். இதில் அதிகம் பாதிப்பு அடைவது இந்த வயதினர்தான்.

தாங்கள் விரும்புபவர்களை, காதல் கொண்டவர்களைக் கண்ணால் காணும்போதே மூளையில் 12 இடங்களில் தூண்டப்படுகிறார்கள். அதனால் உடலில் ஆண்ட்ரோஜன், ஈஸ்ட்ரோஜன், அட்ரினலின் போன்ற ரசாயனங்கள் சுரந்து, ஒரு போதையைக் கொடுக்கிறது. இந்த உணர்வை பேராசிரியர் ஓர்டிக் என்பவர், 'காதலில் ஒருவர் விழுவதற்குக் காரணமாக இருப்பது மூளை. அதேநேரம் இதயத்திற்கும் தொடர்பு உள்ளது. உதாரணமாக, மூளையின் சில பகுதிகள் செயல்படும்போது இதயத்தில் தூண்டுதல்களை ஏற்பட முடியும். வயிற்றில் வண்ணத்துப்பூச்சி பறக்கும். இந்த உலகமே ஆனந்தமயமாக இருப்பது போன்ற உணர்வு இருக்கும்' என்கிறார்.

உடல் மாற்றங்கள் காரணமாக டீன் ஏஜ் வயதினர் மிக எளிதில் காதலில் விழுகின்றனர். இவர்களுக்குக் காதல் என்னென்ன காரணங்க-ளால் உருவாகும் என்பதைப் பார்க்கலாம்.

* வாட்ஸ் ஆப், ஃபேஸ்புக் போன்ற சமூகவலைதளங்கள் அதிகம் தாக்கத்தி஡ உண்டாக்குகின்றன.

* சினிமா, தொலைக்காட்சி காதல் இவர்களுக்கு ஆதர்சமாக இருக்-கும்.

* உடன் படிக்கும் அல்லது தெரிந்த காதலர்களைப் போலத் தாமும் இருக்க வேண்டுமென்ற ஆசை வரும்.

* காதல்தான் இந்த உலகின் பெரிய சக்தி என்ற போலி நம்பிக்கை.

* எதிர் பாலினத்தின் அழகு, புகழ், தீரத்தில் மயங்குவது.

* பொழுதுபோக்கு, சந்தோஷம் தருகிறது என்பதற்காக காதலில் விழுவது.

* தெய்வீகக் காதல், சரித்திரக் காதல் அளவுக்கு பேசப்படவேண்டும் என்ற எண்ணம்.

* எதிர் பாலினம் காட்டும் கரிசனம், அன்பு, நட்பு.

இந்த வயதில் மின்னல் போன்று காதல் தோன்றுவதும் மறைவதும் சகஜம். சில காதல் உயிரைப் பிடித்து உலுக்கும் அளவுக்கு உயிர்ப்புடன் இருக்கும். சின்னச்சின்ன பிரச்னைகள் அல்லது அவமதிப்பு காரணமாக சட்டென மறைந்தும் போகும். இந்த வயதில் ஒரே பெண்ணை பலர் காதலிப்பதும் ஒருவனை பல பெண்கள் காதலிப்பதும் மிகவும் சகஜமாக இருக்கும். எத்தனை தீவிரமாக காதலில் விழுகிறார்களே11 flflா, அத்தனை தீவிரமாக வெறுப்பதும் நடக்கும்.

இந்த வயதினரின் காதலுக்கு இருக்கும் துணிச்சல், நம்பிக்கை அளப்பரியது. இந்த வயதினர் பெரும்பாலும் சாதி, மதம், மொழி, பொரு-ளாதார பேதம் குறித்து கொஞ்சமும் கவலைப்படுவது இல்லை. ஆனால் இந்த வயதில் பிற பாலினத்திடம் ஏற்படும் உறவு காதல்தானா என்பதை உணரவேண்டும்.

ஏனென்றால் தாய்மை போன்ற அன்பினைத் தேடுவது பாசம். ஒரு-வரது ஏழ்மை, இயலாமை பார்த்து ஏற்படுவது பரிவு. வேறுபாடு கருதாத நிலையை கருணை என்று சொல்லலாம். இவற்றைத் தாண்டி உடல் வேட்கைக்காக மட்டுமே வருவது, காமம். இப்படிப் பிரித்துப் பார்க்கத் தெரியாமல் எல்லாவற்றையுமே உண்மையான காதல் என்று எடுத்துக்-

கொள்வதுதான், டீன் ஏஜ் வயதுக்குரிய அவசர குணம்.

டீன் ஏஜ் வயதில் காதல் என்பது இறக்கை இல்லாமல் வானில் பறப்பது போன்று புதிய அனுபவமாக இருக்கும். 'இந்த வயதில் காதல் வேண்டாமே' என்று சொன்னால் ஏற்றுக்கொள்ள மாட்டார்கள். 'எங்கள் காதல் ஜெயிக்கும்' என்று அதீத நம்பிக்கையுடன் இருப்பார்கள். உண்-மையில் இந்த வயதில் உண்டாகும் காதலில் சுமார் 99 சதவிகிதம் தோற்றுப்போகிறது. ஏன் அப்படி நிகழ்கிறது?

முதிர்ச்சியின்மை:

காதல் என்றாலே பேசுவது, பழகுவது, சிரிப்பது, விளையாடுவது, சேர்ந்து வாழ்வது என்பதைத் தாண்டி டீன் ஏஜ் வயதினருக்கு எதையும் யோசிக்கத் தெரியாது. காதலின் அடுத்த கட்டம் தெரியாது. படித்துக் கொண்டிருக்கும் தங்களால், சொந்தக் காலில் நிற்க முடியுமா? ஒரு சிக்-கல் வரும்போது பெற்றோர் மற்றும் உறவினர்களை எதிர்த்துப் போராட முடியுமா? திருமணம் செய்துகொள்ள, தான் விரும்பும் நபர் ஒப்புக்-கொள்வாரா? திருமணம் முடிப்பது என்றால் எவ்வளவு பணம் தேவைப்-படும்? குழந்தை பிறந்தால் அதனை சமாளிக்க முடியுமா? காதலுக்கு எதிரிகள் வந்தால் அவர்களை எப்படி சமாளிப்பது? என்று எந்த ஒரு கேள்வியையும் எதிர்கொள்ள மாட்டார்கள். தாங்கள் காதலிக்க மட்டுமே பிறந்தவர்கள் என்ற நினைப்பில் வாழ்வார்கள்.

அதனால் காதல் உறவைப் பலப்படுத்த அல்லது மேற்கொண்டு நகர்த்தத் தெரியாமல் விழிப்பார்கள். ஏனென்றால் குடும்பத்தில்கூட எந்த ஒரு முடிவையும் இவர்களால் எடுக்க முடியாது. சைக்கிளில் செல்லும் ஒரு மாணவி, உடன் சைக்கிளில் வரும் ஒரு மாணவனைக் காதலிப்பார். திடீரென வீட்டில் விஷயம் தெரிந்தோ அல்லது தற்செயலாகவே, இனி அந்தப் பெண் சைக்கிளில் போகவேண்டாம் என்று முடிவெடுப்பார்கள். பெற்றோரே அந்தப் பெண்ணை பள்ளியில் கொண்டுபோய் விடுவார்கள். அதுபோன்ற சமயங்களில் பெற்றோர்களைத் தடுக்கவோ, எதிர்த்து போராடவோ முடியாமல் தோற்றுப் போவார்கள். அதனால் ரோட்டில் மலர்ந்த சைக்கிள் காதல் அல்பாயுசில் மரணித்துப் போகும்.

காதல் என்பது கொடுத்து வாங்குதல் நிறைந்த ஒரு உலகம். டீன் ஏஜ் வயதினருக்கு செலவுக்குப் பணம் கிடைப்பது கடினம் என்பதால், காதல் பயிரை வளர்க்க முடியாமல் திண்டாடுவார்கள். அதேபோன்று தான் விரும்புபவர், தன் விருப்பத்துக்கு ஏற்ப நடக்கவில்லை என்றால்

பெரும் ஏமாற்றம், கோபம் அடைவார்கள். எந்த ஒரு விஷயத்தையும் பொறுமையுடன், நீண்டகாலத் திட்டத்துடன் அணுகும் தன்மை இந்த வயதினரிடம் இருக்காது. தன்னுடைய கோணத்தில் இருந்து மட்டுமே காதலை அணுகும் குணம் இருக்கும். அதனால் விட்டுக்கொடுக்கும் தன்மை இராது.

நேரமின்மை

விவசாயம் என்றாலும் வியாபாரம் என்றாலும் காதல் என்றாலும் அது செழித்து வளர போதிய நேரம் ஒதுக்கியே தீரவேண்டும். சினிமா, பீச், கோயில் என்று சுற்றிச்சுற்றித்தான் காதலை வளர்க்க வேண்டும் என்பது இல்லை... ஆனாலும் பேசவும் சந்திக்கவும் போதிய நேரம் ஒதுக்கியே தீரவேண்டும். ஆனால் இந்த வயதினருக்கு அதற்கு நேரமும் வாய்ப்பும் கிடைக்காது.

சினிமா, பீச், கோயில் போன்ற இடங்களுக்குத் தனியே செல்வதற்கு இவர்களுக்கு அனுமதி கிடைக்காது. அதிகபட்சமாக நண்பர்கள் அல்லது உறவினர்கள் துணையுடன் செல்லலாம். மேலும் பள்ளி, கல்லூரி காலங்-களில் படிக்கவும், பரீட்சை எழுதவும், டியூசன் செல்லவுமே நேரம் சரி-யாக இருக்கும். பொய் காரணங்கள் சொல்லி அடிக்கடி வெளியே செல்-வதற்கு பெற்றோரின் அனுமதி கிடைக்காது.

தற்போது செல்போன், வாட்ஸ் ஆப் போன்ற வசதிகள் இருந்தாலும், இவை திடீர் திடீரென கண்காணிப்புக்கு உள்ளாகும். நண்பர்களுடன் பார்ட்டிக்குப் போகிறேன், பள்ளியில் ஸ்பெஷல் கிளாஸ் செல்கிறேன் என்று பொய் சொல்லி விரும்பியவருடன் சுற்றுவது இயலாது. அதனால் இருவரும் ஒருவரை ஒருவர் அதிகம் அறிந்துகொள்ள முடியாமல் போகிறது. மேலோட்டமான நட்பு, புரிதல் மட்டுமே இருக்கும். நெருக்கம் இல்லாத காரணத்தாலே, காதல் இந்த வயதினரிடம் தோற்றுப் போய்வி-டுகிறது.

அக்கம்பக்கத்து வீட்டில் இருக்கும் பெண் அல்லது பையனை மிகவும் தீவிரமாகக் காதலிப்பார்கள். ஆனால் திடீரென அவர்கள் வீடு மாறிப் போய்விட்டால், தேடிப்போய் காதல் செய்ய இந்த வயதினரால் முடியாது. அதனால் காதல் எளிதில் மரித்துப் போகும்.

எதிர்காலலட்சியம்:

சின்ன வயதில் இருந்தே ஒவ்வொருவர் மனதிலும் ஏதாவது ஒரு லட்சியம், ஆசை, திட்டம் இருக்கும். டீன் ஏஜ் வயதினருக்கு இல்லை

என்றாலும் பெற்றோர்கள் அப்படி ஒரு திட்டத்தை தீட்டி, அதை நோக்-
கியே பிள்ளைகளை வளர்ப்பார்கள். டாக்டர், இன்ஜினீயர், வழக்கறிஞர்,
ஆடிட்டர் என்ற கனவினை நோக்கியே அவர்கள் வாழ்க்கை நகரும்.

காதலுக்காக படிப்பையோ, திட்டத்தையோ மாற்றிக்கொள்ளும்
மனநிலை, துணிவு இந்த வயதினருக்கு இருக்காது. தன்னுடைய விருப்-
பம் நிறைவேறவேண்டும் என்பதில் பிடிவாதமாக இருப்பார்கள். தான்
விரும்புபவருக்கு இந்தப் படிப்பு பிடிக்குமா பிடிக்காதா என்று சிந்திக்-
கவோ, கேட்கவோ மாட்டார்கள். அதனால் எதிர்காலத் திட்டத்தைப்
பொறுத்தவரை கிட்டத்தட்ட சுயநலமியாகவே செயல்படுவார்கள். 'இந்தப்
படிப்புக்காக வெளியூர் செல்ல வேண்டாம், வேறு ஒரு படிப்பு படிக்கலாம்'
என்று சொன்னாலும் ஏற்றுக்கொள்ளாத அல்லது செயல்படுத்த முடியாத
நிலையில் இருப்பார்கள். அதனால் இருவருக்கும் இடையே மனத்தாங்-
கல் வரும். தன்னைவிட லட்சியம் அல்லது படிப்பை பெரிதா என்ற
கேள்வியும் வருத்தமும் வரும். அதனால் படிப்பு அடுத்த கட்டத்துக்கு
நகரும்போது பெரும்பாலான காதல் மறைகிறது.

காதலா அல்லது எதிர்காலத் திட்டமா என்ற கேள்வி வரும்போது
90 சதவிகித டீன் ஏஜ் வயதினர் படிப்பையே தேர்வு செய்வார்கள்.
தான் படித்து முடிக்கும்வரை தன்னை விரும்புபவர் காத்திருக்கவேண்டும்
என்று எதிர்பார்ப்பார்கள். புதிய இடம், புதிய படிப்பு, புதிய நண்பர்கள்,
புதிய சூழல் காரணமாக மனதில் இருந்த காதல் எதிர்காலத்தில் கரைந்து
போய்விடும்.

காதலை அழிக்கும் நட்பு:

டீன் ஏஜ் வயதில் காதலை வளர்ப்பதிலும் அழிப்பதிலும் நண்பர்கள்
முக்கியப் பங்கு வகிக்கிறார்கள். தான் விரும்பும் நபர் பற்றி நட்பு வட்டா-
ரத்தில் சொல்லப்படும் தகவலை அப்படியே உண்மையென்று நம்புவார்-
கள். 'உன் அழகுக்கு அவன் பொருத்தமே இல்லை... அவன் ஏற்கெ-
னவே வேற ஒரு பொண்ணை லவ் பண்றான்' என்று தோழிகள் என்ன
சொன்னாலும் நம்புவார்கள், ஆராய்ந்து பார்க்க மாட்டார்கள்.

தன்னுடைய நண்பனைக் கிண்டல், கேலி செய்த காரணத்துக்காகவே
பலர் காதலியைத் தூக்கி எறிந்திருக்கிறார்கள். போட்டி, பொறாமை கார-
ணமாக நண்பர்களே, காதல் விவகாரத்தை பெற்றோர்களிடம் பற்ற-
வைத்து விடுவார்கள். பள்ளி, கல்லூரிகளிலும் அவதூறு பரப்புவார்கள்.
விரும்புபவரைவிட நண்பர்களே அதிகமான நேரம் உடன் இருப்பார்கள்

என்பதால், நட்பின் பொம்மையாக காதல் மாறிப் போகும். நிறைய காதலுக்குத் துணையாக இருக்கும் நண்பர்களே, ஏராளமான காதலுக்கு எதிரியாகவும் இருக்கிறார்கள்.

உடம்பை புரிந்துகொள்தல் :

டீன் ஏஜ் வயதில் திடுமென மனதில் காதல் எழுவதற்கும் காம எண்ணங்கள் பாடாய் படுத்துவதற்கும் ஹார்மோன்தான் காரணம் என்பதை பெரும்பாலானவர்கள் புரிந்துகொள்வதில்லை. ஆகவே, ஆசிரியர்கள், பெற்றோர்கள் அல்லது மருத்துவர்கள் இதுகுறித்த மாற்றங்களை புரிய வைக்கும்போது சட்டென விழிப்பு ஏற்படுவது உண்டு. 'தன் உடலில் ஏற்பட்டிருக்கும் மாற்றத்திற்கும், மனதில் உண்டாகும் பரபரப்புக்கும் பெயர் காதல் அல்ல... ஹார்மோன் விளையாட்டு' என்பதை புரிந்துகொண்டவர்கள் சட்டென அச்சத்திற்கு ஏற்பட்டு காதலை முறித்துக்கொள்கிறார்கள். முக்கியமாகப் பெண் பிள்ளைகள் திடுமென காதலில் இருந்து வெளியேறுவார்கள்.

காதலில் எல்லை மீறும் போது எதிர்பாராத கர்ப்பம் ஏற்படும், அதன் மூலம் கெட்ட பெயர் ஏற்பட்டு வாழ்நாள் முழுவதும் சித்ரவதை அனுபவிக்க வேண்டும். உறவினர்களிடம் மரியாதை போய்விடும் என்று எடுத்துச் சொல்லப்படும் நேரத்தில், காதல் வேண்டாம் என்று உறுதியான தீர்மானத்துக்கு வந்துவிடுவார்கள். காதலித்து தோல்வி அடைந்தவர்கள், ஏமாந்தவர்கள், தற்கொலை செய்தவர்கள் பற்றி படித்தும், அறிந்தும் பலர் காதலில் இருந்து பின்வாங்கி விடுகிறார்கள்.

எதிர்ப்புகளைசமாளிக்கமுடியாமை:

பள்ளி அல்லது கல்லூரி வயதில் யாருடனாவது காதல் கொண்ட தகவல் தெரியவரும் பட்சத்தில் குடும்பத்தினர் கடும் எதிர்ப்பைத் தெரிவிப்பார்கள். படிப்பை நிறுத்தும் முடிவை எடுப்பார்கள். பள்ளி முதல்வர் அல்லது ஆசிரியர்களுக்குத் தெரியவரும் பட்சத்தில் கண்டிப்புக்கும் தண்டிப்புக்கும் ஆளாவார்கள். இவர்களை மீறியோ அல்லது தெரியாமலோ காதலைத் தொடரும் துணிச்சல் எந்த டீன் ஏஜ் வயதினருக்கும் இருக்காது. தீவிரமான கண்காணிப்பு, அவமரியாதை, கண்டிப்பு, விருப்பமானவை பறிக்கப்படுதல் போன்றவை காரணமாக பலர் முழுமையாக காதலைக் கை கழுவி விடுவார்கள்.

வயதுவித்தியாசம்:

டீன் ஏஜ் வயதுப் பையன்கள் பெரும்பாலும் தங்கள் வகுப்புப் பெண்-கள் அல்லது அக்கம்பக்கத்துப் பெண்கள் மீது காதல் கொள்வார்கள். ஆனால் ஆணைவிட பெண் அதிக முதிர்ச்சி அடைந்து இருப்பாள் என்பதால், அவளைவிட வயது முதிர்ந்தவர்கள் மீதே காதல் கொள்கி-றாள். சீனியர், ஆசிரியர், உறவினர் என்று வயது வித்தியாசம் பார்க்-காமல் காதல் கொள்கிறாள். பையன்கள் மிகக் குறைவாகவே, தங்க-ளைவிட வயது அதிகமானவர்கள் மீது காதல் கொள்கிறார்கள். முறை தவறிய இந்தக் காதல் மிக எளிதில் அங்கீகாரம் கிடைக்காமல் தோற்றுப் போகும். வயது வித்தியாசம் அதிகம் உள்ள காதல் வெளியே தெரியவ-ரும் போது அதிகபட்ச எதிர்ப்பையும், அதிர்ச்சியையும் சந்திக்கும். அப்-போதே அந்தக் காதலுக்கு முற்றுப்புள்ளி விழுந்து விடுகிறது.

ஆசை... பேராசை:

காதல் என்றால் என்னவென்று இந்த வயதினருக்கு முழு புரிதல் இருக்காது என்றாலும் உடல் வேட்கை இருக்கும். அதனால் ஆண், பெண் தனிமையும் நெருக்கமும் கிடைக்கும்போது இருவரும் தொட்டுக்-கொள்ளவோ, எல்லை மீறவோ செய்வார்கள். இதனையும் காதல் என்றே நினைப்பார்கள். காதலுக்காக எல்லை மீறியதாக எடுத்துக் கொள்வார்-கள். ஆனால், பெண் எல்லை மீறியது மற்ற பையன்களுக்குத் தெரி-யவரும்போது, அவள் மோசமான நடத்தை கொண்டவளாகவே பார்க்-கப்படுவாள். குற்றவாளி போன்று கூசிக்குறுகி நிற்பாள். மேலும் அவள் மீது காதலனுக்கு உள்ள ஈர்ப்பும் குறைந்துபோகும். இதனை ஏற்றுக்-கொள்ள முடியாமல் தவிப்பாள். தன்னை அனுபவித்துவிட்டு ஏமாற்று-வதாக குற்றம் சாட்டுவாள். ஆசை ஆசையாக இந்த வயதினர் அனு-பவித்த காமமே, அவர்கள் காதலுக்கு முழு எதிரியாக மாறிவிடும்.

யாராவது ஒருவர் வசதியாக இருக்கும் பட்சத்தில், 'ஏமாற்றி பணம் பறிப்பதற்காகவே' காதல் செய்ததாகவும் பேச்சு கிளம்பும். வசதி குறைந்-தவர் எதுவும் வாங்கித் தரமுடியாமல் தவிக்கும் போது, வசதியானவர் நிறைய வாங்கிக் கொடுப்பார். இது விமர்சனமாக மாறும்போது, இதனைத் தாங்க முடியாமல் காதல் பிரிவு ஏற்படுகிறது.

நட்பா... காதலா?

தங்களுக்குள் இருப்பது நட்பா அல்லது காதலா என்பது பெரும்-பாலான டீன் ஏஜ் வயதினருக்குக் குழப்பமாகவே இருக்கும். இந்தக் கோட்டைத் தாண்டமுடியாமல்தான் பல காதல் செத்துப் போகும். நட்பு

என்ற சட்டையை மாட்டிக்கொண்டு காதல் செய்வார்கள். ஏதாவது சிக்-கல் அல்லது பிரச்னை வந்தால், நட்புதான் என்று ஆணித்தரமாகச் சொல்லி தப்பித்து விடுவார்கள்.

நட்புக்கும் காதலுக்கும் எது எல்லைக் கோடு? எதைக் கடந்தால் காதல்? காலகாலமாக இருக்கும் இந்தக் குழப்பத்துக்கு விளக்கம் சொல்-கிறார்கள், உளவியல் அறிஞர்கள்.

'இவைதான் நட்பின் கட்டுப்பாடுகள் அல்லது எல்லைக் கோடுகள் என்று ஆண் -பெண் உறவைத் தெளிவாக வரையறுக்க முடியாது. பலருக்கு நட்பும் காதலும் பாலும் நீரும் போலக் கலந்து இருப்பதால் குழப்பத்திலேயே இருப்பார்கள். ஓரளவுக்கு நெருங்கிப் பழகியபிறகு தெரி-யாத நபரைவிட, தெரிந்த நபரே நல்லது என்று பெண்கள் உணர்கிறார்-கள்.

நண்பர்கள் காதலர்களாக மாறுவதற்கு நான்கு காரணங்கள் இருக்-கின்றன.

- முதலாவது நெருக்கம். மிக அருகருகே இருப்பதால், அடிக்கடி பார்ப்பதால், பேசுவதால் காதல் ஏற்படும்.
- இரண்டாவது நிறம், நடை, உடை, பாவனை, பிடித்த விஷயங்கள், கோட்பாடு, கொள்கை, என இருவருக்குமே ஒரே மாதிரியான கருத்து ஒத்திசைவு இருப்பது.
- மூன்றாவது காரணம், தேவைப்படும் நேரத்தில் எந்த பிரதியுபகாரமும் எதிர்பார்க்காமல் உதவுவது, பிறந்த நாள் வாழ்த்து சொல்வது, பரிசுப் பொருள் வழங்குவது, உடல் நலம் இல்லாத சமயம் அக்கறையாக கவனித்துக்கொள்வது போன்றவை காரணமாகவும் காதல் அரும்பலாம்.
- நான்காவதாக, இரு பாலினத்தவரும் எதிர் பாலினத்தவர் மீது வைத்திருக்கும் உடல் ரீதியான கவர்ச்சி, அழகுணர்ச்சி போன்றவை.

பொதுவாக அழகான பெண்களைத்தான் ஆண்கள் காதலிப்பார்கள். நேர் எதிராகப் பெண்களோ, தன்மேல் அன்பாக, அக்கறையாக, மனம் குதூகலிக்கப் பேசுபவனாக, தனக்குப் பாதுகாப்பாக இவன் இருப்பான் என்று எந்த ஆணை நினைக்கிறார்களோ அவர்களைக் காதலிக்கி-றார்கள். பெண்ணின் அழகு ஆண்களை இழுப்பது போன்று ஆணின்

தைரியம், வீரதீரச் செயல், பராக்கிரமம், அரவணைக்கும் குணம் போன்-
றவை பெண்ணுக்குக் காதலைத் தூண்டும் சக்தியாக இருக்கிறது.

ஆண் காதலைச் சொல்லி பெண் ஏற்கவில்லை என்றால், 'சரி இனி-
மேல் நட்புரீதியாகப் பழகலாம்' என்று மனதைத் தேற்றிக் கொள்வார்கள்.
ஆனாலும் சமயம் கிடைக்கும் போதெல்லாம் காதலை வெளிப்படுத்திக்-
கொண்டே இருப்பார்கள். இறுதி வரை ஆணின் எண்ணம் மாறாது.

ஆனால், பெண் ஒரு முறை காதலைச் சொல்லி, ஏமாந்துவிட்டால்
மீண்டும் ஒரு முறை காதலைச் சொல்லவே மாட்டாள். ஆண் திரும்பி
வந்தாலும் ஏற்றுக்கொள்ள மறுப்பாள். அவள் மனதை மாற்றுவது கடி-
னம்' என்கிறார்கள் மனவியலார்கள்.

சட்டப்படிகுற்றம்:

காதல் செய்வதை சட்டம் தடுக்காது என்றாலும், அது புகாராக
அல்லது குற்றச்சாட்டாக சொல்லப்படும் பட்சத்தில் அது குற்றமே. நீதித்
துறை, காவல் துறை என்று அரசுத் துறைகள் எதுவுமே டீன் ஏஜ்
காதலுக்கு ஆதரவாக இருக்காது. விவரம் புரியாத வயதினரை ஏமாற்றி
காதல் வலைக்குள் சிக்க வைத்ததாகவே கருதப்படும். அதனால் காதல்
என்ற பெயரில் ஊர் சுற்றுவது, உடலுறவு கொள்வது எல்லாமே தண்-
டனைக்கு உள்ளாகும் குற்றம். எதிர்ப்புக்கு இடையே ஓடிப்போகும் காத-
லர்களில் ஒருவர் மைனராக இருந்தால், அவர்களுக்குத் திருமணம்
செய்துவைக்க முடியாது. திருமணம் செய்துகொண்டாலும் அது செல்லு-
படியாகாது. காதலுக்கு ஆதரவு தெரிவிப்பவர்களும், உதவி செய்பவர்க-
ளும் தண்டனைக்கு ஆளாவார்கள்.

ஒரு காலத்தில் பத்து வயதில் திருமணம் முடித்து குழந்தை பெற்றார்-
கள் என்பது உண்மைதான். ஆனால் நாகரிகக் கோட்பாடு காரணமாக
திருமணத்துக்கு வயது 21 என்று நிர்ணயம் செய்யப்பட்டு விட்டது. டீன்
ஏன் வயதினருக்கு காதல் பற்றி தெளிவு இருக்காது, குழந்தை பெற்றுக்-
கொள்வதற்கான உடல் நிலையும் மன நிலையும் அவர்களுக்கு இல்லை
என்று கருதுகிறது மருத்துவம்.

அதனால் இந்த வயதில் தோன்றும் காதலை இனக்கவர்ச்சி என்றே
தள்ளி வைக்கவேண்டும். ஆனால் இதே காதல் டீன் ஏஜ் வயதையும்
தாண்டி வளரும் பட்சத்தில் ஆராதிக்கவேண்டிய அற்புத விஷயமாக
மலர்ந்துவிடும். அதனால் இந்த வயதில் காதல் தோன்றி இருந்தால்,
இன்னும் கொஞ்சகாலம் அதை உங்கள் மனதுக்குள் போட்டு பூட்டி

வையுங்கள்.

பருவம் தவறிப் பெய்யும் மழையினால் யாருக்கும் பயன் இருக்காது. எனவே, உரிய காலம் வரும்வரை காதலை உங்கள் மனதுக்குள் பூட்டி வையுங்கள். டீன் ஏஜ் என்பது வளர்ந்தும் வளராத அரைகுறைப் பரு- வம். இந்த வயதில் சொந்த முடிவு எடுக்கும் திறனும், தைரியமும், தெளிவும் இருக்காது. அதனால் காதல் எனும் கற்பக மரத்தை வளர்க்- கும் உரிமையே டீன் ஏஜ் வயதினருக்கு மறுக்கப்படுகிறது.

'அதெப்படி ஒட்டுமொத்தமாக டீன் ஏஜ் வயதினருக்கும் அனுமதி மறுக்கலாம்... இந்த வயதில் சம்பாதிக்கும்... தனித்து சமாளிக்கும் திறன் கொண்ட ஆண், பெண் யாரும் இல்லையா?' என்று சிலர்கேள்வி எழுப்பலாம். மிகச் சரியான கேள்வி.

'மூட்டை தூக்கியாவது காதலியைக் காப்பாற்றுவேன்... நாலு வீட்டில் பாத்திரம் தேய்த்தாவது நான் பிழைத்துக் கொள்வேன்' என்று வெட்டி வாய் பேசாமல், உண்மையில் சம்பாதிப்பவர்கள் குறைவு. காதல் எந்த நேரமும் திருமணத்தில் போய் முடியலாம். ஆனால் உடல் ரீதியாக இந்த வயது திருமணத்துக்குத் தகுதியானது அல்ல என்பதால் டீன் ஏஜ் வயதில் காதல் வேண்டவே வேண்டாம்.

முதல்காதலும்நான்காவதுபருவமும்!

டீன் ஏஜ் வயதில் காதலிக்க வேண்டாம் என்று சொல்வதன் அர்த்- தம், காதலே வேண்டாம் என்பது அல்ல. காதலை வெளிக்காட்டுவதற்- கும், காதல் என்று ஊர் சுற்றுவதற்கும், காதலை நம்பி வீட்டைத் துறந்து வெளியேறுவதற்கும் டீன் ஏஜ் பருவம் சரியானது அல்ல என்பதால்தான்.

இந்த வயதில் தோன்றும் காதலை நெஞ்சோடு பூட்டி வையுங்கள். கண்களுக்குள் மட்டுமே காதல் இருக்கட்டும். குறிப்பிட்ட காலம் முதிர்ச்சி அடைந்தபிறகு முட்டையில் இருந்து வெளியே வந்தால்தான், பறவைக் குஞ்சுகள் முழு வளர்ச்சி அடைந்ததாக இருக்கமுடியும். அதுபோலவே டீன் ஏஜ் வயது வரும்வரை, காதலை உள்ளத்துக்குள் மட்டுமே வளர்த்து வாருங்கள்.

சில சினிமாக்களில், 'முதல் காதல் நெஞ்சில் பச்சை குத்தியது போன்று அழியவே அழியாது', 'என் முதல் காதலுக்காக காலம் எல்- லாம் காத்திருப்பேன்' என்று வசனங்கள் இடம்பெறும். ஆனால், நடை- முறையில் இது சாத்தியம் இல்லை. ஒருவருக்கே பல முறை பலர் மீது காதல் வரத்தான் செய்யும். காதல் காலம் முழுவதும் வந்துகொண்டே

இருக்கும் என்பதுதான் நிரூபிக்கப்பட்ட உண்மை.

அதனால் காதல் செய்வதற்கு சரியான பருவம் டீன் ஏஜ் அல்ல என்பதை இப்போது அறிந்துகொள்ளுங்கள். மனித வாழ்க்கை ஒவ்வொரு ஏழு வருடமும் ஒரு முக்கிய மாற்றத்தைச் சந்திக்கிறது. ஏழு வயது ஆகும் வரையில் குழந்தைக்கு தன்னைப் பற்றி எதுவும் தெரியாது. உணவு, உடையில் இருந்து படிப்பு வரையிலும் பெற்றோர் கைபிடித்தே வாழ்வார்கள்.

அடுத்த ஏழு வயதில் அதாவது ஏழு முதல் 14 வயதில் தன்னைப் பற்றி சிந்திக்கவும் உணரவும் தொடங்குவார்கள். குடும்பத்தையே உலகம் என்று நினைப்பார்கள்.

அடுத்த ஏழு வயதில் அதாவது 14 முதல் 21 வயதில் தன்னைப் பற்-றியும் தன் உடல் பற்றியும் முழுமையாக அறிந்து கொள்கிறார்கள். உடல் முழுமையான வளர்ச்சியை அடைவதால், மனம் விழித்துக் கொள்கிறது. உடலில் ஹார்மோன் சுரப்பு ஏற்பட்டு செக்ஸ் ஆசை வரும். அழகு, ஜாலி என்று மனம் விரும்பும். ஏதாவது சாதனை செய்ய ஆசைப்படு-வார்கள். குடும்பத்தை விட நட்பு வட்டாரத்தை நேசிப்பார்கள்.

அடுத்ததான, 21 முதல் 28 வயதில் தனி மனிதராக ஒவ்வொருவரும் மிளிர்வார்கள். படிப்பை முடித்து வேலை தேடிக் கொள்வதுடன், தனக்-கென ஒரு துணையைத் தேடுவார்கள். மீண்டும் பெற்றோர்கள் மீது மதிப்பும் மரியாதையும் வரும். வாழ்க்கையை எதிர்கொள்ளவும் சமாளிக்-கவும் திறன் கிடைக்கும். ஆகவே இதுதான் காதலிக்கவும், காதலை வென்று திருமணம் முடிக்கவும் சரியான பருவம் என்பதை புரிந்து கொள்ளுங்கள். அடுத்த ஏழு வருடங்கள் குழந்தையைப் பெற்று வளர்க்-கவும் அடுத்த ஏழு வருடங்கள் உங்கள் இறுதி காலத்துக்காக உழைக்-கவும் என்று நீண்டுகொண்டே போகும்.

இப்போது காதலில் விழுவதற்கு டீன் ஏஜ் சரியான வயது அல்ல என்பதை ஏற்றுக்கொள்வீர்கள் என்று நம்புகிறேன். அதனால் இந்த வயதைக் கடந்தவர்கள் காதல் மரத்தை வளர்க்க வரலாம். ஒரு செடி வளரவேண்டும் என்றால்... முதலில் அந்த செடி வளர இருக்கும் இடத்தை பண்படுத்தி... சீரமைத்து உழுது தயார் செய்து வைக்கவேண்-டும் அல்லவா?

அதுபோலவே காதல் எனும் கற்பக மரத்தை நீங்கள் வளர்க்க இருக்-கிறீர்கள். ஆம், அதனை உங்கள் மனதில் வைத்து பாதுகாப்புடன்

வளர்க்க இருக்கிறீர்கள். இதற்கு எப்படித் தயாராவது என்பதுதான் அடுத்த மந்திரம்.

அத்தியாயம் 4

காதல் மந்திரம் 2 - உன்னை நீ காதலி

நெல் விதைக்க வேண்டும் என்றால் முதலில் நிலத்தை உழுது தயார் செய்யவேண்டும். பயிர் வளர்வதற்குத் தேவையான தண்ணீருக்கு ஏற்பாடு செய்யவேண்டும். என்ன உரம் வேண்டும் என்பதை அறிந்து வாங்கவேண்டும். வேலை செய்வதற்குப் போதுமான ஆட்களை ஏற்பாடு செய்யவேண்டும். களை எடுப்பது, பராமரிப்பது, வேலி அமைப்பது என்று இன்னமும் எத்தனையோ பணிகள் இருக்கின்றன. ஆறு மாதம் விளை-யக்கூடிய பயிருக்கே இத்தனை முன்னேற்பாடுகள் தேவை என்றால்... காலம் எல்லாம் இருக்கக்கூடிய காதல் மரம் வளர்க்க எத்தனை சிர-மப்பட வேண்டும்?

நீங்கள், காதல் எனும் கற்பக மரத்தை உங்கள் மனதில்தான் வளர்க்-கப் போகிறீர்கள். காதல் மரம் துளசியைவிட புனிதமானது என்பதால் உங்கள் மனம் தூய்மையாக, உறுதியாக இருக்கவேண்டும். அப்போது-தான் விதையை ஊன்றவே முடியும். மனம் தூய்மையாக இருக்க வேண்-டுமானால் உடலும் உறுதியாக இருக்கவேண்டும். அதனால் காதல் மரம் வளர்ப்பதற்குத் தயாராகும் வழிகளைப் பார்க்கலாம்.

உடல்... உறுதி... ஆரோக்கியம்!

இந்த உலகில் அழகற்றது என்று எதுவுமே இல்லை. குறிப்பாக ஆண்களும் பெண்களும் அழகின் அம்சங்கள். ஒவ்வொரு மனிதரின் உடலும் அழகானதுதான். முக அழகு ஒரு கணம் பார்க்க வைக்கும் என்றாலும் நிரந்தர உறவுக்குத் தேவை, உடல் அழகு

* ஓர் அலுவலகத்திற்குள் நுழைகிறீர்கள். நீங்கள் செல்லவேண்டியது இரண்டாவது மாடி. பலரும் லிப்ட்டுக்கு காத்திருக்கும் வேளையில், நீங்-கள் எந்தத் தயக்கமும் இல்லாமல் மாடிப்படி வழியே ஏறிச் செல்கி-றீர்களா... கண்டிப்பாக காத்திருக்கும் அத்தனை கண்களும் உங்களை ஆச்சர்யத்துடன் விழுங்கும்.

* ஒரு கல்யாண வீட்டில் பல வகையான உணவுகளுடன் விருந்து நடக்கிறது. எல்லோரும் மூக்குப் பிடிக்க சாப்பிடும் நேரத்தில் நீங்கள் நறுக்கென சில உணவுகளை மட்டும் சாப்பிட்டு முடித்தால், உங்கள் உணவுக் கட்டுப்பாட்டைக் கண்டு வியக்கத்தான் செய்வார்கள்.

* பஸ் அல்லது ரயிலில் உட்கார எல்லோரும் அடித்துப்பிடித்து ஓடும்போது, நீங்கள் நின்றுகொண்டு ஜாலியாக வருகிறீர்கள். இடம் இருந்தும் வேறு ஒருவரை அமர வைத்தால் உங்களைக் கண்டிப்பாக பொறாமையோடு பார்ப்பார்கள்.

* எங்காவது டூர் போகும் வேளையில், அருவி அல்லது ஆற்றில் எல்லோரும் ஓரத்தில் குளிக்கும்போது நீங்கள் மட்டும் டைவ் அடித்து நீச்சல் அடித்தால் அனைவரும் புருவம் உயர்த்துவார்கள்.

* உங்களிடம் கார், பைக் போன்ற வாகனங்கள் இருந்தாலும் பொருட்கள் வாங்குவதற்கு நடந்து சென்று கையில் தூக்கி வந்தால் பெருமையோடு பார்ப்பார்கள்.

இவை எல்லாமே உடல் வலிமையைச் சொல்வதுதான். ஒவ்வொரு ஆணுக்கும் பெண்ணுக்கும் தன்னுடைய உடல் மீது அன்பும், அக்கறையும், மதிப்பும் இருக்கவேண்டும். முதலில் உங்கள் உடல் மீது உங்களுக்கே மரியாதை இருந்தால்தான், அடுத்தவருக்கும் ஆர்வம் வரும்.

அதனால் உடல் பராமரிப்பு மிகவும் அவசியம். ஆணாக இருந்தால் தினமும் தாடியை வழிப்பது அல்லது டிரிம் செய்வதும் பெண்ணாக இருந்தால் தலைமுடியை சீராக பராமரிப்பதும் முகவும் முக்கியம்.

ஏனோதானோவென்று ஆடைகளை அணிவது சரியல்ல. நேரத்துக்கு ஏற்ப, அணியும் உடையை சிக்கென்று சீராக அணியவேண்டும். உங்களிடம் குறைந்த எண்ணிக்கையில் உடைகள் இருந்தாலும், அவற்றை சுத்தமாகத் தேய்த்து அயர்ன் செய்து மாற்றி மாற்றி அணிய வேண்டும். தகுந்த உள்ளாடைகள், இரவு உடை போன்றவைகளையும் கச்சிதமாகத் தேர்வு செய்யவேண்டும். பெரிய அளவில் தொளதொளவென ஆடை உடுத்துவது அனைவரையும் கிண்டல் செய்ய வைத்துவிடும். எதுவாக இருந்தாலும் உங்களுக்கு ஏற்ற அளவில் ஆல்டர் செய்துதான் உடுத்தவேண்டும். ஆள் பாதி ஆடை பாதி என்பதில் மிகவும் கவனமாக இருக்கவேண்டும்.

ஏதாவது முக்கிய விசேஷம் என்றால் மட்டும் நல்ல உடை உடுத்துவேன், மற்ற நேரங்களில் எதையாவது கடமைக்காக உடுத்தினாலே போதும் என்ற எண்ணம் உடையவர் மீது யாருக்கும் எப்போதும் மதிப்பு வராது. ஓய்வில் இருக்கும் போதும் அதற்கென சிம்பிளான ஆடைகளை அணிந்து இருப்பவர் மீதுதான் மரியாதை தோன்றும்.

நல்ல உடை உடுத்தினாலே ஒருவருக்குத் தன்னம்பிக்கை வந்து-விடும். அதனால் ஒவ்வொரு ஆணும் பெண்ணும், 'நான் அழகாக இருக்கிறேன்' என்ற உணர்வுடன் எப்போதும் இருக்கவேண்டும். இந்த எண்ணம் நெஞ்சில் குடியிருக்கும் வரை, அழகுக்கு எந்தக் குறையும் ஏற்படாது.

அடுத்தவர்களைப் பார்த்து ஒப்பிடும்போதுதான் பலரும் தன்னம்-பிக்கை இழக்கிறார்கள். அகன்ற கண்கள் சில பெண்களுக்கு அழகாக இருக்கும், அதற்காக குறுகிய கண்கள் அழகு அல்ல என்பதல்ல. சிலருக்கு எடுப்பான நாசியும் சிலருக்கு அடங்கிய மூக்கும் அழகின் சின்னங்களாக அமையக்கூடும். உயரமான சில பெண்கள் அழகாக இருக்கிறார்கள் என்பது உண்மை. ஆனால் குள்ளமான பெண்களும் அழகிகளே.

கவர்ச்சியான உடல் தோற்றம் இல்லையே என்று கலங்க வேண்டியது இல்லை. உங்களுக்கு எது அழகு என்று நினைக்கிறீர்களோ... அந்த அம்சத்தை சிறப்பாக பிரதிபலியுங்கள். இனிய குரல் அழகின் ஓர் அம்-சம். நீண்ட தலைமுடி பலரையும் மயக்கும். அழகான முக அழகு இல்-லாத பல பெண்களுக்கு கட்டான உடல் அமைந்திருக்கும். பலருக்கு இசை, நாட்டியம் போன்றவை அழகு தரும்.

உடலின் நிறம் சிவப்பாக அல்லது வெள்ளையாக இருப்பதே அழகு என்று எண்ணவேண்டாம். கறுப்பான உடல் நிறத்திற்கும் கவர்ச்சி உண்டு. அதனால் கறுப்பு நிறம் என்பதற்காக எந்தப் பெண்ணும், ஆணும் கலக்கம் அடையத் தேவையில்லை. தொலைக்காட்சி விளம்ப-ரங்களில்தான் சிவப்பான பெண்களை மட்டுமே பலரும் காதலிப்பதாகக் காட்டுவார்கள். கட்டுமஸ்தான ஆண்களையே பெண்கள் சுற்றி வருவ-தாகக் காட்டுவார்கள். இவை எல்லாம் வியாபார தந்திரம். அதனால் தனக்கு கவர்ச்சியான நிறம் இல்லையே என்று ஏங்குவது தேவை இல்லை.

இதுகுறித்து குழப்பம் உங்களுக்கு வரும்போது, அழகற்றவர்களாக நீங்கள் நினைக்கும் எத்தனை நபர்கள் வாழ்வில் பெரும் வெற்றி பெற்-றுள்ளார்கள் என்பதை நினைத்துப் பாருங்கள். சின்ன வயதில் நீங்கள் அழகு என்று நினைத்த எத்தனை விஷயங்கள் இன்று ஒன்றுமே இல்-லாததாக மாறிவிட்டது என்பதையும் பாருங்கள். மிகவும் அழகானவர்க-ளாக முன்பு நீங்கள் நினைத்தவர்கள் இப்போது எந்த நிலையில் இருக்-

கிறார்கள் என்பதையும் பாருங்கள். அழகு என்று நினைப்பது எல்லாம் நிலைத்து நிற்பது அல்ல என்பது புரிந்துவிடும்.

நீங்கள் அழகு என்று நினைப்பவரை மற்றொரு நபர் கிண்டல் செய்-வதைக் காணமுடியும். அழகிப் போட்டியில் ஒவ்வொரு பெண்ணுக்-கும் ஒவ்வொரு மதிப்பெண்கள்தான் வழங்கப்படுகிறது. அனைவரும் ஒரே மதிப்பெண்ணை ஒரே பெண்ணுக்குத் தருவது இல்லை. இதில் இருந்தே அழகு என்பது பார்ப்பவர் கண்களில்தான் இருக்கிறதே தவிர, தனி நபர்-களிடம் இல்லை என்பது புரியும்.

புற அழகு இல்லாதவர்களுக்கு அக அழகு சிறப்பாக அமைவ-துண்டு. அன்பான குணம், இனிய வரவேற்பு, பிறருக்கு உதவும் சுபாவம், விருந்தோம்பல் மற்றும் புன்னகை பூத்த முகத்துக்கு ஈடாக எந்த அழகும் உலகில் கிடையாது.

இவை எல்லாவற்றையும் விட ஆரோக்கியம் மிகவும் முக்கியம். அதனால் தினமும் குறைந்த நேரமாவது உடற்பயிற்சி செய்து உடலை உங்கள் கட்டுப்பாட்டில் வைத்துக் கொள்ள வேண்டும். பிடித்த உணவு வகை என்றாலும் அளவுக்கு மீறி சாப்பிடக்கூடாது.

கண்களில் சுருக்கம், கழுத்தில் சதை, பெரிய இடுப்பு, முளைக்காத மீசை, குண்டான உடம்பு என்று பலருக்கும் பல்வேறு பிரச்னைகள் இருக்கலாம். அவற்றை உடலில் இருந்து அகற்றுவதற்கு முன்பு முதலில் மனதில் இருந்து அகற்றுங்கள்.

ஆரோக்கியமான உடல்... கச்சிதமான உடை... சுத்தமான உடல் பராமரிப்பு... போன்றவை ஆண், பெண் இருவருக்கும் அளப்பரிய தன்-னம்பிக்கை தரும். இந்தத் தன்னம்பிக்கை இருந்தால் தங்கள் உடலைத் தாங்களே காதலிக்கத் தொடங்கி விடுவார்கள். நீங்களே உங்களைக் காதலிக்கத் தொடங்கிவிட்டால்... மற்றவர்களும் விரும்புவார்கள் என்-பதை சொல்லவும் வேண்டுமா?

வருமானம்

தன்னையும், தன்னுடைய வருங்கால குடும்பத்தையும் பாதுகாக்கும் அளவுக்கு வருமானம் இருக்க வேண்டும் என்பதும் காதலுக்கு அடிப்-படைத் தகுதியாகும். பெற்றவர்கள் பணக்காரர்களாக இருப்பது அல்லது தன்னுடைய பெயரில் சொத்துக்கள் இருப்பது போன்றவை தகுதியாக இருக்க முடியாது. இரண்டு பேர் வாழ்க்கை நடத்தும் அளவுக்கு சம்பா-திக்கும் திறன் ஆணுக்கு நிச்சயம் இருக்கவேண்டும். ஒவ்வொரு பெண்-

ணும் இதனை நிச்சயம் எதிர்பார்ப்பார்.

கட்டிய புடவையுடன் வந்தால் போதும், சுமை தூக்கியாவது காப்-பாத்துவேன் என்று வீரவசனம் பேசுவது எல்லாம் காதலுக்கு சரிப்படாது. பிறர் சம்பாத்தியத்தில் அன்பளிப்பு அல்லது உணவு வாங்கிக்கொடுப்-பதைக்கூட பெண் விரும்ப மாட்டார். ஆகவே, ஏதேனும் ஒரு வேலை பார்ப்பது முக்கிய தகுதி.

இந்த விஷயத்தில் பெண்ணும் இதே தகுதியுடன் இருப்பது அவரது எதிர்காலத்துக்கு நல்லது. ஆனால், பெண் பணம் ஈட்டவேண்டும் என்ப-தில் ஆண் அத்தனை அக்கறை காட்டுவதில்லை. எனவே, பெண்ணுக்கு வருமானம் இருப்பது காதலுக்கு கூடுதல் தகுதி. யாரேனும் எதிர்ப்பு தெரிவிக்கும்போது, தைரியமாக முடிவெடுக்க இந்த வருமானம் உதவும்.

புன்னகைமொழி!

இந்த உலகில் உள்ள அத்தனை உயிரினங்களிடமும் இல்லாத ஒரு தனித்தன்மை மனிதனுக்கு உண்டு. அதுதான் சிரிப்பு. சிரிப்பு மனதுக்கு ஊட்டமாக அமைகிறது. உடலுக்கு ஆரோக்கியத்தை புத்துணர்ச்சியைத் தருகிறது. மனதுக்கு என்று இருக்கும் ஒரே மருந்து சிரிப்பு மட்டும்தான்.

நோய்களைப் போக்கவும் மீண்டும் அவை வராமல் இருப்பதற்குமான எதிர்ப்பு சக்தியை உடலுக்குத் தருகிறது சிரிப்பு. ஆம், நோய் எதிர்ப்பு சக்தியாகச் செயல்படுகின்ற வெள்ளை அணுக்களுக்கு மிகவும் விருப்-மானது சிரிப்பு. சிரிக்கும் போது வெள்ளை அணுக்கள் அதிக அளவில் உற்பத்தியாகின்றன. சிரிப்பினால் ரத்தம் தூய்மையாகிறது. ரத்த அழுத்தம் குறைகிறது. நுரையீரல் நன்கு செயல்படுகிறது. சிரிப்பு காரணமாக கொழுப்பினால் ஏற்படும் மாரடைப்பு நோய் வராமல் தடுக்கப்படுகிறது.

இத்தனை சிறப்புகள் இருந்தாலும் ஏனோ பலர் சிரிக்கவே பயப்படு-கிறார்கள்.

அன்றாடப் பிரச்னைகள்... தொந்தரவுகள், சிக்கல்களில் முழுமை-யாக மனதை செலுத்துவதால்... பலரும் சிரிப்பதையே மறந்துவிடுகிறார்-கள். எத்தனை பிரச்னைகள் இருந்தாலும், அவற்றை எல்லாம் தாண்டி, மனம் விட்டு சிரித்து புன்னகை தவழும் முகத்துடன் இருப்பவர்களையே பலரும் விரும்புவார்கள்.

சிரிப்புக்கு சுற்றி இருப்பவர்களையும் மகிழ்ச்சிபடுத்தும் தன்மை உண்டு. பலர் இருக்கும் இடத்தில் ஒருவர் சிரிக்கத் தொடங்கினால் அது மற்றவர்கள் மனநிலையையும் மாற்றி அந்த இடத்தையே கலகலப்பாக்கி

விடும். விழா நடைபெறும் இடங்களில் நகைச்சுவையுடன் பேசுபவர்களைச் சுற்றித்தான் கூட்டம் இருக்கும். அவர் மகிழ்ச்சியை சுமந்து கொண்டு திரிவதால், அவரைச் சுற்றி இருப்பவர்களுக்கும் மகிழ்ச்சியைப் பகிர்ந்து வழங்குகிறார்.

எப்போதும் புன்னகையுடன் இருப்பவர்கள் நம்பிக்கை மிக்கவராகத் திகழ்கிறார்கள். நீங்கள் எத்தனை பெரிய அதிகாரியாக இருந்தாலும், திறமையானவராக இருந்தாலும் முகத்தை உர்ரென்று வைத்துக்கொண்டு இருந்தால், அருகே வரவே யாரும் விரும்பமாட்டார்கள். இப்படி ஒரு மனிதருடன் வாழ்நாள் முழுவதும் வாழ்வதை கற்பனை செய்தும் பார்க்-கமாட்டார்கள்.

திறமை குறைவாக இருந்தாலும் எதையும் சகஜமாக எடுத்துக்-கொண்டு சிரிப்பும் விளையாட்டுமாக இருப்பவர்களுடன் நட்பாக இருக்க பலரும் துடிப்பார்கள். இந்த மாதிரியான நபர்களுடன் வாழ்ந்தால்தான் எதிர்காலம் இன்பமாகக் கழியும் என்று எதிர்பார்ப்பார்கள். எத்தனை அழகியாக இருந்தாலும் முகத்தில் புன்னகை இல்லையென்றால், அவர் அருகே நெருங்கிப்பேச யாரும் விரும்பமாட்டார்கள்.

காதலர்கள் தங்கள் இணையினை விரும்புவதற்கு முக்கிய காரணமா-கச் சொல்வதே, நகைச்சுவை உணர்வுதான். மெய்மறந்து சிரிக்க வைக்-கும் செயலை மனப்பூர்வமாக காதலிக்கிறார்கள். நகைச்சுவை உணர்வு மிகுந்தவர்களுடன் வாழும் வாழ்க்கையே சந்தோஷமாகவும் அர்த்தமுள்-ளதாகவும் கழியும் என்று உறுதிபட நம்புகிறார்கள், அதுவே உண்மை-யும்கூட.

நகைச்சுவை உணர்வு எப்போதும் நேர்மறையான சிந்தனையுடன் இருக்கவேண்டியது அவசியம் ஆகும். நகைச்சுவை என்ற பெயரில் சிலரை கேலி, கிண்டல் செய்வது ஊனமுற்றவர்கள் அல்லது தோல்வி அடைந்தவர்களைப் பார்த்து ஏளனம் செய்வதும் நல்ல நகைச்சுவை அல்ல. இன்னொருவர் மனதைப் புண்படுத்தி, மட்டம் தட்டி நகைச்சுவை உணர்வை வெளிப்படுத்துவது தவறான மனப்பான்மை ஆகும். இது-போன்ற நபர்களிடம் இருந்து விலகி நிற்பதே நல்லது. ஏனென்றால் நாளை இவர்கள் காதல் செய்பவர்களையும் மட்டம் தட்டி கேலி செய்து இன்பம் காண்பார்கள். அதனால் யாரையும் புண்படுத்தாத இயல்பான நகைச்சுவை உணர்வே முக்கியம். இயல்பிலேயே இப்படி என்னிடம் நகைச்சுவை உணர்வு இல்லையே என்று கையைப் பிசைய வேண்டியது

இல்லை.

சிறந்த நகைச்சுவை திரைப்படங்கள், பள்ளி, கல்லூரி நாட்களில் நடந்த நகைச்சுவை நிகழ்வுகளை நினைத்துப் பாருங்கள். நிறைய நகைச்சுவை நாவல்கள், ஜோக்ஸ்களைப் படியுங்கள். நீங்கள் ரசித்ததை பிறருடன் சுவைபட பகிர்ந்துகொள்ளுங்கள். நிறைய ஜோக்ஸ் சொல்லத் தொடங்கினாலே, நீங்கள் சிரிக்கத் தொடங்கிவிடுவீர்கள். நீங்கள் சொல்-லும் நகைச்சுவைகளைக் கேட்பதற்கு என்றே உங்களைச் சுற்றி ஒரு நட்பு வட்டம் உருவாகிவிடும். அதேநேரம், உங்கள் நகைச்சுவை பிற-ருக்கு இன்பம் தருகிறதா அல்லது எரிச்சல் தருகிறதா என்பதை அறிய வேண்டியதும் அவசியம். ஏனென்றால், மிகச்சிறந்த நகைச்சுவை என நீங்கள் நினைத்து சொல்வது சிலருக்கு கடுப்பாக இருக்கலாம். எனவே, பெரும்பாலோர் விரும்பும் நகைச்சுவையை மட்டுமே தேர்வு செய்யுங்கள்.

நகைச்சுவை நடிகர் அல்லது கதாநாயகன் போன்று நடித்துக் காட்-டுவது, படங்களில் வரும் ஸ்டைல்களை செய்து காட்டுவது போன்ற செயல்கள் உங்களை நோக்கி பலரையும் இழுக்கும். எந்த நேரமும் நகைச்சுவையும் புன்னகையுமாக இருக்கும் ஆண் அல்லது பெண்-ணைத்தான் காதல் செய்ய எவரும் விரும்புவார்கள். அதனால் காதல் செய்வதற்கான முக்கியமான தகுதியான நகைச்சுவை உணர்வை வளப்-படுத்திக் கொள்ளுங்கள்... அதனை வெளிப்படுத்தவும் செய்யுங்கள்.

திறமைகளைவளர்த்துக்கொள்ளுங்கள்:

ஒவ்வொரு நபரிடமும் ஏதாவது ஒரு தனித்தன்மை நிச்சயம் இருக்-கும். அதனை வளர்த்துக்கொள்வது காதலுக்கு மிகவும் உதவிகரமாக இருக்கும். பள்ளி வயதில் நல்ல ஓவியராக இருந்திருப்பீர்கள். அதற்குப்-பின் அதன் தேவை இல்லை என்று நினைத்து மூட்டை கட்டி வைத்-திருந்தால், அதனை மீண்டும் கையில் எடுங்கள். அவ்வப்போது நல்ல படம் வரைந்து உடன் இருப்பவர்களை அசத்துங்கள். நீங்கள் ஒரு ஓவி-யர் என்பதை உங்கள் நட்பு வட்டாரத்துக்குப் புரிய வையுங்கள்.

ஒரு அலுவலகத்தில் நல்ல பொறுப்பில் அழகான பெண் இருந்தாள். நிறைய பேர் அவளை காதல் செய்ய முயற்சி செய்து தோற்றுப் போனார்கள். அந்த நேரம் புதிதாக வேலைக்குச் சேர்ந்த ஒரு இளை-ஞன், தினமும் புதுசு புதுசாக உணவுகளை அவனே சமையல் செய்து கொண்டுவந்தான். அதனை அனைவருக்கும் டேஸ்ட் பார்க்கக் கொடுப்-பான். அதுதான் தன்னுடைய ஹாபி என்று எப்போதும் அதைப் பற்றியே

பேசுவான். அவனது தனித்தன்மையும் கை பக்குவமும் அந்தப் பெண்-
ணுக்குப் பிடித்துப் போய்விட்டது. அவளே வலியப்போய் காதலைச்
சொன்னாள். அவர்கள் பிரிக்கமுடியாத காதல் ஜோடியாகிப் போனார்-
கள்.

பெரிய திறமைகள் இல்லை என்றாலும் வீட்டுக்குத் தேவையான
சின்னச்சின்ன வேலைகளை ஆர்வமாகச் செய்யுங்கள். எலெக்ட்ரிகல்
வேலை, பிளம்பிங், அயர்னிங், கார்டனிங் என்று ஏதாவது ஒன்றை
ஆர்வத்தோடு செய்யுங்கள். பெண்கள் சமையல் மட்டுமே போதும் என்று
இல்லாமல் பங்கு மார்க்கெட், வங்கி விவகாரங்கள், வண்டி ஓட்டுவது,
சின்னச்சின்ன முதல் உதவிகள் என்று பழகிக்கொள்வது அவசியம்.

முந்தைய காலத்தில் ஆண் வேலைக்குப் போவதும் பெண்கள்
சமைத்து வைப்பதும் மட்டுமே பணியாக இருந்தது. ஆனால், இன்று
ஒருவருக்கு ஒருவர் உதவிக்கொள்ள முடியும் என்ற நிலை இருந்தால்-
மட்டுமே வாழ்க்கை எளிதாக நகரும். 'எனக்கு வெந்நீர்தான் வைக்-
கத் தெரியும்' என்று சொன்னால் சிரிப்பார்களே தவிர, உங்களுடன்
இணைந்து வாழ்வதற்கு யாரும் தயாராக இருக்க மாட்டார்கள்.

'இவர் தனக்கு ஆதரவாக இருப்பார்' என்று உறுதியாக நினைத்தால்
மட்டும்தான் ஒவ்வொரு ஆணும், பெண்ணும் காதலில் விழுகிறார்கள். .
காதலையும் தாண்டி வேலை செய்யும் குணமும், அர்ப்பணிப்பு மனமும்
இருக்கவேண்டியது மிகவும் அவசியம். அன்பு செலுத்துவது மட்டுமின்றி
அன்றாட வேலைகளிலும் உதவிகள் செய்யும் துணை கிடைக்கவேண்டும்
என்பதுதான் ஆண், பெண்களின் காதல் விண்ணப்பம். எனவே அதற்-
கான தகுதியை வளர்த்துக்கொள்ளுங்கள்... காதல் உங்களைத் தேடிவ-
ரும்.

நட்பைவளர்த்துக்கொள்ளுங்கள்!

உங்களுக்கு எத்தனை நண்பர்கள் இருக்கிறார்கள் என்பதும் காத-
லுக்குள் நுழைவதற்கான முக்கிய தகுதி ஆகும். காதலுக்கும் நட்புக்கும்
அப்படி என்ன சம்பந்தம்?

நட்பு என்பதே எந்த பிரதிபலனும் பாராமல் ஒருவருக்கு ஒருவர்
உதவுவதுதான். ஜாலி, அரட்டை, விளையாட்டு, சந்தோஷம் எல்லாமே
நட்புக்கு அடிப்படை. ஒருவரை ஒருவர் அனுசரித்துச் செல்வது நட்பில்-
தான் தொடங்குகிறது. நிறைய நண்பர்கள் இருக்கிறது என்றால், நன்றாக
அனுசரித்துச் செல்லும் குணம் உடையவர் என்று அர்த்தம். அதனால்

காதலுக்குள் நுழைய விரும்பும் நபருக்கு குறைந்தது பத்து நண்பர்களாவது இருக்கவேண்டும். அதில் ஐந்து நண்பர்கள் மிகவும் நெருக்கமாக இருக்கவேண்டும்.

நட்பு என்றால் அது நட்பாக மட்டுமே இருக்கவேண்டும். உறவினர்கள் யாரும் இந்த வளையத்துக்குள் வரமுடியாது. அலுவலகத்தில் பக்கத்து இருக்கையில் அமர்ந்து இருப்பவரை நண்பர் என்று சொல்லமுடியாது. நண்பர்கள் என்றால் மாதம் ஒரு முறையாவது நேரில் சந்திப்பவர்களாக இருக்கவேண்டும். வாரத்தில் இரண்டு நாட்களாவது போனில் பேசுபவர்களாக இருக்கவேண்டும். வருடத்தில் ஒரு முறையாவது சேர்ந்து வெளியூர் செல்பவர்களாக இருக்கவேண்டும். ஏதாவது உதவி அல்லது தகவல் வேண்டும் நேரத்தில் மட்டுமே பேசுவது நட்பு அல்ல. எதுவுமே இல்லை என்றாலும் பேசுவதுதான் நட்பு.

நிறைய நண்பர்கள் இருக்கும் நபர்களுக்கு ஹார்ட் அட்டாக், கேன்சர் போன்ற வியாதிகள் அதிகம் வருவது இல்லை என்கிறது மருத்துவம். அதனால் இதுவரை நண்பர்கள் அதிகம் இல்லை என்றாலும் உடனே தேடிக் கண்டுபிடியுங்கள். நீங்கள் சின்ன வயதில் யாருடன் நட்பு பாராட்ட நினைத்தீர்களோ... அவரைத் தேடி கண்டுபிடியுங்கள். 'திடீர்னு உன் நினைப்பு வந்திச்சு. இனிமே தொடர்ந்து பேசுவோம்' என்று நட்பைப் புதுப்பித்துக் கொள்ளுங்கள். இது உங்களுக்கு உடன்பாடு இல்லை என்றால் புதிய நண்பர்களை புதிய இடங்களில் கண்டுபிடியுங்கள். அதற்கு முதலில் உங்களுக்கு விருப்பமான சிலவற்றைத் தேர்வு செய்யுங்கள்.

சின்ன வயதில் என்னவெல்லாம் செய்ய ஆசைப்பட்டீர்கள் என்று பட்டியல் போடுங்கள். தினமும் காலையில் ஜிம்முக்குப் போகவேண்டும் என்று விரும்புனீர்களா? கராத்தே, யோகா, டான்ஸ், கிட்டார், கவிதைப் பட்டறை, கார் மெக்கானிக், போட்டோகிராபி என்று என்னவெல்லாம் கற்றுக்கொள்ள விரும்பினீர்களோ அந்த வகுப்புகளுக்கு எல்லாம் முழுஈடுபாட்டுடன் செல்லுங்கள். இந்த வயதில் எப்படிப் போய் கற்றுக்கொள்வது என்று தயக்கம் வேண்டாம். ஆர்வத்துக்கும் வயதுக்கும் எந்த சம்பந்தமும் இல்லை. இதுபோன்ற வகுப்புகளில் உங்கள் ரசனைக்கு ஏற்ற புதிய நண்பர்களை அடையாளம் கண்டுகொள்ள முடியும்.

நண்பர்களுக்கு என்று நேரம் ஒதுக்குங்கள். புதுப்புது விஷயங்களை பகிர்ந்துகொள்ளுங்கள். உங்கள் வயதுக்கு ஏற்ற நபர்களுடன் மட்டுமே

நட்பு இருக்கவேண்டும் என்று அர்த்தம் இல்லை. உங்கள் வயதுக்கு குறைந்தவர், முதியவர் என்று எந்த வயதினராகவும் நட்பு இருக்கலாம். ஆண்கள் என்றால் ஆண்களிடம் மட்டும்தான் நட்பு கொள்ளவேண்டும் என்று அவசியம் இல்லை. இருபாலினரிடமும் நட்பு இருக்கலாம்.

நட்பைக் காப்பாற்ற நிறைய செலவு செய்யவேண்டும் என்று அவசியம் இல்லை. ஆனால், பிறர் செலவு செய்யும்போது நீங்களும் செய்துதான் ஆகவேண்டும். நட்பைக் காப்பாற்றுவதற்காக பெரிய தொகையை கடனாகக் கொடுக்காதீர்கள். கடன் கொடுத்தால் பணமும் போய்விடும்... நட்பும் போய்விடும். நண்பருக்கு கண்டிப்பாக பணம் தேவைப்படுகிறது என்றால் வேறு ஒரு நபரிடம் இருந்து கடனுக்கு ஏற்பாடு செய்யுங்கள். குறிப்பாக பெண்கள் பண விவகாரத்தில் மிகவும் உஷாராகவே இருக்கிறார்கள்.

மிகவும் போரடித்த தருணத்தில் நண்பர்களை அழைத்துக்கொண்டு சினிமா, பீச் செல்லுங்கள். அதுபோலவே அவர்கள் விரும்பி அழைக்கும் இடத்துக்குப் போய்வாருங்கள். ஐந்து நல்ல நண்பர்கள் கிடைத்துவிட்டார்கள் என்றால் உடனே புதியவர்களிடம் நட்பு கொள்வதை நிறுத்திவிடாதீர்கள். எத்தனை நண்பர்கள் முடியுமோ அத்தனை பேருடன் நட்பு கொள்ளுங்கள். நிறைய நண்பர்கள் இருந்தால் வாழ்வில் எதையும் சாதிக்கமுடியும். காதலையும் சேர்த்துத்தான்.

சிற்றின்பத்தைவிரட்டுங்கள்:

இன்று பல ஆண்களும் பெண்களும், இளமையில் ஜாலியாக இருக்கவேண்டும் என்று நினைக்கிறார்கள். உங்கள் சந்தோஷம் அடுத்தவர்களைத் தொந்தரவு செய்யாத அளவுக்கு இருக்கவேண்டும்.

டைம்பாஸ் என்ற எண்ணத்தில் பல பெண்களை ஆண்கள் விரட்டுவது உண்டு. சைட் அடிக்கிறேன் என்று பலரும் சேர்ந்து ஒரு பெண்ணைப் பார்ப்பார்கள். அழகை ஆராதிப்பது தவறு இல்லை. ஆனால் அழகை அடையவேண்டும் என்று தவறான முயற்சிகளைச் செய்வது தவறு. பெண்களும் கடலை போடுவது என்ற பெயரில் பல ஆண்களுடன் ஜாலியாக பழகுகிறார்கள். 'டேய் எனக்கு ரீசார்ஜ் பண்ணிடுறியா... சினிமா டிக்கெட் எடுத்துத் தர்றியா... ஷாப்பிங் கூட்டிட்டுப் போறியா..' என்று பல ஆண்களுடன் பழகுவார்கள். இதெல்லாம் சும்மா ஜாலிதான்... காதல், கல்யாணம் என்று யாரும் பேசாதீங்கப்பா என்று முன்கூட்டியே எச்சரிக்கை செய்யும் பெண்களும் உண்டு.

அதேபோன்று ஆண்களும் அழகான பெண்களிடம் நட்பு மட்டும் வேண்டும் என்று துடிப்பார்கள். அந்தப் பெண்ணுக்காக தினமும் நேரம் ஒதுக்குவார்கள், கிண்டல் செய்வார்கள். இவர்கள் இனக்கவர்ச்சியை விளையாட்டாக எடுத்துக்கொள்பவர்கள். தொட்டுப் பேசுவதை தவறாக நினைக்காத பெண்கள் உண்டு. தொட்டுப் பேசுவதை மாபெரும் இன்-பமாக ஆண்கள் நினைக்கிறார்கள் என்பது அவர்களுக்குத் தெரியவே செய்யும். ஆனாலும், எல்லை மீறாத வகையில் இதெல்லாம் தவறு இல்லை என்றே நினைப்பார்கள். இவர்கள் எந்தக் காலத்திலும் காதல், கல்யாணம் என்ற கட்டுப்பாட்டுக்குள் வரவே மாட்டார்கள். இந்த நவீன யுகத்தில் இதெல்லாம் சகஜம் என்று நினைப்பார்கள்.

வெளிநாட்டில் ஆண்களும் பெண்களும் பேசுவதும் பழகுவதும் சகஜ-மாக இருக்கலாம். அவர்கள் இருப்பது குளிர் தேசம். அதனால் உடலைத் தீண்டும்போதே இன்பம் ஏற்படாது. ஆனால், நாம் இருப்பது வெப்பதேசம். தொட்டாலே பற்றிக்கொள்ளும் காமம். வெளிநாட்டில் திரு-மணத்துக்கு முன்னர் செக்ஸ் உறவு கொள்வது தலை போகிற குற்றம் அல்ல. ஆனால் நம் இந்தியாவில் கற்பு பறிபோன பெண் உயிருடன் இருப்பதையே பாபம் என்று நினைப்பார்கள். அதனால் உறவுகளில் கட்-டுப்பாடு வேண்டும்.

ஆணும் பெண்ணும் அன்னியோன்யமாகப் பழகுவது... நட்பு கொள்-வது, சைட் அடிப்பது, பஸ்ஸில் இடித்து இன்பம் காண்பது என்று சிற்-றின்பங்களில் ஈடுபடுபவர்கள் காதல் செய்வதற்குத் தகுதி இல்லாதவர்-கள். இவர்கள் உள்ளத்தில் ஆண், பெண் உறவு பற்றி உயர்ந்த மதிப்பு இருக்காது. இனியாவது காதல் வேண்டும் என்று நினைத்தால், பொழு-துபோக்கு உறவுகளையும் சிற்றின்ப ஆசைகளையும் ஒதுக்கிவிட்டு காத-லுக்காக உள்ளத்தை தயார் செய்யவேண்டும். காதல் புனிதமானது... காலம் எல்லாம் நிலைத்து நிற்கக்கூடியது என்ற எண்ணத்தில் உள்ளத்-தில் காதல் மரம் வளர்க்கத் தயார் ஆகவேண்டும்.

சினிமா தியேட்டருக்குப் போகிறீர்கள்... அங்கே ஸீட் எல்லாமே கிழிந்து, எச்சில் துப்பி, காபி கொட்டி குப்பை கூளங்களுடன் இருந்-தால்... உட்கார்ந்து படம் பார்க்க மனம் வருமா? திரும்பி வருவீர்கள். இல்லை என்றால் இருப்பதிலேயே சுத்தமான இடம் எதுவென்று தேடிக் கண்டுபிடித்து உட்காருவீர்கள். ஒரு மூன்று மணி நேரம் அமரப்போகும் இடத்துக்கு இத்தனை சுத்தம் பார்க்கிறீர்கள்.

அதே போன்றுதானே, உங்கள் உள்ளத்துக்குள் ஒருவர் வரவேண்டும் என்றால், உங்கள் உடலும் உள்ளமும் சுத்தமாக இருக்கிறதா என்பதைப் பார்த்த பிறகுதானே வருவார். அதனால் காலம் எல்லாம் உங்களுடன் வாழ வரும் நபருக்காக உள்ளத்தையும் உடலையும் சுத்தப்படுத்துங்கள். நல்ல சிந்தனைகளை வளர்த்துக் கொள்ளுங்கள். பொறாமை, போட்டி, அகங்காரம் போன்ற தேவையற்ற பழக்கங்களை விரட்டுங்கள். காதல் மரம் வளர்ப்பதற்கு ஏற்ற வகையில் மனதைத் தூய்மையாக்கி வையுங்கள்.

சும்மா கிடக்கும் மனம் சாத்தானின் இருப்பிடமாகிப் போகும் என்பார்கள். உங்கள் மனதில் எதை வளர்க்க நினைக்கிறீர்களோ அந்த எண்ணங்கள்தான் பெருகும். உணவைப் பற்றி நினைத்துக்கொண்டே இருந்தால் உங்கள் செயல்பாடுகள் அனைத்தும் உணவை நோக்கியதாகவே இருக்கும். அதனால் உள்ளத்தில் இருக்கும் தேவையற்ற எண்ணங்களை விரட்டிவிட்டு காதல் பற்றி நினையுங்கள்.

எப்படி எல்லாம் காதல் செய்யவேண்டும்... காதலிக்கப்பட வேண்டும் என்று கற்பனை செய்யுங்கள். உலகப்புகழ் பெற்ற காதல் கதைகளை, வரலாறுகளை படித்துப் பாருங்கள். மனசு முழுவதும் காதலுக்காக காத்திருங்கள். உங்கள் உடலும் மனதும் காதலுக்குத் தகுதி பெற்றுவிட்டது என்றால், காதல் மரம் வளர்ப்பதற்கான தகுதியை உங்கள் உடலும் மனமும் பெற்றுவிட்டதாக அர்த்தம். இனி காதல் விதையை எப்படிக் கண்டு பிடிப்பது என்பதற்கான மந்திரத்தைக் காணலாம்.

அத்தியாயம் 5

காதல் மந்திரம் 3 — இன்றைய கனவு... நாளைய நிஜம்

காதல் என்ற உறவில் நுழைவதற்குத் தேவையான அடிப்படைத் தகுதிகளை முந்தைய அத்தியாயத்தில் பார்த்தோம். காதல் செய்வதற்கான தகுதி இருப்பவர்கள்தான், அடுத்த கட்டத்துக்கு நகர வேண்டும். அதாவது, எப்படிப்பட்ட நபரை காதலிக்கப் போகிறோம் என்பதை முதலிலேயே முடிவு செய்யவேண்டும். அதெப்படி காதல் என்பது ஒரு கணத்தில் பூ பூப்பது போன்றுதானே நிகழும் என்று சொல்லாதீர்கள். அது எல்லாம் சினிமாவுக்கும் நாவலுக்கும்தான் சரி.

ஒரு சட்டை வாங்க வேண்டும் என்று ஒரு கடைக்குப் போனால் அங்கே இருக்கும் பல்வேறு டிசைன்களை, விலையைப் பார்த்துக் குழப்பம் வரும். அதுவே, என்ன நிறத்தில் அல்லது என்ன ஸ்டைலில் என்ன

விலைக்குள் எடுக்கவேண்டும் என்று முதலிலேயே முடிவு செய்துவிட்-டால், தேவையானதை குழப்பமின்றி எடுப்பது எளிது.

எந்த முன் யோசனையும் இல்லாமல் கடைக்குப் போய் ஏதாவது ஒன்றை எடுக்கும் பட்சத்தில், வேறு ஒன்றை எடுத்திருக்கலாமே, நல்ல கலர் வாங்கி இருக்கலாமே, குறைந்த விலையில் எடுத்திருக்கலாமே என்று பல்வேறு சிந்தனைகள் தோன்றிக்கொண்டே இருக்கும். அதனால் முதலிலேயே பச்சைக் கலரில் முழுக்கை வைத்த சட்டை 500 ரூபாய்க்-குள் என்று முடிவு செய்துவிட்டால், டக்கென முடிவு செய்யலாம். ஆசைப்பட்டதைத்தான் வாங்கி இருக்கிறோம் என்ற திருப்தியுடன் திரும்பலாம்.

துணி வாங்கப் போவதும் மனதுக்குப் பிடித்தவரைத் தேடுவதும் ஒன்-றுதானா என்ற குழப்பம் வேண்டாம். காதலை சுலபமாக அடையும் வழிகளைத்தான் பார்த்துவருகிறோம். எனவே, எப்படிப்பட்டவர் நமக்குத் துணையாக வரவேண்டும் என்று முன்கூட்டியே முடிவு செய்வது நல்லது. எப்படிப்பட்ட ஒருவர் தனக்குத் துணையாக வர வேண்டும் என்று முடிவு செய்யும் முன்னர், செய்யவேண்டிய ஒரு முக்கியமான காரியம் இருக்கி-றது.

பழையனகழிதலும்புதியனபுகுதலும்:

பெற்றோர் ஏற்பாடு செய்யும் திருமணம்தான் சிறந்தது என்ற நினைப்பு மனதில் உறுதியாக இருந்தால் உடனடியாக காதல் ஆசையில் இருந்து வெளியேறி விடுங்கள். காதல் மணம்தான் வேண்டும்... காலம் எல்லாம் காதலில் விழுந்து கிடக்க வேண்டும் என்ற உறுதி இருப்பவர் மட்டும் தொடர்ந்து வாருங்கள். அதேபோன்று உங்கள் மனதில் பழைய காதல் ஏதாவது மிச்சம் இருந்தால் தூக்கி எறியுங்கள்.

யாராவது உங்களைக் காதலிப்பதாகச் சொல்லி, அந்த காதல் நல்ல முடிவுக்கு வராமல் போயிருக்கலாம். அதேபோல் நீங்கள் யாரையாவது காதல் செய்ய நினைத்து, ஏமாந்து போயிருக்கலாம். பழைய உறவு, முறையற்ற உறவு எதுவாக இருந்தாலும் தூக்கி எறியுங்கள். இனிமேல் புதிய உறவு... புதிய காதல்... புதிய வாழ்க்கை என்பதில் உறுதியாக நில்லுங்கள். மனம் முழுவதும் காதலை நிரப்பி வைத்து உங்கள் வருங்-கால துணைக்காக காத்திருங்கள்.

ஆசைக்குஉயிர்கொடுங்கள்:

ஒவ்வொரு நபருக்கும் தன்னுடைய துணை குறித்த ஒரு கனவு இருக்கும். ஆண்கள் என்றால் நீண்ட கூந்தல், சிவப்பு நிறம், பச்சைக்-கண், மீடியம் உயரம், மாடர்ன் உடை, பக்தி போன்ற ஏதேனும் பிடித்-திருக்கலாம். அதேபோல் ஐ.டி. வேலை, டீச்சர் வேலை போன்று ஏதே-னும் விருப்பம் இருக்கலாம். உடன்பிறந்தோர் இருக்கவேண்டும் அல்லது இருக்கக்கூடாது என்பதுபோல் நிறைய நிறைய விருப்பங்கள் இருக்க-லாம். இருக்கும்.

அதுபோலவே பெண்களுக்கும் நிறையவே ஆசைகள் இருக்கும். மீசை, தாடி, ஜிம்பாடி போன்ற விருப்பம் இருக்கலாம். அதேபோல், வீட்டோடு மாமியார் இருக்கக்கூடாது; சிகரெட், மது குடிக்கக்கூடாது என்று எதிர்பார்க்கலாம். அமெரிக்க மாப்பிள்ளை, நிறைய சம்பளம், கார், சொந்த வீடு எதிர்பார்க்கலாம்.

நீங்கள் என்னவெல்லாம் விருப்பப்படுகிறீர்களோ, எப்படி எல்லாம் கனவு காண்கிறீர்களோ அவற்றை எல்லாம் சேர்த்து ஒரு உருவம் கொடுங்கள். உடல் அமைப்பு எப்படி இருக்கவேண்டும் என்று நீங்களா-கவே ஒரு கற்பனை உருவத்தை உருவாக்குங்கள். அதேபோன்று நீங்கள் அடைய இருக்கும் நபரின் மனம் அதாவது குணம் எப்படி இருக்க-வேண்டும் என்பதையும் தேர்வு செய்யுங்கள்.

நேர்மை, அடக்கம், நகைச்சுவை உணர்வு, கிரியேட்டிவிட்டி, நம்ப-கத்தன்மை, உதவும் மனப்பான்மை, ஒத்துழைத்தல், விடாமுயற்சி போன்ற குணங்களில் முக்கியமான சில குணங்களை கனவு உருவத்துக்குள் செலுத்துங்கள். எல்லா நல்ல குணத்தையும் செலுத்த முயற்சி செய்யக்-கூடாது, ஏனென்றால் அனைத்து குணங்களும் நிறைந்த ஆண் அல்லது பெண்ணை கண்டுபிடிப்பது கடினம்.

பொறாமை, கவனமின்மை, நேர்மையின்மை, சோம்பேறித்தனம், அடிமைத்தனம், அராஜகம், திமிர், அதிகாரம் போன்ற தீய குணங்களில் எதுவெல்லாம் உங்களுக்குப் பிடிக்காதோ, அவை, உங்கள் கனவு உரு-வத்தை நெருங்காமல் பார்த்துக் கொள்ளுங்கள். அதேநேரம், கெட்ட குணங்களை ஒட்டுமொத்தமாக நீக்கிய மனிதர்கள் என்று யாரும் இருக்-கமுடியாது என்பதையும் நினைவில் கொள்ளுங்கள்.

இப்போது உங்கள் கனவுக் காதலன் அல்லது காதலிக்கு, உங்க-ளுக்குப் பிடித்தமாதிரி உருவமும் உள்ளமும் கொடுத்துவிட்டீர்கள். இனி உங்களது முழு கவனமும் உங்கள் காதலி அல்லது காதலனைத் தேடு-

வதுதான்.

உங்கள் கனவுக்காதலைத் தேடுங்கள்:

இரும்பு எங்கே இருந்தாலும் காந்தம் தேடி இழுப்பது போன்று நீங்-கள் உருவம் கொடுத்துவைத்தவர் எங்கே இருக்கிறார் என்று தேடவேண்-டியதுதான், உங்களுடைய அடுத்த பணி. 'அண்ணலும் நோக்கினான்; அவளும் நோக்கினாள்' என்று கம்பராமாயணத்தில் ராமன், சீதையின் முதல் காதல் வர்ணிக்கப்படும். அதைப் போன்று சிலருக்குப் பார்த்தவு-டன் காதல் பற்றிக்கொள்ளலாம் அல்லது பார்த்து நாலைந்து வருடங்கள் கழித்தும் காதல் தோன்றலாம். உங்கள் மனதுக்குப் பிடித்தவரைத் தேடும் முன்பு காதலுக்காக நீங்கள் என்னவெல்லாம் செய்யவேண்டி இருக்கும் என்பதைத் தெரிந்துகொள்ளுங்கள்.

ஒரு வீடு கட்டவேண்டும் என்றால் இடம் வாங்க வேண்டும். செங்-கல், சிமென்ட், மண், தண்ணீர் வேண்டும். வேலை செய்ய ஆட்கள் வேண்டும் என்று எத்தனையோ தேவைகள் இருப்பது போலவே காதல் மரத்தை வளரவைக்கவும் என்னவெல்லாம் செய்யவேண்டும் என்பதைத் தெரிந்துகொள்ளுங்கள்.

நிறையத் தேடுங்கள்:

உங்களுக்கு ஏற்ற துணையைத் தேடும்போது, நீங்களும் அவரைக் கவரும் வண்ணம் இருக்கவேண்டியது அவசியம். ஏனென்றால் நீங்கள் கனவு நபரைத் தேடுவது போலவே, அவரும் கனவு நபரைத் தேடிக்-கொண்டு இருக்கலாம். உங்கள் நடை, உடை, பேச்சு மற்றும் செயல்கள் சிறப்பாக இருக்கவேண்டும். ஏனென்றால் உங்களுக்குத் தெரியாமலேகூட உங்களை சிலர் கண்காணித்துக் கொண்டிருக்க வாய்ப்பு உண்டு. அதனால் நீங்கள் எப்போதும் புத்துணர்வுடன் காட்சி அளியுங்கள்.

'இப்படி ஒரு நபரைக் காதலிக்க வேண்டும்' என்று மற்றவர்கள் நினைக்கும் வண்ணம் உங்கள் நடவடிக்கை இருக்க வேண்டும். நீங்கள் ஆணாக இருந்தால் பெண்களிடமும் பெண்ணாக இருந்தால் ஆண்க-ளிடமும் சகஜமாகப் பழகுங்கள். அப்போதுதான் நீங்கள் ஆசைப்படும், விரும்பும் குணங்கள் அவரிடம் இருக்கிறதா என்பதைக் கண்டறியமுடி-யும். ஒரு வார்த்தை பேசியதும் வெட்கப்படுவது... பெண்ணைப் பார்த்-தும் ஜொள்ளு விடுவது போன்றவை காதலுக்கு எதிரிகள்.

காலையில் எழுந்தது முதல் இரவு படுக்கைக்குப் போகும் வரை பலரிடமும் பழகிப் பாருங்கள். ஆனால் எந்த ஒரு காரணம் கொண்டும்,

உங்கள் கனவு நபரைத் தேடுவதற்கு என்று தனியே நேரம் ஒதுக்காதீர்-
கள். ஏனென்றால் நீங்கள் விரும்பும் நபர் உங்களுக்கு மிக அருகில்கூட
இருக்கலாம். உங்கள் உறவினராக, உங்கள் அக்கம் பக்கத்து வீட்டின-
ராக, முன்பு பள்ளி, கல்லூரியில் உடன் படித்தவராக அல்லது தற்போது
வேலை பார்க்கும் இடத்தில் அல்லது நண்பனின் வீட்டில், இசை வகுப்-
பில், உடற்பயிற்சி கூடத்தில், மருத்துவமனையில், பஸ் ஸ்டாப்பில் என்று
எங்கேயும் எப்போதும் கிடைக்கலாம். அதனால் முதலில் அருகில் தேட-
வேண்டும்.

நீங்கள் யாராவது ஒரு நபரைப் பார்த்து, அவரிடம் ஏதாவது ஒரு
குணம் உங்களைக் கவர்ந்து இருந்தாலே, தேடியவர் கிடைத்துவிட்டார்
என்று ஆனந்தம் அடையவேண்டாம். ஏனென்றால் புற அழகு மட்டுமே
காதலுக்குப் போதாது. நீங்கள் ஏற்கெனவே எடுத்திருக்கும் தீர்மானத்தின்-
படி சில குணங்கள் இருக்கிறதா என்பதையும் கண்காணிக்க வேண்டும்.
அதனைவிட முக்கியமாக, 'இருக்கவே கூடாது' என்று நீங்கள் பட்டியல்
போட்டிருக்கும் குணம் உண்மையில் இல்லையா என்பதையும் நிதான-
மாக பார்க்கவேண்டும். அதனால் நிறைய நிறைய நபர்களைத் தேடுங்-
கள்.

எங்கே உங்கள் தேடுதல் வேட்டை நிறைவடைந்ததாக உறுதிபடத்
தெரிகிறதோ, அதுவரை தேடுங்கள். பலர் காதலில் செய்யும் தவறு என்-
னவென்றால், ஒரு பெண் அல்லது ஆண் தானாக முன்வந்து காதலைச்
சொல்லிவிட்டால், கொஞ்சமும் யோசிக்காமல் ஏற்றுக்கொள்கிறார்கள்.
அப்படி காதல் சொல்பவர் உங்கள் கனவு நபராக இல்லாதபட்சத்தில்
ஏற்றுக்கொள்ளவே வேண்டாம். பரிதாபப்பட்டு அல்லது முதல் காதலை
இழக்கவேண்டாம் என்று அவரது காதலை ஏற்றுக்கொண்டால், பிரச்-
னைகளில் இருந்து தப்பிக்கமுடியாது. அதனால் காதல் நபரை முடிவு
செய்வதில் எந்தக் காரணம் கொண்டும் அவசரம் காட்ட வேண்டாம்.
உங்கள் மனதில் இருக்கும் உருவத்திற்கு நெருங்கியவர் கிடைக்கும் வரை
தேடுங்கள்... தேடுங்கள்... தேடிக்கொண்டே இருங்கள்.

இனி மனதுக்குள் வைத்திருக்கும் நபரை எங்கு தேடினால் எளிதில்
கண்டடைய முடியும் என்பதைப் பார்க்கலாம்.

வீடும்வீடுசார்ந்தஇடமும்:

அக்கம்பக்கத்து வீடுகளிலும், உறவுகளிலும், நட்பு வட்டாரங்களிலும்
நீங்கள் விரும்பும் நபர் இருப்பதற்கு அதிக வாய்ப்புகள் உண்டு. இது-

வரை மற்றவர்களை நீங்கள் பார்த்ததைவிட, இப்போது புதிய கோணத்தில் பார்க்கிறீர்கள். அதனால் உங்கள் பார்வை புதிதாக இருக்கும். அதனால் முதலில் காதல் பார்வையை வீட்டுக்கு அருகே செலுத்துங்கள்.

இதுவரை நீங்கள் வீட்டுக்குள்ளே அடங்கிக் கிடப்பவராக இருக்கலாம். ஆனால், இனி அடிக்கடி வெளியே போய்வரத்தான் வேண்டும். வீட்டுக்குத் தேவையான சாமான்களை வாங்குதல், வீட்டில் இருப்பவர்களை வெளியே அழைத்துச் செல்தல், அக்கம்பக்கத்துப் பிள்ளைகளுக்கு பாடம் சொல்லிக் கொடுத்தல், சந்தேகம் தீர்த்தல் என்று உங்கள் நடவடிக்கைகள் மாறிப்போகட்டும். அக்கம் பக்கத்தினருக்கு சின்னச்சின்ன உதவிகள் செய்வது, தெருவில் நடக்கும் விசேஷங்களில் அக்கறை செலுத்துவது போன்ற குணங்களை உருவாக்கிக் கொள்ளுங்கள். இதுபோன்ற ஈடுபாடு பலரையும் உங்களை நோக்கி இழுக்கும், நீங்களும் நிறைய நபர்களை அறிமுகம் செய்துகொள்ள முடியும்.

வீடு சார்ந்த இடங்களில் நீங்கள் மனம் விரும்பியவரை கண்டு பிடித்துவிட்டால் மிகவும் நிதானமாகவே அடுத்த கட்ட நடவடிக்கையில் ஈடுபடவேண்டும். ஏனென்றால் உங்களுடைய மற்றும் உங்கள் மனம் கவர்ந்தவரின் பெற்றோர் மற்றும் உறவுகள் பக்கத்திலேயே இருப்பதால் விரைவில் மற்றவர்களுக்குத் தெரிய வாய்ப்பு உண்டு. காதல் மறுக்கப்படும் பட்சத்தில் அல்லது தவறாக நினைக்கப்படும் நேரத்தில் குடும்பத்தில் பிரச்னை, சிக்கல் ஏற்பட வாய்ப்பு உண்டு. அதனால் மிகமிகத் தெளிவாக காதல் சிக்னல் கிடைத்தபிறகே அடுத்த கட்ட நடவடிக்கையில் ஈடுபட வேண்டும்.

அலுவலகம்சார்ந்தஇடங்களில்:

பொதுவாக, ஒருவர் வீட்டில் இருப்பதைவிட அதிக நேரம் அலுவலகத்தில்தான் இருப்பார். அதனால்தான் அதிக எண்ணிக்கையிலான நபர்களுக்கு அலுவலகத்தில்தான் காதல் நிகழ்கிறது. ஐ.டி. நிறுவனத்தில் வேலை செய்பவர் இன்னொரு ஐ.டி. ஊழியரைக் காதல் செய்வது, வழக்கறிஞர் இன்னொரு வழக்கறிஞரை திருமணம் முடிப்பது, டாக்டர் ஒரு டாக்டரை ஏற்றுக்கொள்வது என்று நிறைய நிறைய காதல்களைப் பார்த்திருக்க முடியும். அதனால் காதல் கைகூடுவதற்கு மிகவும் ஏற்ற இடம் நீங்கள் வேலை செய்யும் இடம்தான்.

தான் உண்டு தன் வேலை உண்டு என்று இதுவரை நீங்கள் இருந்துவந்தால், அந்த பழக்கத்தை உடனடியாக மாற்றிக்கொள்ளுங்கள். காலையில் சீக்கிரம் அலுவலகம் சென்று வேலை நேரம் தொடங்கும் முன்னர் ஜாலியாகப் பேசுவது, மாலை அலுவலகம் முடிந்த பின்னரும் கொஞ்சநேரம் அரட்டை அடித்துவிட்டுக் கிளம்புவது போன்றவை உங்களுக்கு ஏற்ற துணையைக் கண்டுபிடிக்க உதவும். அலுவலகம் சார்பில் பிக்னிக், மீட்டிங் நடந்தால் கண்டிப்பாக கலந்துகொள்ளுங்கள். அலுவலகத்தில் அப்படி எந்த வாய்ப்பும் இல்லை என்றாலும்கூட, உங்கள் பிரிவினரை மட்டும் நீங்கள் வெளியே அழைத்துச் செல்வது... பிறந்த நாள் போன்ற தினங்களில் பார்ட்டி கொடுப்பது என்று அலுவலகத்தை ஒருங்கிணைக்கும் பணிகளில் ஈடுபடுங்கள்.

ஒரே இடத்தில் உட்கார்ந்து செய்யும் வேலை என்றால், அதை மாற்றிக் கொண்டு வெளியே சென்று வருவது அல்லது அலுவலகத்தில் அனைவரையும் ஒருங்கிணைப்பது போன்ற பணிக்கு மாறமுடியுமா என்பதைப் பாருங்கள். உங்கள் அலுவலகம் மட்டுமின்றி, அலுவலகக் கிளைகள் மற்றும் அலுவலகம் சார்ந்த பிற இடங்களிலும் உங்களைப் பதியவையுங்கள்.

உங்களுக்கு கஸ்டமராக இருக்கும் நிறுவனம் அல்லது அக்கம்பக்கத்து நிறுவனங்களிலும் நீங்கள் ஒரு சுறுசுறுப்பான தன்னம்பிக்கை நிரம்பியவர் என்பதைப் பதிய வையுங்கள். அலுவலகத்தில் யாருக்காவது உதவிகள் தேவைப்பட்டால் தயங்காமல் செய்யுங்கள். அலுவலகத்தில் வேலை செய்யும் அனைவரது பெயர், இருப்பிடம், நட்பு வட்டாரம் போன்றவற்றை அறிந்துகொள்ளுங்கள்.

அலுவலக காதலில் மிகவும் முக்கியமாக கவனிக்க வேண்டிய ஒரு விஷயம் என்ன தெரியுமா? நீங்கள் விரும்பும் நபர் உங்கள் தகுதிக்கு ஏற்றவர்தானா என்பதுதான். நீங்கள் ஒரு சாதாரண பதவியில் இருந்துகொண்டு, ஜெனரல் மேனேஜர் மீது காதல் பார்வை வீசுவது சரியல்ல. அதேபோன்று உங்களுக்கு மிகவும் கீழே வேலை பார்க்கும் ஒருவர் மீதும் காதல் வேண்டாம். ஏனென்றால் காதலை வாழ்க்கைக்கான புரமோஷன் அல்லது பணம் பெறும் வழியாக சிலர் பயன்படுத்திக் கொள்வார்கள்.

வேலை மீதான பயம் காரணமாக சிலர் ஏற்கவும் முடியாமல் தள்ளவும் முடியாமல் மௌனமாக இருப்பார்கள். இதுபோன்ற காதல் விருப்பம் பல நேரங்களில் இருவரில் ஒருவர் அல்லது இருவரையுமே வேலையில்

இருந்து வெளியேறச் செய்துவிடும். அதனால் காதலைச் சொல்வதன் காரணமாக வேலை போய்விடக்கூடாது என்பதில் கவனமாக இருங்கள்.

காதல் முயற்சிக்கு விருப்பமின்மை அல்லது எதிர்ப்பு தோன்றினால் உடனே அதனை பெருந்தன்மையுடன் ஏற்றுக்கொள்ளுங்கள். மீண்டும் மீண்டும் முயற்சி செய்வது அல்லது கோபப்படுவது கண்டிப்பாக தவிர்க்கப்படவேண்டும். இல்லை என்றால் போலீஸ், கேஸ், பணி நீக்கம் என்று பல்வேறு பிரச்னைகள் தோன்றும். காதல் ஆரம்பிக்கும் முன்னரே காதல் தோல்வி அடைந்தது போன்று அதிகம் ஃபீலிங் காட்டுவது, தாடி வளர்த்துக்கொண்டு சோக கீதம் படிப்பது வேண்டாம்.

நீங்கள் யாராவது ஒருவர் மீது விருப்பமாக இருக்கிறீர்கள் என்றால், எந்த காரணம் கொண்டும் அது மூன்றாம் நபருக்குத் தெரியக்கூடாது என்பதில் மிகவும் கவனமக இருங்கள். வேண்டும் என்றே நெருங்குவது, வேறு யாரையோ கூப்பிடுவது போல் அழைப்பது, யாருக்கும் தெரியாது என்று நினைத்து கையைப் பிடிப்பது போன்ற செய்கைகளை, வேலை செய்யும் இடங்களில் வைத்துக்கொள்ளவே செய்யாதீர்கள்.

காதலுக்கு நீங்கள் எதிர்பார்க்கும் ரெஸ்பான்ஸ் கிடைக்கவில்லை என்றால்... மீண்டும் ஒரு சக பணியாளராக மாறிவிடுங்கள். எந்த ஒரு காரணம் கொண்டும் மீண்டும் மீண்டும் உங்கள் அன்பைத் தெரிவிக்க வேண்டாம். இன்னும் சொல்லப்போனால் தினமும் அவரை சந்திக்கும் நேரத்தைக் குறைத்துக்கொள்ளுங்கள். அதுதான் உங்களை மரியாதை உள்ளவராகக் காட்டும், பிரச்னைகள் வராமலும் காப்பாற்றும்.

வெளியிடங்களில்...

கோயில், கிளப், ஜிம், லைப்ரரி, டான்ஸ் கிளாஸ், யோகா கிளாஸ், மேற்படிப்பு வகுப்பு போன்ற இடங்களிலும் மனம் விரும்பும் நபரைக் கண்டுபிடிக்க முடியும். ஏன் என்றால் வீடு, அலுவலகம் போன்ற இடங்களில் ஆண்களுக்கும் பெண்களுக்கும் நிறைய நிறைய கடமைகள் இருக்கும். அதனால் இதுபோன்ற இடங்களில்தான் நிம்மதியாக சந்தோஷமாக இருப்பார்கள். இப்படிப்பட்ட இடங்களுக்குச் செல்லும்போது, நீங்கள் நல்ல உடை அணிந்து, முகத்தில் புன்னகையுடன், அனைவரையும் கவரும் வண்ணம் செல்லவேண்டும். வீடு போன்று மிகவும் சாதாரணமாக அல்லது அலுவலகம் போன்று மிகவும் அடக்கமான உடை உடுத்தாமல் வித்தியாசமாக, ஸ்டைலாக உடுத்தலாம். ஜாலியாக இருக்கலாம். அப்போதுதான் உங்கள் விருப்பம் நிறைவேற வாய்ப்பு உண்டு.

இணையம்மூலமாக....

நேரில் பேசுவதற்கும் பழகுவதற்கும் தயங்கும் எத்தனையோ பேர் வாட்ஸ் ஆப், ஃபேஸ்புக், ட்விட்டர் போன்ற சமூகவலைதளங்கள் மூலம் மிக எளிதில் இணைவது உண்டு. ஒரே நேரத்தில் பலருடன் பழகவும் பேசவும் இதுதான் மிகவும் எளிய வழி. ஆனால் இந்த உறவில் இரண்டு வகை உண்டு. ஒன்று பொழுதுபோக்குக்காக மட்டுமே தொடர்பு கொள்பவர்கள். இதில் டீன் ஏஜ் முதல் எழுபது வயது நிரம்பியவர்கள் வரை இருப்பார்கள். தங்கள் பெயர், வயது, வேலை போன்றவைகளைப் பொய்யாகத்தான் கொடுத்திருப்பார்கள். ஒரே நேரத்தில் பலருடன் பேச-வும், பழகவும் செய்வார்கள். ஆனால், யாரையும் நேரில் சந்திக்க விரும்-பமாட்டார்கள்.

இரண்டாவது பிரிவினர் உண்மையான உறவைத் தேடுபவர்கள். பெண்கள் பெரும்பாலும் தங்கள் படத்தைப் போட்டிருக்க மாட்டார்கள். ஆண்கள் படம், பெயர், விலாசம் முதற்கொண்டு எல்லாம் தெளிவாகப் போட்டு இருப்பார்கள். இதில் நேர்மையாக உண்மையாகத் தெரிபவர்க-ளைத் தேர்வு செய்யலாம். தைரியமாக காதலைச் சொல்லலாம். இந்தக் காதல் மனதுக்குப் பிடிக்கவில்லை என்றாலும் பிரிவதும் எளிது.

இதுதவிர கல்யாணம் மற்றும் காதல் வரன் தேடுவதற்கு என்றே நிறைய இணையதளங்கள் இருக்கின்றன. இவற்றில் முழுமையான தகவல்கள், விருப்பம் போன்ற அனைத்துத் தகவல்களும் இருக்கும் என்பதால், உங்களுக்கு விருப்பமானவரைத் தேடுவது மிகவும் எளிது. ஆனால் இதிலும் நிறைய பேர் பொழுதுபோக்குக்காக விளையாடுபவர்-கள் இருப்பார்கள். அதனால் நீங்கள் தவறான தகவல்களைக் கொடுக்க-வேண்டாம், அதுபோல் தவறான தகவல்கள் கொடுப்பவர்களை ஏற்றுக்-கொள்ள வேண்டாம்.

ஒரே ஊரில் அல்லது குறைந்தபட்சம் ஒரு மணி நேர பயணத்தில் அடையக்கூடிய இடத்தில் இருந்தால்தான் நீங்கள் விரும்பும் நபருடன் காதலை தொடரவும்... வளர்க்கவும் முடியும். வேறு நாட்டில் அல்லது வேறு மாநிலங்களில் வசிப்பவர்களை தொடர்புகொண்டு பேசுவது இப்-போது எளிது என்றாலும் அவர்களுடன் இணைவது நடைமுறை சாத்-தியம் இல்லாதது. அதனால் எந்த இடத்தைச் சேர்ந்தவரை விரும்புகி-றீர்கள் என்பது கவனிக்க வேண்டியது. அதுபோலவே எந்த ஒரு செய்தி அனுப்புவதாக இருந்தாலும் சிறிய செய்தியையே அனுப்புங்கள். போன்

மூலம் அல்லது நேரில் சந்தித்துப் பேசியபிறகே அடுத்த கட்டத்திற்குச் செல்லவேண்டும்.

முதமுதலாக மனதுக்குப் பிடிப்பவரை நேரில் சந்திப்பது என்ற முடிவு எடுத்தால், கண்டிப்பாக மிகவும் தூரமான, தனிமையான இடத்தைத் தேர்வு செய்யவேண்டாம். நிறைய பேர் கூடும் கோயில், பீச், சினிமா தியேட்டர், பொருட்காட்சி போன்ற இடங்களில் ஒன்றைத்தான் தேர்வு செய்யவேண்டும். மேலும் முதல் சந்திப்பு கால் மணி நேரத்திற்கும் அதி-கமாக நீடிப்பது சரியல்ல. அதனால் முன்கூட்டியே குறைந்த நேரம் மட்-டுமே ஒதுக்கமுடியும் என்று சொல்லிவிடவேண்டும்.

நீங்கள் தனியே சந்திக்கப்போவது குறைந்த நேரம் என்றாலும், முன்-கூட்டியே உங்கள் நட்பு வட்டாரம் அல்லது நெருங்கிய உறவினரிடம், 'ஒருவரை முக்கியமான விஷயமாக குறிப்பிட்ட இடத்தில் சந்திக்கப் போகிறேன்... அரைமணி நேரத்தில் உங்களை அழைக்கிறேன்' என்று தகவல் சொல்லிவிட்டுக் கிளம்புங்கள்.

முதல் சந்திப்பு பெரும்பாலும் இருவரிடமும் ஏராளமான எதிர்பார்ப்-புகளை ஏற்படுத்தி இருக்கும். ஆனால், அந்த அளவுக்குக் கண்டிப்-பாக எதிர்பார்ப்புகள் நிறைவேறாது. ஆனால், இதனை ஒரு குறை-யாக கருதவேண்டியது இல்லை. ஒருவருக்கு ஒருவர் அறிமுகம் என்ற அளவிலேயே பிரிந்துவிட வேண்டும். இருவரும் சேர்ந்து ஏதாவது சாப்-பிடலாமே தவிர, எந்த விதமான அன்பளிப்புகளையும் ஏற்கவேண்டாம். இந்த முதல் சந்திப்பிலேயே எக்காரணம் கொண்டும் காதல் செய்கி-றேன் என்றோ அல்லது காதல் வேண்டாம் என்றோ சொல்லவேண்டாம். விரைவில் போனில் தொடர்பு கொள்கிறேன் என்று சொல்லி விடைபெ-றுங்கள்.

இந்த சந்திப்பு உங்களை மேற்கொண்டு சந்திக்கத் தூண்டும் அளவுக்கு இனிமையானதாக அல்லது இனிப்பானதாக இருந்தால் மேற்-கொண்டு பேசலாம். உங்கள் எதிர்பார்ப்புகள் இல்லை என்றால் கொஞ்-சமும் யோசிக்காமல், 'நாம் நட்பாக மட்டுமே இருக்கமுடியும்' என்பதை அழுத்தம் திருத்தமாகச் சொல்லிவிடுங்கள். வேறுவகையிலான பேச்சுக-ளுக்கு இடம் கொடுக்கவேண்டாம். முடிந்தால் அந்த நட்பைத் துண்டித்-துக் கொள்ளுங்கள்.

அடையாளம்கண்டுகொள்ளுங்கள்!

நாம் இதுவரை சொல்லி இருக்கும் இடங்கள் தவிரவும் எத்தனையோ இடங்களில் நீங்கள் விரும்பும் நபரை கண்டுபிடிக்க முடியும். ஒரே ஒரு நாள் பஸ், ரயில், விமானப் பயணத்தில் அறிமுகமாகி காதலுக்குள் நுழைந்தவர்கள் எத்தனையோ பேர் இருக்கிறார்கள்.

நண்பர்களின் திருமணம், குலதெய்வ வழிபாடு, டூர் போன்று சில நாட்கள் மட்டும் சேர்ந்து பழகும் வாய்ப்பு கிடைத்த காரணத்தால் காத-லில் விழுந்தவர்களும் உண்டு.

அதனால் உங்கள் மனதுக்குள் காதலை மட்டும் வைத்துக்கொண்டு தேடிக்கொண்டே இருங்கள். நீங்கள் விரும்பும் நபர் கண்டிப்பாக கண்-களில் விழுவார். ஒரு சிலர் நல்ல அழகியாக அல்லது கட்டுமஸ்தான அழகனாக இருக்கலாம். அவர்களைப் பார்த்துக்கொண்டே இருக்கலாம் போன்று இருக்கும். ஆனால், அவர்களை காதல் செய்யத் தோன்றாது. அவர்களைத் தாண்டியதும்... அவர்கள் நினைவு மீண்டும் வராது. ஆனால், ஒரு சிலரை மட்டும் பார்த்ததுமே அவர்கள் முகம் மனதில் பச்சக் என்று ஒட்டிக்கொள்ளும். வாழ்நாள் முழுவதும் சேர்ந்து வாழ-வேண்டும் என்ற ஆசை வரும். அப்படிப்பட்ட ஒருவரைத்தான் நீங்கள் தேர்வு செய்யவேண்டும்.

அதேபோன்று எந்த நேரத்தில், யாரிடம் காதல் வரும் என்பதையும் சொல்லவே முடியாது. உங்கள் வீட்டுக்கு அருகே அல்லது உங்கள் ஸீட்டுக்குப் பக்கத்தில் இருக்கலாம். அவரைக் காதலிக்கும் எண்ணமே இருந்திருக்காது. ஆனால் ஏதாவது ஒரு நிகழ்வில்... ஒரு சந்தர்ப்பத்தில் அவர் செய்யும் செயல் உங்களைக் கவர்ந்துவிடலாம். ஒரு பூ பூப்பது போன்று திடுக்கென்று காதல் மலரலாம்.

அதேபோன்று நீங்கள் மிகவும் வெறுப்பதாக நினைக்கும் ஒருவரை, எப்போதும் நினைத்துக்கொண்டே இருக்க நேரிடலாம். ஏதோ ஒரு வகையில் இவர்தான் என் கனவு உருவம் என்பதைக் கண்டுபிடித்து விட்டால், அடுத்து என்ன செய்யவேண்டும்?

நீங்கள் கனவு நபரைத்தான் கண்டுபிடித்து இருக்கிறீர்களா என்பதை சுலபத்தில் அறிய ஒரு வழி இருக்கிறது. அதாவது காதல் சந்தோஷ-மான உணர்வுகளையும் நல்ல அனுபவங்களையும் தரும் என்பது உண்-மைதான். ஆனால் காதல் வயப்பட்டவர்களை நிம்மதியாக இருக்கவி-டாது. ஒவ்வொரு கணமும் உள்ளத்தை அரித்துக்கொண்டே இருக்கும். வைரமுத்துவின் வரிகளில் சொல்வது என்றால், 'வயிற்றுக்கும் தொண்-

டைக்கும் உருவம் இல்லா ஒரு உருவமும் உருளுதடி' என்று தீராத அவஸ்தை கொடுப்பதாக இருக்கும்.

காதல் நபரைக் கண்டுபிடித்துவிட்டால் என்னவெல்லாம் நிகழும்?

* விழித்துக்கொண்டே கனவு காண்பார்கள்.

* சம்பந்தமில்லாமல் உளறிக் கொட்டுவார்கள்.

* முக்கியமான விஷயங்களும் மறந்துபோகும்.

* காதல் மற்றும் மெலடிப் பாடல்களையே பார்ப்பார்கள்.

* படுத்தவுடன் தூக்கம் வராது

* நண்பர்களைச் சந்திப்பதில் ஆர்வம் இருக்காது

* காதல் படங்களைத் தேடிப் பார்ப்பார்கள்.

* கண்ணாடி முன்பு அதிக நேரம் செலவழிப்பார்கள்.

* சாப்பிடுவதில் விருப்பம் இருக்காது.

* விரும்புபவரை பார்த்தவுடன் இதயம் படபடக்கும்.

* உடை உடுத்துவதில் அதிக அக்கறை

* யாருடனும் பேசப் பிடிக்காமல் தனிமையை நேசிப்பார்கள்.

* பிறர் காதலை அறியவும் உதவவும் செய்வார்கள்.

* ரசிப்புத் தன்மை வளரும்.

* விரும்புபவரின் நட்பு வட்டாரத்துடன் பழகத் துடிப்பார்கள்.

* புத்தகம், டி.வி.யை குறிப்பிட்ட நேரத்திற்குமேல் பார்க்க முடியாது.

* விரும்புபவரைத் தவிர வேறு யாரும் முக்கியமாகத் தெரியாது.

* தான் விரும்புபவர் பற்றி நிறைய அறிய விரும்புவார்கள்.

இதுபோன்ற அறிகுறிகள் கனவு நபரைக் கண்டுபிடித்ததற்கு உரி-யதுதான். ஆனால், ஒரு சினிமா பார்த்துவிட்டு அந்த நடிகை மீது அல்லது நடிகர் மீது இதே போன்று உணர்வு ஏற்படுவதைக் காதல் என்று நினைக்கக்கூடாது. இப்படிப்பட்ட காதல் அவஸ்தை தோன்றி-யதுமே, காதலை சொல்லத் துடிப்பார்கள். காதல் வானில் சிறகடித்துப் பறப்பது போல் உணர்வார்கள்.

இப்படிப்பட்ட ஒரு நபரைக் கண்டுபிடித்ததும், உங்கள் தேடலை முழுமையாக நிறுத்திக் கொள்ளுங்கள். அவர்தான் நீங்கள் தேடிய நபர்... அவரைத் தாண்டி இனி எனக்கு யாரும் தேவை இல்லை என்று முழு-மையாக நம்புங்கள். இப்படி ஒரு நபருக்காகத்தான் நீங்கள் ஏங்கிக் கொண்டு இருந்தீர்கள்... தேடிக்கொண்டு இருந்தீர்கள் என்பதை ஏற்றுக் கொள்ளுங்கள்.

அவரைக் கவர்வதற்காக மட்டுமின்றி, உண்மையாகவே அவருக்காக எதையும் செய்யும் இதயம் கொண்டவராக நீங்கள் மாறவேண்டும். காதல் நிறைவேறும் காலம் வரை மட்டும் சிலர் எதையும் செய்பவராக நடிப்பார்-கள். இதன் காரணமாகத்தான் பலருடைய காதல் தோற்றுப் போகிறது. காலம் எல்லாம் உங்களவர் விரும்பும் வண்ணம் வாழ்வதற்குத் தயார் ஆகுங்கள்.

நீங்கள் விரும்பும் நபரை மட்டுமின்றி, அவருக்கு வேண்டியவர்கள், நண்பர்கள், உறவினர்கள் என்று அனைவருக்கும் பிடித்த நபராக நீங்கள் மாறவேண்டும். தன்னலமற்ற ஒரு நபராக காலம் முழுவதும் வாழ்வதற்-குத் தயாராகவேண்டும். அப்போதுதான் நீங்கள் எதிர்பார்க்கும் காதல் குறைவு இல்லாமல் முழுமையாக உங்களுக்குக் கிடைக்கும். காலமெல்-லாம் காதல் தொடரும்.

காதல்சொல்லும்நேரம்எது?

இது உங்கள் வாழ்வில் ஒரு முக்கியமான தருணம். அதனால் நெஞ்-சில் தோன்றி இருக்கும் காதல் உணர்வை நன்றாக அனுபவியுங்கள். இந்த நேரத்தில் உடனே போய் காதலைச் சொல்லிவிடலாமா என்று பலரும் துடிப்பார்கள். எப்போது சந்திப்பது என்று தவிப்பார்கள்.

இது சந்திக்கவும் காதலைச் சொல்லவும் சரியான நேரம் அல்ல. ஏனென்றால் இப்போது காதல் உணர்வு உங்களுக்கு மட்டும்தான் வந்-துள்ளது. இதேபோன்று உணர்வும் தவிப்பும் எதிர்பக்கமும் வரவேண்டும். அப்போதுதான் நீங்கள் சொன்னதும் காதல் ஜெயமாகும். மேலும் உங்-களுக்குத் தோன்றி இருக்கும் காதல் உணர்வு உண்மையானதுதானா... நீடித்து நிற்கக்கூடியதா என்பதை அறியவேண்டும்.

கீழே விழ இருந்த சமயம் திடீரென ஒரு ஆண் பிடித்துக்கொண்-டால், அந்த தருணம் திடுக்கென காதல் பூக்கலாம். இதுவரை மாடர்ன் உடையில் பார்த்த ஒரு பெண், பட்டுப்புடவை உடுத்தி தலை நிறைய பூ வைத்து வருவதைப் பார்த்ததும் ஆணின் மனதில் காதல் பூக்கலாம். அந்த ஒரு கணத்தில் தோன்றிய உணர்வு அடுத்து அந்தப் பெண்ணை சுடிதார், நைட்டியில் பார்த்தபோதும் வருகிறதா... அவர் செய்கைகளைப் பார்த்த பிறகும் காதல் நீடிக்கிறதா என்பதுதான் முக்கியம்.

கம்பீரமான உடையில் பார்த்த ஆணை, கைலி போன்ற சாதாரண உடையில் அல்லது வியர்த்து, விறுவிறுத்து நிற்கும்போதும் விரும்பத் தோன்றுகிறதா என்பது முக்கியம். அதனால் காதலின் முதல் பாடம்

அவசரப்படக்கூடாது என்பதுதான். மனதில் பூத்திருக்கும் காதல், நீண்டு நிலைத்து நிற்கக்கூடியது என்று தெரியும்வரை காத்திருக்க வேண்டும்.

ஒரு வாரம் அல்லது ஒரு மாதம் போதுமா என்று கேட்பதில் அர்த்தம் இல்லை. மொட்டாக மனதில் தோன்றியுள்ள காதல் உணர்வு மலர்ந்து மணம் வீசும்வரை காத்திருக்க வேண்டும். இவர்தான் நீங்கள் தேடிய ஆதர்ச நபர் என்று உறுதியாகி விட்டதா? உங்கள் மனதில் காதல் மரத்திற்கு விதை போட்டுவிட்டீர்கள் என்று அர்த்தம். அந்த விதை எப்போது முளைக்கும் தெரியுமா?

உங்கள் மனதில் பூத்திருக்கும் காதல் உணர்வு அவர் மனதிலும் பூக்-கவேண்டும். அப்போதுதான் காதல் மரம் முளைக்கத் தொடங்கும். உங்-களைப் போலவே, நீங்கள் விரும்பும் நபரும் காதல் வசப்பட என்ன-வெல்லாம் செய்யவேண்டும் என்பதைப் பார்க்கலாம்.

அத்தியாயம் 6

காதல் மந்திரம் 4 - இதயத்தில்பெயர்எழுதுங்கள்

இப்போது நீங்கள் விரும்பும் நபர் யார் என்பதையும் அவரிடம் எப்ப-டிப்பட்ட குணங்கள் இருக்கின்றன என்பதையும் மேலோட்டமாக அறிந்-துகொண்டீர்கள். இனி உங்கள் மனதில் பூத்திருக்கும் காதல், எதிர்பக்க-மும் மலரும் வரை காத்திருக்க வேண்டும். வெறுமனே காத்திருப்பதால் மட்டும் அவரது மனதில் காதல் வந்துவிடாது. அதனால் அவர் மனதி-லும் காதலைப் பூக்கச்செய்ய வேண்டும். நீங்கள் விரும்பும் நபரின் இதயத்தை நீங்கள் தொடவேண்டும்.

அதற்கு இதுவரையிலும் நீங்கள் வளர்த்துக்கொண்ட திறமைகளை-யும், உங்கள் உண்மையான குண நலன்களையும் அவர் அறிந்து-கொள்ளும் வண்ணம் வெளிப்படுத்த வேண்டும். பக்கத்து ஸீட்டில் உட்-கார்ந்திருக்கும் நபரை விரும்புகிறீர்கள் என்றாலும், உங்களை அவர் ஆர்வத்துடன் பார்க்கச் செய்யும் முயற்சியை நீங்கள்தான் எடுக்கவேண்-டும். சரியான நேரத்துக்கு அலுவலகம் வருவது, அலுவலக விவகாரங்-களில் மிகவும் புரிதலும் இருப்பது, எந்த ஒரு விஷயத்தையும் நகைச்-சுவை உணர்வுடன் கையாள்வது, எதையும் சிறப்பாக செய்துமுடிப்பது, டென்ஷன் ஆகாமல் இருப்பது போன்றவை இருந்தாலே ஓரளவுக்கு மரியாதைக்குரிய இடம்பிடித்துவிட முடியும். இதனையடுத்து, இதயத்தில் இடம் பிடிப்பது எளிது.

தனிமையேவா... வா

அலுவலகம், வீடு, யோகா வகுப்பு போன்று ஏதாவது இடத்தில் நீங்-
கள் மனம் விரும்பிய நபரைக் கண்டுபிடித்து இருக்கலாம். ஆனால்
அவர் உங்களைப் பற்றி அறிந்துகொள்ள வேண்டும் என்றால் ஓரளவு
தனிமை கிடைக்கவேண்டியது அவசியம். அப்போதுதான் நீங்கள் பேச்சு-
வார்த்தையைத் தொடங்கவும்... முன்னேறவும் முடியும். தனிமையை நீங்-
கள் ஏற்படுத்தமுடியாது, ஆனால் நீங்கள் விரும்பும் நபர் எப்போது தனி-
மையில் இருக்கிறார் என்பதைக் கண்டுபிடித்து அந்த நேரங்களில் உடன்
இருக்க முடியும்.

ஒரு பெண்ணை அலுவலகத்தில் அல்லது வீட்டில் தனிப்பட்ட
முறையில் கவரமுடியாது. ஆனால், அவர் பஸ் ஸ்டாப்பில் தனியாக
நிற்கும்போது அல்லது அலுவலகத்திற்கு வேகமாக வந்துவிடும் நேரம்
என்று ஏதாவது ஒரு தனிமை நேரத்தைக் கண்டுபிடிக்க முடியும். அது-
தான் நீங்கள் அவருடன் பழகவேண்டிய நேரம். உங்களைப் பற்றி அவர்
அறிந்துகொள்வதற்கு ஏற்ப நடந்துகொள்ள வேண்டிய நேரம். நீங்கள்
விரும்பும் நபர் முன்பு அடிக்கடி தென்பட்டுக் கொண்டே இருங்கள்.

ஆரம்பகட்டங்களில் தினமும் குறைந்தது இரண்டு அல்லது மூன்று
முறையாவது நீங்கள் விரும்பும் நபர் முன்பு இருக்கவேண்டும். அப்போ-
துதான் அவர் மனதில் சிறிதளவாது சலனத்தை உண்டாக்க முடியும்.
ஆனால் செயற்கையாக, நாடகத்தனத்துடன் இருக்கவேண்டாம். மிகுந்த
சிரத்தையுடன் நீங்கள் விரும்பும் நபரைக் காண்பதற்காகத்தான் வந்தி-
ருக்கிறீர்கள் என்பது தெரியும் வண்ணம் இருக்க வேண்டும்.

முதல் சில நாட்களிலேயே தனிமை கிடைத்துவிட்டது என்பதற்காக
பேச்சைத் தொடங்கிவிட வேண்டாம். நீங்கள் விரும்பும் நபருக்குள்ளும்
ஆசை முளைக்க வேண்டும், ஆர்வம் வரவேண்டும் என்பதால் அவரை
சந்திப்பதையும் பார்ப்பதையும் மட்டுமே கடமையாகக் கொண்டு செயல்-
படுங்கள். ஆண்களுக்கு இது மிகவும் எளிது... பெண்களுக்கும் மனம்
வைத்தால் எளிதுதான். நீங்கள் மனம் விரும்பிய நபரை அடையவேண்-
டும் என்றால் ஓரளவுக்காவது மெனக்கெடத்தான் வேண்டும்.

நீங்கள் விரும்பும் நபர் உங்களைத் தெளிவாக அடையாளம் கண்டு-
கொள்ளும் வரை எதுவும் பேசாமல் அமைதி காப்பது நல்லது. ஏனென்-
றால் நீங்கள் காதலுடன் அவரைப் பார்த்தாலும், அவர் உங்களை
சாதாரணமாகவாவது பார்த்து அடையாளம் தெரிந்து வைத்திருக்கிறாரா
என்பதை அறிந்து கொண்டபிறகே அடுத்தகட்ட முயற்சிக்குள் நுழைய

வேண்டும்.

இதை எப்படி அறிந்துகொள்வது?

நீங்கள் தினமும் தனிமையில் சந்திக்கும் அல்லது அவரைப் பார்க்-கும் இடத்தில் இருந்து ஒரு நாள் மறைந்துகொள்ளுங்கள். உங்களை அவர் எதிர்பார்க்கிறாரா... குறைந்தபட்சம் நீங்கள் இல்லை என்பதை-யாவது உணர்கிறாரா என்பதைப் பாருங்கள். அப்படி உங்களைத் தேடத் தொடங்கினால், உங்களை அவர் அடையாளம் கண்டுகொண்டார் என்-பதை உணர்ந்து அடுத்த கட்டத்துக்குள் நுழையலாம். எந்த சலனமும் இல்லாமல் இருக்கிறார் என்றால், உங்கள் இருப்பை இன்னமும் ஆழமா-கப் பதியவைக்க வேண்டும் என்பதைப் புரிந்துகொண்டு செயலில் இறங்-குங்கள்.

பேச்சைத்தொடங்குங்கள்:

நீங்கள் விரும்புபவர், உங்கள் இருப்பை உணரத்தொடங்கி விட்டால், அடுத்தது பேச்சுதான். மிகவும் எச்சரிக்கையாக, உஷாராக பேச்சைத் தொடங்கவேண்டும். ஏனென்றால் பல நேரங்களில் முதல் பேச்சே கடை-சியாகவும் மாறிவிட வாய்ப்பு உண்டு. 'நான் ஒரு பெண், எப்படி முதலில் பேச்சைத் தொடங்குவது' என்று தயக்கம் வேண்டாம். நீங்கள் விரும்பும் நபரை அடையவேண்டும் என்றால் பேசித்தான் ஆகவேண்டும். அவராக வந்து பேசுவார் என்று காத்திருந்து காத்திருந்து காலத்தை வீணடிப்ப-தில் அர்த்தம் இல்லை. எப்படிப்பட்ட கேள்விகள் கேட்கிறீர்கள் என்பதை நன்றாக யோசித்து முடிவு செய்யவேண்டும்.

உதாரணமாக, "நீங்கள் யாரையாவது லவ் பண்றீங்களா? உங்க தங்-கச்சி எங்கே படிக்கிறாங்க...?, நீங்க முதலியாரா?" என்று தேவையில்-லாத விஷயங்களை ஆரம்பித்தால் கண்டிப்பாக சிக்கல்தான். அதனால் மிகவும் சிம்பிளான வார்த்தைகளில், மிகவும் சாதாரண விஷயங்களை ஆரம்பியுங்கள்.

பேச்சைத் தொடரும் முன்பு எந்த இடத்தில் இருக்கிறீர்கள், என்ன செயலில் இருக்கிறீர்கள், எப்படிப்பட்ட சூழலில் இருக்கிறீர்கள் என்ப-தைப் பொறுத்து பேச்சுவார்த்தையைத் தொடரவேண்டும். பெரும்பாலும் விடை சொல்வதற்குத் தேவை இல்லாத கேள்விகள் அல்லது குறைந்த-பட்சம் ஆம், இல்லை என்பது போன்று பதில் வரும் ஆரம்ப கட்டங்க-ளுக்கு ஏற்றது.

பஸ் ஸ்டாப்பில் என்றால், '12 பி போயாச்சுங்களா?" என்று ஆரம்-
பிக்கலாம்.

நூலகத்தில் என்றால், "கல்யாண்ஜி கவிதையைத் தேடுறேன்...
கிடைக்கவே இல்லை. பார்த்தாச் சொல்லுங்க" என்று சொல்லலாம்.

பேச்சை ஆரம்பிக்கும் முன்னர் முகத்தில் புன்னகையும் தன்னம்-
பிக்கையும் நிரம்பி வழியட்டும். இதுபோன்று இடத்துக்கும் நேரத்துக்கும்
ஏற்ப பேச்சு வார்த்தையைத் தொடங்குங்கள். இப்போது நீங்கள் கேட்கும்
கேள்விகள் மிகவும் இயல்பானதும் பொதுவான கேள்விகள் என்பதால்,
இதற்கு நீங்கள் விரும்பும் நபர் எப்படிப் பதில் சொல்கிறார் என்பதை
வைத்து அடுத்த கட்டத்துக்கு முன்னேறலாம்.

அறிமுகப்படலம்:

முதல் சில நாட்கள் பொதுவான கேள்விகளையே கேளுங்கள்.
பெரும்பாலும் ஒரு சில வார்த்தைகளில் பதில் சொல்வதாகவே இருக்கட்-
டும். நீங்கள் விரும்பும் நபர் ஆர்வத்துடன் பதில் சொல்கிறார் என்றால்
அடுத்தகட்டமாக நீங்கள் யார் என்பதை மேலோட்டமாகச் சொல்லுங்-
கள். விட்டேத்தியாக அல்லது எரிச்சலுடன் பதில் சொல்கிறார் என்-
றால் அடுத்த கேள்வி கேட்பதற்கு இன்னும் கொஞ்சம் நேரம் கொடுங்-
கள். அவர்கள் மனதில் இன்னமும் உங்களைப் பற்றி எந்த தாக்கமும்
இல்லை என்பதால், அதனை உருவாக்கும் வரை காத்திருங்கள். மற்ற-
வர்கள் அடுத்த கட்டத்தில் இறங்கலாம்.

ஒரே அலுவலகத்தில் வேலை செய்பவர் என்றால் தனியாக அறிமு-
கம் செய்துகொள்ளவேண்டிய அவசியம் இல்லை. ஆனால், மற்றவர்கள்
தங்களைத் தாங்களே அறிமுகம் செய்துகொள்ள வேண்டியது மிகவும்
அவசியம்.

'என் பெயர் மனோகரன். டிவிஎஸ் நிறுவனத்தில் பணி புரிகிறேன்'
என்று சொல்லுங்கள். பதிலுக்கு அவர் பெயர் சொன்னாலும் பரவா-
யில்லை... சொல்லாவிட்டாலும் பரவாயில்லை. இரண்டாம் கட்டத்துக்கு
வந்துவிட்டாலே அடுத்து பார்த்தவுடன் புன்னகை புரியவும், இரண்டொரு
வார்த்தைகள் பேசுவதும் எளிதாகிவிடும். ஆனாலும் அதிகம் பேசவே
வேண்டாம்... கொஞ்சம் கொஞ்சமாகவே பேசத் தொடங்குங்கள்.

பாராட்டுங்கள்... பாராட்டுங்கள்:

உங்களுக்கு நிறைய உலக விஷயங்கள் தெரிகிறது என்பதற்காக
உலகில் நடக்கும் விவகாரங்கள் பற்றி அல்லது அரசியல், விளையாட்டு

பற்றி எதையும் பேசாதீர்கள். எல்லாவற்றையும் பாராட்டுங்கள். பாராட்டை விரும்பாதவர்கள் யாரும் இருக்கவே மாட்டார்கள்.

"நீங்க சிம்பிளா இருந்தாலும் நல்லா இருக்கீங்க..."

"நல்ல காம்பினேஷன்ல டிரஸ் போடுறீங்க

"நீங்க சிரிக்கும் போது அழகா இருக்குங்க..."

"உங்க ஹேர்ஸ்டைல் ரொம்பவும் நல்லா இருக்குது..."

"ஸ்டைலா வண்டி ஓட்டுறீங்க..."

"உங்க இங்கிலீஸ் நல்லா இருக்கு..." என்று எதையாவது அல்லது எல்லாவற்றையும் புகழ்ந்துகொண்டே இருங்கள்.

நகைச்சுவையாகப் பேசுவதாக நினைத்து, "டை அடிக்கிறீங்களா... நிஜ முடியா சவுரியா... நீங்க +2வுல ஃபெயிலாமே?" என்பது போல் எதுவும் பேசாதீர்கள். ஆனால், இந்த உரையாடலில் எப்போதும் பெண்-கள் மட்டும் என்ன வேண்டுமானாலும் பேசலாம். ஆண்கள்தான் எதுவும் தவறாகப் பேசிவிடக் கூடாது.

உங்கள் பேச்சு, எதிரே இருப்பவர் மனதில் எப்போதும் உங்களுடன் பேசிக்கொண்டே இருக்க வேண்டும் என்ற ஆசையையும் ஆர்வத்தையும் தூண்டும் வண்ணம் இருக்கவேண்டும். ஆண்களுக்கு ஒரு வெற்றியைத் தொடப்போகும் தாகத்தை உருவாக்க வேண்டும். பெண்களுக்கு நினைத்து நினைத்து சந்தோஷப்படும் அளவுக்கு மகிழ்ச்சியைக் கொடுக்க வேண்டும். பெண்களை தினமும் அழகை மட்டும் புகழ்ந்து-கொண்டே இருப்பது சரியல்ல. அவர்களது செயலையும், திறனையும் புகழ்ந்தால் அதிகம் ஆனந்தம் அடைவார்கள்.

ஆண், பெண் இருவருக்கும் இந்த பேச்சுவார்த்தை பிடித்திருக்கிறது என்பதை எளிதில் கண்டுகொள்ளலாம். பெண் என்றால் மிகச் சரியான நேரத்தில் வந்துவிடுவாள். தன்னை நன்றாக அலங்கரிக்கத் தொடங்கி இருப்பாள். தலையை சாய்த்து சிரிப்பாள். ஆண் என்றால் ஆனந்தத்தில் மிதப்பான். ஒரு இடத்தில் நிற்காமல் நடந்துகொண்டே இருப்பான். தலையை சீவிக்கொண்டே இருப்பான். ஆனால் இதுபோன்று எதுவும் நிகழவில்லை என்றால், இன்னமும் காதல் விதை மனதில் பதியவில்லை என்று அர்த்தம். அதனால் இன்னமும் நிதானமாக நடவடிக்கைகளை மேற்கொள்ள வேண்டும்.

இந்த பேச்சுவார்த்தையின்போது கடைபிடிக்க வேண்டிய முக்கிய விஷயம் என்னவென்றால், நீங்கள் ஆர்வமாகப் பேசுவது அல்ல...

அவர்கள் ஆர்வமாகப் பேசுவதை, நீங்களும் ஆர்வமாகக் கேட்பதுதான். நீங்கள் விரும்பும் நபரை பேசவிட்டு நீங்கள் ஆர்வமாக கேட்டுக்கொண்டு இருந்தாலே வெற்றி கிடைத்துவிடும். பொது இடங்களில்தான் பெரும்பா-லும் ஆரம்ப கட்ட பேச்சுவார்த்தை நடக்கும் என்றாலும், மெதுவாகவே பேசுங்கள். உங்கள் நண்பர் அல்லது நண்பியுடன் அரட்டை அடிப்பது போன்று உரத்த குரலில் பேசாதீர்கள். மேலும் எப்போதும் கண்களை மட்டுமே பார்த்துப் பேசவேண்டும். உடலில் வேறு எங்கும் கண்களை மேயவிடாதீர்கள்.

இவை எல்லாவற்றையும்விட முக்கியமான விஷயம் எந்தக் காரணம் கொண்டும், தொட்டுவிட நினைக்காதீர்கள். அவர்களுடன் பேசுவதே. அதற்குத்தான் என்று ஆகிவிடும். அதனால் தள்ளி நின்றே பேசுங்கள். தற்செயலாக கை அல்லது கால் பட்டுவிட்டாலும் பதறிவிடுங்கள். பலரு-டைய காதல் முயற்சிகள் இந்த இடத்தில்தான் உடைந்துபோய் விடு-கிறது. அதனால் ஆரம்பகால பேச்சுவார்த்தைகளில் மிகவும் உஷாராக இருக்கவேண்டும்.

பெண் சிரித்துவிட்டார் என்பதற்காக மிகவும் சந்தோஷமாகி விட-வேண்டாம். ஏனென்றால் இரவில் தன்னுடைய செய்கையை நினைத்துப் பயந்து, அடுத்த நாளே மிகவும் அமைதியாகிவிட வாய்ப்பு உண்டு. நீங்-கள் சிரித்ததை நினைத்து மகிழவும் வேண்டாம், திடீரென அமைதியா-வதைக் கண்டு அதிர்ச்சி அடையவும் வேண்டாம். ஆரம்பகட்டங்களில் இதுவெல்லாம் சகஜம் என்பதால் நீங்கள் நட்பு ரீதியாக மட்டுமே பேசுங்-கள். காதலைச் சொல்வதற்கு இன்னமும் நேரம் வரவில்லை என்பதால் முடிந்தவரை பேசிக்கொண்டே இருங்கள். உங்கள் மனதில் பொங்கி வழி-யும் காதல் ஊற்று, நீங்கள் விரும்புபவர் மனதிலும் பொங்கி வழியவேண்-டும். அதுவரை காத்திருப்பது தவிர வேறு வழி இல்லை.

உங்களைக் காணாமல் தவிப்பது, பேசுவதற்குத் தடுமாறுவது, கூடுத-லான நேரம் பேசுவதற்கு ஒதுக்குவது என்ற நிலைக்கு நீங்கள் விரும்பும் நபரும் வரவேண்டும். அதன்பிறகு உங்களைத் தேடி அவரும் அவரைத் தேடி நீங்களும் செல்லவேண்டும். அப்போதுதான் காதலைச் சொல்-லவேண்டும். அதற்கு முன்னர் அவசரப்பட்டு காதலைச் சொன்னால் நிறைவேறாது.

காதலை எங்கே, எப்படிச் சொல்லவேண்டும் என்பதைப் பார்க்கும் முன்னர் எப்படிப்பட்ட நபர்களிடம் இருந்து விலகி நிற்க வேண்டும் என்-

பதைப் பார்க்கலாம். ஏனென்றால் காதல் என்பதே வாழ்நாள் முழுமைக்-கும் இன்பம் தரக்கூடிய ஒரு உறவு. அதில் எப்போதும் சுயநலமும், பேராசை பிடித்த நபர்களும் நுழைந்துவிடக்கூடாது. அதனால் காதலிக்-கத் தகுதியில்லாத நபர்களைப் பற்றி முதலில் அறிந்துகொள்வோம்.

மிரட்டும்காதல்!

பல சினிமாக்களில் கதாநாயகியை மிரட்டி, உருட்டி நாயகன் காத-லிக்க வைப்பான். ஏதாவது பெரிய பொய் அல்லது நாடகம் போட்டு நாயகனை காதலிக்கச் செய்வாள். இன்னும் சில சினிமாக்களில் மிகக் கேவலமான ஒரு உத்தியைக் கையாள்வார்கள். அதாவது விரும்பும் பெண்ணுக்குத் தாலி கட்டிவிட்டால் அல்லது கற்பழித்துவிட்டால், அவள் மனம் திருந்தி(?) காதலிக்கத் தொடங்குவதாகக் காட்டுவார்கள்.

இது எதுவுமே காதல் அல்ல... அயோக்கியத்தனம் என்பதில் தெளி-வாக இருங்கள். அதனால் வம்படியாக காதலிக்கத் தூண்டுபவர்களிடம் இருந்து ஆண்களும் பெண்களும் மிகவும் எச்சரிக்கையாக இருக்க வேண்டும். ஏனென்றால் இன்று காதல் வேண்டும் என்பதற்காக டார்ச்சர் செய்பவர்கள், நாளை ஒவ்வொரு செயலும் அவர்கள் விருப்பப்படியே இருக்கவேண்டும் என்று எதிர்பார்ப்பார்கள். தான் விரும்பும் நபருக்கும் ஒரு மனம் உண்டு என்பதை மதிக்க மாட்டார்கள். அதனால் இப்படிப்-பட்ட நபர்கள் உங்களை நோக்கிவந்தால், ஆரம்பத்திலேயே கத்தரித்து-விட வேண்டும். தான் விரும்பியவரை காதலிக்கச் செய்வதற்காக என்-னவெல்லாம் செய்வார்கள் என்பதைப் பார்க்கலாம். .

* அன்பளிப்புக்காதல்

பிறந்த நாள் அல்லது சாதாரண தருணங்களில்கூட விலை உயர்ந்த பரிசுப் பொருளைக் கொடுப்பார்கள். வேண்டாம் என்று மறுத்தாலும், 'வாங்கிக்கொள்ளாவிட்டால் வேதனைப்படுவேன்... இங்கேயே கீழே போட்டுவிடுவேன்' என்று கெஞ்சி, மன்றாடி காரியத்தை சாதித்துக் கொள்வார்கள். நீங்கள் அன்பளிப்பு வாங்கிக்கொண்ட விஷயத்தை உடனடியாக நட்பு வட்டாரத்தில் பரப்பிவிடுவார்கள்.

நட்பு ரீதியில் எங்காவது சந்திக்கவேண்டும் என்பார்கள். நீங்கள் விரும்பினாலும் விரும்பாவிட்டாலும் எங்களுடன் இருப்பது போன்று எப்-படியாவது ஒரு படம் எடுத்துக் கொள்வார்கள். அதன்பிறகு நீங்கள் அவர்களைவிட்டு விலக நினைத்தால், சுயரூபம் காட்டுவார்கள்.

அன்பளிப்பை ஏற்றுக்கொண்டது போலவே காதலையும் ஏற்கவேண்-டும் என்பார்கள். முடியாது என்று சொன்னால், அன்புத் தொல்லை கொடுப்பார்கள். போகும் இடம் எல்லாம் ஒரு நாயைப் போன்று பின்னே வருவார்கள். நீங்கள் இத்தனை நாட்களாக காதல் செய்ததாகவும், இப்-போது திடீரென மனம் மாறிவிட்டதாகவும் மற்றவர்களிடம் செய்தி பரப்பி நியாயம் கேட்பார்கள். அதற்கு ஆதாரங்களையும் கொடுப்பார்கள். 'இத்-தனை தீவிரமாக காதலிப்பவரை... காதலித்தால் தப்பு இல்லையே' என்ற எண்ணத் தோன்றும் வகையில் நடந்துகொள்வார்கள்.

உண்மையில் இது சரியான காதல் அல்ல. இவர்கள், தன்னுடைய விருப்பத்தை மட்டும் எப்படியேனும் நிறைவேற்றிக் கொள்ளத் துடிப்பவர்-கள். இவர்கள் காதலில் ஜெயித்து கல்யாணம் முடித்தபின்னரும், அவர் விருப்பப்படியே ஆடவேண்டும் என்று எதிர்பார்ப்பார்கள். தான் விரும்பு-பவர் மனதில் என்ன இருக்கிறது என்பதை அறிந்துகொள்ள விரும்பாத இவர், காதலிக்கத் தகுதி இல்லாதவர்.

அதனால் ஆணாக இருந்தாலும் பெண்ணாக இருந்தாலும், மனதுக்-குப் பிடித்தமானவர் தவிர வேறு எவரிடம் இருந்தும் பரிசுகள் ஏற்றுக்-கொள்ளக்கூடாது. நட்பு ரீதியில் பரிசுகள் வழங்குவது... கொடுப்பது என்-றாலும், அது மற்ற நட்புகள் முன்னிலையில்தான் நடைபெற வேண்டும். யாரிடம் இருந்தும் விலை உயர்ந்த பரிசுகளை கண்டிப்பாக பெற்றுக்-கொள்ளவே கூடாது.

விலை உயர்ந்த பரிசுகள் மீது உள்ள ஆசை, ஆர்வம் போன்றவை ஒருவரை மாட்டவைத்துவிடும். 'அவனுக்கு ஒரு காஸ்ட்லி மொபைல் பரிசு கொடுத்து இருக்கிறாள், அவளுக்கு ஒரு வைரக் கம்மல் கொடுத்து இருக்கிறான்' என்று பரவும் பேச்சு, அவர்களை காதலர்களாகவே காட்-டும். 'காதல் இல்லை... சும்மாதான் பரிசுப் பொருளை வாங்கிக்கொண்-டேன்' என்று சொன்னால் யாரும் நம்பவே மாட்டார்கள். அதனால் இந்த விஷயத்தில் மிகவும் எச்சரிக்கையாக இருக்க வேண்டும்.

இதுபோன்ற நபர்கள் தரும் பரிசுகளை வாங்காமல் தொடர்ந்து அலட்சியம் காட்டி வந்தாலே, அவர்கள் திசை மாறிப் போய்விடுவார்-கள். அதற்கு மேலும் தொந்தரவு கொடுத்தால், 'இனியும் கட்டாயப்-டுத்தினால் எங்கள் வீட்டுக்கு அல்லது போலீஸுக்குச் சொல்லவேண்டி இருக்கும்' என்பதை உறுதியுடன் தெரிவியுங்கள். அவர்களுடன் நட்பு ரீதியில் பழகுவதையும் நிறுத்திக் கொள்ளுங்கள்.

அன்புத்தொல்லை

விரட்டி விரட்டிக் காதலிப்பவர்கள் ஒரு ரகம். வேண்டாம் வேண்டாம் என்று சொன்னாலும் கேட்கவே மாட்டார்கள். ஒரு முறை காதல் கடிதம் கொடுத்து, அதனை ஏற்கவில்லை என்றால் மனம் தளரவே மாட்டார்கள். மீண்டும் மீண்டும் கொடுத்துக்கொண்டே இருப்பார்கள். பார்க்க ரொம்பவும் அப்பிராணி போல காட்சி அளிப்பார்கள். அவர்கள் உங்களைக் காதலிப்பதையும், நீங்கள் விருப்பம் இல்லாமல் இருப்பதையும் தம்பட்டம் அடித்துக்கொண்டே இருப்பார்கள். யார் பார்த்தாலும் கவலைப்படாமல் காதல் பணியை செய்துகொண்டே இருப்பார்கள்.

இவர்களுக்கும், பரிசு கொடுத்து ஏமாற்றுபவர்களுக்கும் பெரிய வித்தியாசம் எதுவும் இல்லை. ஏனென்றால் இவர்கள் மனதுக்குப் பிடித்தவரை அடைய நினைக்கிறார்கள். அதற்காக எதையும் செய்யத் தயாராக இருப்பார்கள். இவர்களுக்கும் சினிமாதான் ஆதர்சம். ஏனென்றால் பல சினிமாக்களில், பிடிக்காத காதலி அல்லது காதலரை விரட்டி விரட்டியே காதலித்து... ஒரு நாள் பிடிக்கும்படி செய்வதாகக் காட்டுவார்கள். இவர்களும் அதை நம்பியே செயல்படுவார்கள்.

உண்மையில் இவர்கள் அப்பாவிகள் அல்ல, மிகவும் விவரமானவர்கள். தங்கள் காரியத்தை சாதித்துக் கொள்வதற்காக, எத்தனை அவமானங்களையும் சந்திக்கத் தயாராக இருப்பார்கள். அதனால் இவர்களையும் ஆரம்பத்திலேயே எச்சரித்து விலக்கி வைத்துவிட வேண்டும்.

விரட்டி விரட்டி வருபவர் குறித்து ஆரம்ப காலத்திலேயே கறாராக இருங்கள். காவல் துறையிடம் புகார் தெரிவித்துவிடுவேன் என்று உறுதிபடச் சொல்லுங்கள். சட்டரீதியான நடவடிக்கை எடுக்கத் தயங்கமாட்டீர்கள் என்பது தெரிந்தால்தான் இவர்கள் பின்வாங்குவார்கள். எந்தக் காரணம் கொண்டும், இவர்களுக்கு அறிவுரை சொல்வதும் சமாளிப்பதும் வேண்டாம். இவர்களுக்கு எச்சரிக்கை மட்டுமே பலன் தரும்.

கெஞ்சல்காதல்:

'நீ என்னைக் காதலிக்கவில்லை என்றால் தற்கொலை செய்து கொள்வேன்', 'உன் பெயரை எழுதி வைத்துவிட்டு ரயிலில் விழுந்துவிடுவேன், 'சாப்பிடாமலே இருந்து உயிரை விடுவேன்', என்று பிடித்தவர்களின் காலைப் பிடித்துக் கெஞ்சாத குறையாக மன்றாடுவார்கள். நோட்டு முழுவதும் பிடித்தவர்களின் பெயரை எழுதுவது, உடலில் பச்சை குத்திக் கொள்வது, தெருவெங்கும் கிறுக்கிவைப்பது என்று பல்வேறு வகைக-

ளில் காதலைச் சொல்வார்கள். பரிதாபத்தை வரவழைத்து காதல் பிச்சை கேட்பார்கள். உண்மையில் இவர்கள் தைரியம் இல்லாதவர்கள், இவர்களை நம்பி காதல் செய்வது சரி அல்ல. எதையும் நேருக்கு நேர் நின்று வெற்றி கொள்ளத் தெரியாதவர்கள். தோல்வியைக் கண்டு பயப்படுபவர்கள். பிரச்னை வந்தால், சிக்கல் வந்தால் தாக்குப் பிடிக்க மாட்டார்கள். அதனால் இப்படிப்பட்ட காதல் தொல்லைகளை விலக்கி வைத்துவிட வேண்டும்.

ஒருவரை காதலிக்க உங்களுக்கு முழு உரிமை உள்ளது. ஆனால் அவர் உங்களைக் காதலித்தே தீரவேண்டும் என்று அடம்பிடிப்பது நியாயம் அல்ல. அதனால் 'எனக்கு காதலி விருப்பம் இல்லை' என்பதை அழுத்தம் திருத்தமாகச் சொல்லுங்கள். 'வாழ்க்கையை எதிர்கொள்ளத் தெரியாத முட்டாள்கள் மட்டும்தான் தற்கொலை செய்வார்கள்.' என்று சொல்லுங்கள். இவர்கள் தற்கொலை செய்துகொண்டாலும், அந்த முடிவு தன்னைப் பாதிக்காது என்பதையும் உறுதிபடச் சொல்லுங்கள். அவரிடம் மட்டுமின்றி அவரது நண்பர்களிடமும் உங்கள் முடிவை தெளிவாகச் சொல்லுங்கள்.

அப்போதுதான் நீங்கள் முன்கூட்டியே மிகத் தெளிவாக அவரை தவிர்த்துவிட்டதை மற்றவர்கள் புரிந்துகொள்வார்கள். அவருக்கும் நல்ல வழி காட்டுவார்கள்.

ஆனால் இவர்களை மிகவும் அவமானப்படுத்துவது போன்ற செயல்கள் எதுவும் செய்துவிடவேண்டாம். இவர்கள் மனதளவில் பலவீனமானவர்கள் என்பதால், மிகவும் அவமானம் அடைந்தால், தவறான முடிவு எடுத்துவிடுவார்கள். தெளிவும் உறுதியும் கொண்டு உங்கள் முடிவைச் சொன்னாலே போதும்.

எந்த ஒரு காரணத்துக்காகவும், 'இப்போது உன் மீது காதல் வரவில்லை... கொஞ்சநாள் பழகிப் பார்க்கலாம். காதல் வந்தால் ஓகே, இல்லையென்றால் பிரியலாம்' என்பது போல் சமாதானம் பேசாதீர்கள். கொஞ்சமாக நெருங்கினாலே, அதை தங்களுக்கு சாதகமாக எடுத்துக் கொள்வார்கள். அதனால் இவர்களையும் ஆரம்பத்தில் இருந்தே தள்ளி வையுங்கள்.

மிரட்டல்... உருட்டல்:

திடுமென ஒருவர் வந்து மிகத் தைரியமாக காதலைச் சொல்வார்கள். அவர்களைப் பற்றி உங்களுக்கு எதுவுமே தெரியாது என்றாலும் அதைப்-

பற்றி கவலைப்பட மாட்டார்கள். 'நான் உன்னை காதலிக்கிறேன்... நீ என்னை காதலித்தே தீரவேண்டும்' என்று உரிமையுடன் சொல்வார்கள். உங்கள் விருப்பம், ஆசை, கனவு எதைப்பற்றியும் கொஞ்சமும் கவலைப்பட மாட்டார்கள்.

நீங்கள் காதலை ஒப்புக்கொள்ளவில்லை என்றால் கொஞ்சம்கூட அலட்டிக்கொள்ளாமல், 'நீ என்னை காதலித்தே தீரவேண்டும். இல்லையென்றால் உன்னை கொலை செய்துவிடுவேன்... முகத்தில் ஆசிட் ஊற்றி பொசுக்கி விடுவேன்' என்று செல்லமாக மிரட்டுவார்கள். அதீதமான அன்பு காரணமாகவே இப்படிப் பேசுவதாக நினைத்து சந்தோஷம் அடைந்துவிடக் கூடாது. இவர்கள் அபாயமானவர்கள். உருட்டி மிரட்டியே பல்வேறு காரியங்களையும் சாதிக்கப் பார்ப்பார்கள்.

ஒரு காரியத்தை நிறைவேற்றிக்கொள்ள சாம, தான, பேத, தண்ட முறைகளைக் கையாளலாம் என்று நினைப்பவர்கள். இவர்களைப் பொறுத்தவரை காதல் என்பதே ஒரு வியாபாரம். இவர்களுக்குப் பிடிக்கிறது என்பதால் காதலிப்பார்கள். பிடிக்கவில்லை என்றால், விலகிப் போய்க்கொண்டே இருப்பார்கள். 'நீதானே காதலித்தாய்...' என்று கேட்டால் விதண்டாவாதமாகப் பேசுவார்களே தவிர, மனசாட்சியுடன் நடந்துகொள்ள மாட்டார்கள்.

இந்த வகையைச் சேர்ந்த பெண்கள், 'நீ என்னைக் காதலிக்கவில்லை என்றால் கற்பழித்துவிட்டதாக போலீஸில் புகார் கொடுப்பேன்', 'ஈவ் டீசிங் செய்ததாகச் சொல்வேன்' என்று மிரட்டுவார்கள். ஆசைப்பட்டதை அடையவேண்டும் என்பதற்காக கொலையும் செய்யத் தயாராக இருப்பார்கள். இவர்கள் பேசுவதை விளையாட்டாகவோ, சாதாரணமாகவோ எடுத்துக்கொள்ளக் கூடாது. ஆபத்தான இவர்களை உடனடியாக உங்கள் வாழ்க்கையில் இருந்தே அப்புறப்படுத்தவேண்டும்.

இப்படிப்பட்டவர்களைக் கண்டு உண்மையில் பயந்தாலும், அதை வெளிக்காட்டவே செய்யாதீர்கள். நீங்கள் பயப்படுவது தெரிந்தால், அதனை தனக்கு சாதகமாக எடுத்துக்கொண்டு மேலும் மேலும் பயம் காட்டுவார்கள். 'காதலிக்கவில்லை என்றால் உங்கள் அம்மா அல்லது அப்பாவைக் கொலை செய்வேன்' என்றுகூட சொல்வார்கள். அதனால் இவர்களுக்கு அதிர்ச்சி கொடுக்கும் வகையில் நடவடிக்கை எடுக்கவேண்டும். காவல் துறை அல்லது வீட்டுப் பெரியவர்களிடம் சொல்லி உறுதியான நடவடிக்கை எடுக்கவேண்டும். 'எனக்கு என்ன ஆனாலும்

சம்பந்தப்பட்டவர்தான் பொறுப்பு' என்று உறுதிபடச் சொல்லுங்கள். இவர்கள் ஆபத்தானவர்கள் என்பதால் முற்றிலும் விலகியே இருங்கள்.

இதுபோன்ற நபர்களை எந்த காலகட்டத்திலும் வாழ்க்கையில் நுழையவிடக் கூடாது. தன்னைப் போன்று இன்னொரு நபரையும் நினைக்கும், மதிக்கும் நபர்களிடம்தான் காதல் வரவேண்டும். ஆண் என்றாலும் பெண் என்றாலும் அவர்கள் விரும்பும் நபர்களின் உணர்வுகளுக்கும் மதிப்பு தருபவர்களை மட்டும் காதலிக்கத் தொடங்குங்கள்.

காதலைச்சொல்வதுஎப்படி?

உங்கள் மனதில் இருக்கும் ஆசையும், அன்பும், காதலும் நீங்கள் விரும்பும் நபரிடமும் தோன்றிவிட்டது என்பது உங்களுக்கு உறுதியாகத் தெரிந்தால்... அடுத்த செயல் காதலைச் சொல்லவேண்டியதுதான். முந்தைய காலங்களில் காதலைச் சொல்வது மிகமிக கடினமான பணியாகத்தான் பலருக்கும் இருந்தது. தயங்கித் தயங்கியே காதலைச் சொன்னாமல் தவித்தவர்கள் ஏராளம். எதிர் விளைவுகளை எண்ணி பயந்துபோய் பலர் காதலைச் சொல்லாமல் இருந்தார்கள். ஆனால், இன்று செல்போன் அதனை மிகவும் எளிதாகிவிட்டது. அதனால் நூற்றுக்கு தொண்ணூறு சதவிகிதம் காதல் வாட்ஸ் ஆப் மூலம்தான் சொல்லப்படுகிறது. கடிதம் மூலம் தெரிவித்தல் நேரில் சொல்தல், தோழன், தோழி மூலம் சொல்தல் போன்றவை இப்போது குறைந்துவிட்டது. ஆனால், எது சரியானது... எப்படிச் சொன்னால் காதல் வெற்றி அடையும் என்பதை அடுத்த மந்திரத்தில் பார்க்கலாம்.

அத்தியாயம் 7

காதல் மந்திரம் 5 - சொல்லப்படாத காதல் தொலைந்தே போகும்

நீங்கள் விரும்பும் நபரிடம் காதலைத் தெரிவிக்கவேண்டும் என்ற முடிவுக்கு வந்துவிட்டாலே... நீங்கள் காதலில் முக்கிய இடத்தைத் தொட்டுவிட்டீர்கள் என்று அர்த்தம். காதல் ஜெயிக்கிறதோ தோற்கிறதோ, நீங்கள் காதல் எனும் கோட்டைக்குள் நுழைந்துவிட்டீர்கள். காதல் எனும் கற்பக மரத்தின் விதையை மனதுக்குள் புதைத்து விட்டீர்கள்.

ஜெயிக்காமல் போன காதலுக்குக் காரணம் கேட்டுப் பாருங்கள். அது சொல்லப்படாமல் போனதாக அல்லது காலம் தவறிச் சொன்னதாகத்தான் இருக்கும். அதனால் உங்கள் மனம் காதலில் நிரம்பி வழிந்ததும்... நீங்கள் விரும்பும் நபரின் மனதில் காதலை போதுமான அளவில் விதைத்

ததாக நினைத்ததும்... தயங்காமல் காதலைச் சொல்லிவிட வேண்டும்.

மழை சரியான நேரத்தில் பெய்தால் மட்டுமே பயிர் விளையும். மண் இசைவாக இருக்கும்போது மட்டுமே அதில் தேவையான உருவங்களைச் செய்யமுடியும். அதனால் சரியான தருணம் பார்த்து காதலைச் சொல்-லுங்கள். எந்தெந்த வழிகளில் காதலைச் சொல்லலாம் என்பதைப் பார்க்-கும் முன்னர், அதற்கு எப்படித் தயாராவது என்பதை அறிந்துகொள்-ளுங்கள்.

தைரியமாகச்சொல்லுங்கள்...

காதலைச் சொல்வதற்கு முதல் தேவை, தைரியம். அதை விட காத-லைச் சொல்லும் விதம் முக்கியம். நாம் காதலைச் சொல்லும்போது, அவர்களுக்கு இதுவரை காதல் வராமல் இருந்தால்கூட, மறுப்பு தெரி-விக்க முடியாத நிலையையும் ஏற்படுத்த முடியும் என்பதைப் புரிந்து-கொள்ளுங்கள்.

காதலை சொல்ல முடிவெடுத்த பின்னர், அதனை தெளிவாக குழப்-பாமல் தைரியமாகச் சொல்ல வேண்டும் என்பதுதான் மிக மிக முக்கியம். ஏனென்றால் பார்த்துப் பழகிய பத்தாவது நாளில் ஐ லவ் யூ சொல்லி சாதித்தவர்கள் உண்டு. ஒன்றாகவே படித்து, பழகி பல ஆண்டுகள் ஆகியும் சொல்லாமல் காதலை மறைத்துத் தோற்றவர்களும் உண்டு.

உங்கள் காதல் மீது உங்களுக்கு எப்போது அதீத நம்பிக்கை வருகி-றதோ, அப்போதுதான் நீங்கள் அதனை கூறவேண்டும். அதுவரையிலும் காத்திருங்கள். அவரும் நம்மைக் காதலிக்கிறார் என்று தெரிந்து கூறும் காதலும் உண்டு. நாம் காதலை உணர்த்தியப் பிறகே அவருக்கு நம் மீது ஈர்ப்பு வர வேண்டும் என்ற வகையும் உண்டு.

கல்லை எறிந்து பார்ப்போம், விழுந்தால் மாங்காய், இல்லாவிட்டால் கல்தானே போகும் என்று அலட்சிய மனப்பாங்குடன் காதலைச் சொன்-னால் கண்டிப்பாக தோல்விதான் கிடைக்கும்.

உங்களுக்கு இடையேயான பேச்சு வார்த்தை இப்போது எந்தக் கட்-டத்தில் இருக்கிறது என்பதை நிதானமாக யோசித்துப் பாருங்கள். அது, சாதாரண நண்பர்களுக்கு இடையிலானது போல் மேலோட்டமாக இருக்-கிறாதா அல்லது நெருங்கிய நண்பர்கள் போல் அழுத்தமாக இருக்கிறதா என்பதை அலச வேண்டும். நண்பர்கள் போல் என்றால் நீங்கள் இன்-னும் சிறிது காலம் காத்திருந்து உங்கள் உறவை பலப்படுத்தும் வேலை-யில் இறங்கவேண்டும்.. நெருங்கிய நண்பர்கள் என்ற அளவுக்கு வந்து-

விட்டால், காதலைச் சொல்ல தயார் ஆகலாம்.

சரியான நேரத்தில் சொல்லப்படாத காதல் வெற்றியை நோக்கிச் செல்வதே இல்லை. காதல் என்பது கையில் இருக்கும் ஐஸ்கிரீம் மாதிரி. உருகுவதற்குள் ருசித்துவிட வேண்டும். இல்லை என்றால் காலி கப் தான் கையில் மிஞ்சும்.

* காதலை முதலில் ஆண்தான் சொல்லவேண்டும் என்று பெரும்-பாலான பெண்கள் எதிர்பார்க்கிறார்கள். ஆண் சொல்வதை ஏற்றுக்-கொள்வதுதான் எதிர்கால பாதுகாப்பு, மகிழ்ச்சி என்று பெண் நினைக்கி-றாள். அதனால் நெஞ்சம் நிறைய காதல் நிரம்பி வழிந்தாலும் பெண்கள் தாங்களாகவே காதலைச் சொல்ல அத்தனை எளிதில் முன்வருவது இல்லை. ஏனென்றால் காதலை முதலில் சொல்வதால் தன்னுடைய நடத்தை கேள்விக்கு உரியதாக ஆக்கப்படுமோ என்று பெண் பயப்ப-டுகிறாள். அதனால் காதலைச் சொல்வதற்கு ஆண்கள்தான் முதலில் முன்வரவேண்டும்.

* ஒரு எதிரியை அடித்து வீழ்த்துவதற்குக்கூட தயங்காத ஆண், காதலைச் சொல்வதற்கு தயங்குகிறான். எதிர் விளைவு எப்படி இருக்-குமோ என்று பயப்படுகிறான். ஒரு வேளை காதல் ஏற்கப்படாத பட்-சத்தில், இதுவரையிலான நட்பும் பாதிக்கப்பட்டு விடுமோ என்று பயப்-படுகிறான். ஐ லவ் யூ என்ற மூன்று வார்த்தைகளைச் சொல்வதற்கு இத்தனை தயக்கங்கள் தேவை இல்லை. ஆனால், அதற்கு முன்னர் எதிர்விளைவு எதுவாக இருந்தாலும், அதனை தைரியமாக ஏற்றுக்-கொள்ளும் மனப்பக்குவத்தை வளர்த்துக்கொள்ள வேண்டும். ஏற்றுக்-கொள்வது, மறுப்பது, யோசிக்க நேரம் கேட்பது, பதில் சொல்லாமல் நகர்வது, அழுவது என்று எதுவேண்டுமானாலும் நடக்கலாம். எப்படி இருந்தாலும் ஏற்றுக்கொள்ளும் மன தைரியத்துடன் காதலைச் சொல்-லுங்கள். இன்று நீங்கள் காதலைச் சொல்லவில்லை என்றால், எதிர்-காலத்தில் சொல்லவே முடியாத நிலை ஏற்படலாம் என்று நினைத்தே செயல்படுங்கள்.

* சரியான தருணத்தை தேர்வு செய்வதில் பாதி வெற்றி இருக்கிறது. கூட்டமான இடத்தில், மிகவும் சோர்வாக இருக்கும் நேரம், உடல் உபா-தையால் அவஸ்தைப்படும் நேரம், கோபத்தில் இருக்கும் நேரம், நட்புக-ளுடன் இருக்கும் நேரம், அவசரத்தில் இருப்பது போன்ற நேரங்களைத் தேர்வு செய்யாதீர்கள். இதற்கென இனிமையான இடம்... நல்ல கிளை-

மேட்... தனிமை... சந்தோஷம் இருக்கட்டும்.

* காதலர் தினம் பிப்ரவரி 14 அன்று கொண்டாடப்படுவதை அறிந்து இருப்பீர்கள். அன்றைய தினம் காதலில் விழுந்த ஆணும், பெண்ணும் அதிக ஆர்வத்துடன் இருப்பார்கள். அதனால் காதலர் தினம், பிறந்த நாள் விழா, பதவி உயர்வு கிடைத்த தினம், பண்டிகை தினம் போன்ற ஏதாவது ஒரு நாளைத் தேர்வு செய்வது நல்லது. முன்கூட்டியே, 'ஒரு முக்கியமான ஆலோசனை அல்லது தகவல் நாளை சொல்லப் போகி-றேன்' என்ற ரீதியில் நீங்கள் விரும்புபவரை தயார் செய்து வைப்பதும் நல்லது.

* நீங்கள் காதலைச் சொன்னதும் கோபப்பட்டால் அல்லது முறைத்-தால் உடனே பின்வாங்கிவிடக் கூடாது. 'சும்மா சொன்னேன்' என்று காதலை அசிங்கப்படுத்தி விடக்கூடாது. நீங்கள் முழுமையான விருப்-பத்துடன்தான் காதலைச் சொல்கிறீர்கள் என்பதில் உறுதியாக இருங்கள்.

முகம்பார்த்துகாதல்சொல்லுங்கள்...

காதலைச் சொல்வதற்கு எத்தனையோ வழிகள் இருக்கலாம். ஆனால் நேருக்கு நேராக முகம் பார்த்து காதலைச் சொல்வதுதான் இருப்பதிலேயே சிறந்த முறை. அதனால் நல்ல இடமாக பார்த்து சந்-தியுங்கள். இருவரும் சந்தித்தவுடன் காதலைச் சொல்லிவிட வேண்டாம். சிறிது நேரம் வேறு விஷயங்களைப் பேசி மனம் ஒரு நிலைக்கு வந்த பிறகு, 'இன்று என் மனதுக்குப் பிடித்த ஒரு காரியம் செய்யப்போகி-றேன்... என் எதிர்கால வாழ்க்கை குறித்து ஒரு நல்ல முடிவு எடுக்கப் போகிறேன்' என்பது போன்று முன்னுரை கொடுத்துவிட்டு... அதன்பி-றகே காதலைச் சொல்லுங்கள்.

* வேறு எங்காவது வெறித்துப் பார்த்தபடி காதலைச் சொல்லாதீர்கள்.

* உங்களுக்கு மட்டுமே கேட்கும்படி மெல்லிய குரலில் சொல்லாதீர்-கள்.

* போகிறபோக்கில் சொல்வது போன்று, வேறு ஏதாவது பேசி அதன் முடிவில் 'ஐ லவ் யூ' என்று சொல்லாதீர்கள்.

* நீங்கள் விரும்புபவரின் கண்களை நேருக்கு நேராகப் பார்த்து, மிகத் தெளிவான குரலில் உங்கள் காதலைச் சொல்லுங்கள்.

* ஐ லவ் யூ என்றுதான் சொல்லவேண்டும் என்பது அல்ல. 'உன்-னைத் திருமணம் செய்துகொள்ள விரும்புகிறேன்', 'என் வாழ்க்கைத் துணையாக வருவாயா', 'உன்னைவிட எனக்கு நல்ல வாழ்க்கை துணை

யாரும் இல்லை என நினைக்கிறேன்... உனக்கும் சம்மதமா', 'இந்த உலகிலேயே சிறந்த உன்னை என்னுடையவளாக்க ஆசைப்படுகிறேன்', 'நாம் திருமணம் செய்துகொள்ளலாமா?' என்று ஏதாவது ஒரு வகையில் உங்கள் மனதைத் திறந்து காட்டுங்கள்.

* வார்த்தைகளில் சொல்வதை முடிந்தால் கொஞ்சம் புதுமையாகச் செய்யுங்கள். சாக்லேட்டில் உங்கள் விருப்பதை எழுதிக் கொடுப்பது... உங்கள் சட்டையில் காதலைக் குறிக்கும்படி வாசகம் எழுதி வைப்பது, காதல் ரோஜாவை ஒரு அன்பளிப்புக்குள் அடக்கித் தருவது போன்றவை அவருக்குப் பிடிக்கும் என்றால் மட்டும் அப்படி புதுமையாக எதையாவது செய்து மனதைக் கவருங்கள்.

என்னசொல்லப்போகிறார்?

பரிட்சை எழுதிவிட்டு ரிசல்ட்டுக்குக் காத்திருக்கும் மாணவரைப் போன்று காதலைச் சொல்லிவிட்டு டென்ஷன் அடையாதீர்கள். நீங்கள் சொல்ல விரும்பியதை சொல்லிவிட்டால், மனதில் இருக்கும் பாரம் நீங்கியது போலவே நிம்மதியாக உணருங்கள். பந்து இப்போது நீங்கள் விரும்புபவர் கையில் இருக்கிறது. என்னவெல்லாம் நடக்கலாம்?

* நானும் உங்கள் நினைப்பில்தான் இருக்கிறேன்.

* இதைச் சொல்ல இத்தனை நாள் ஆச்சா...

* ரொம்பநாளாவே இதைச் சொல்வீங்கன்னு எதிர்பார்த்துக் காத்துக்-கிட்டு இருக்கேன்.

* நீங்க சொல்லவேண்டியதே இல்லை... நான் உங்களுக்குத்தான் என்பது போன்று நீங்கள் எதிர்பார்க்கும் இசைவான பதில் வரலாம்.

காதலுக்கு சம்மதம் கிடைத்துவிட்டால், நீங்கள் காதல் மரத்தை வளர்ப்பதற்கு முழு தகுதியைப் பெற்றுவிட்டீர்கள் என்று அர்த்தம். இந்த உலகில் சொல்லப்படும் சுமார் 70 சதவிகிதம் காதல், அந்த தருணத்-திலேயே ஏற்றுக்கொள்ளப் படுகிறது என்பதுதான் ஆய்வுகளின் முடிவு சொல்லும் உண்மை.

சுமார் 10 சதவிகிதம் பேர், பதில் சொல்வதற்கு சிறிது கால அவகா-சம் கேட்பார்கள். இதுவும் கிட்டத்தட்ட காதலை ஏற்றுக்கொள்ளும் நிலைதான். மொத்தமே 20 சதவிகித காதல் மட்டுமே ஏற்றுக்கொள்-ளாமல் மறுக்கப்படுகின்றன. அதிலும் மிகவும் மோசமான முறையில் மறுக்கப்படுவது 5 சதவிகிதத்துக்கும் குறைவுதான். * அச்சோ... நான் அத்தை பையனைத்தான் திருமணம் செய்துகொள்ள இருக்கிறேன். ஏற்-

கெனவே அவனைப் பற்றி உங்களிடம் சொல்லி இருக்கிறேன்.

* ரொம்பவும் ஸாரி... நான் காதல் செய்யும் மனநிலை அல்லது சூழலில் இல்லை. அதனால் நாம் எப்போதும்போல் நட்புடனே இருக்க-லாம்.

* உங்களுக்குள் காதல் வரும்படி நான் நடந்திருந்தால் என்னை மன்னித்துவிடுங்கள். நான் காதல் செய்ய விரும்பவில்லை.

* நான் காதலில் விழக்கூடாது என்பது என் வீட்டாரின் நிபந்தனை. அதனை என்னால் மீறமுடியாது.

* நமக்குள் இந்தப் பேச்சு மட்டும் வேண்டாமே

* என்னுடைய கனவு, லட்சியம் எல்லாம் வேறு, காதல் கொண்டு அதனை அழித்து விடாதீர்கள்.

* இப்படி ஒரு எண்ணத்துடன் என்னுடன் நீங்கள் பழகுவீர்கள் என்று நான் நினைக்கவே இல்லை.

* என் குணத்துக்கும் உங்களுக்கும் கண்டிப்பாக ஒத்துவராது... அதனால் நாம் அதுபற்றி பேசவேண்டாம்.

* இதுதான் நம் கடைசி சந்திப்பு.

* என்னைக் கேவலப்படுத்தி விட்டீர்கள்.

* நட்புக்கும் காதலுக்கும் வித்தியாசம் தெரியாத முட்டாள்.

* இனி ஒரு முறை இப்படிப் பேசினால் உங்களை போலீஸில் ஒப்-படைக்க வேண்டி இருக்கும்.

* இப்படி ஒரு மோசமான எண்ணத்துடன் என் முன்பு இனியும் வந்-தால், என் வீட்டு ஆட்களிடம் சொல்லவேண்டி வரும்.

இதுபோன்ற எதிர் விளைவுகளும் ஏற்பட வாய்ப்பு உண்டு. இப்படி ஒரு விளைவு காரணமாக மனம் புண்படலாம்... அதிர்ச்சி உண்டாக-லாம். ஆனால் இதற்குக் காரணம் நீங்கள்தான். ஆம், அவர் காதலுக்-குப் பக்குவப்படும் முன்னர் நீங்கள் அவசரப்பட்டு விட்டீர்கள். அதனால் தவறு உங்கள் மீது என்று நினைத்து, உங்களை நீங்களே தேற்றிக்-கொள்ள வேண்டும்.

காதல் தோல்வி என்றதும் தாடி வைத்துக்கொள்வது, சாராயம் குடித்து போதையில் திரிவது என்று டிராமெடிக்காக எதையும் செய்யா-தீர்கள். ஏனென்றால் நீங்கள் எதிர்பார்த்த ஒரு காதல் தவறான முடி-வைத் தந்து இருக்கிறதே தவிர வாழ்க்கை முடிந்துபோகவில்லை. எதிர்-காலத்தில் என்ன வேண்டுமானாலும் நடக்கலாம். நீங்கள் விரும்பும்

நபரே திரும்பவும் உங்களைத் தேடி வரலாம் அல்லது இவரைவிட நல்ல துணை கிடைக்கலாம். அதனால் ஏமாற்றத்தைத் தாங்கிக் கொள்ளுங்கள். மனதை வேறு விஷயங்களில் திருப்புங்கள்.

எத்தனையோ பரிட்சைகளில் ஃபெயில் ஆகியிருப்போம். மதிப்பெண்களைப் பார்த்த கணம் சோகமாக இருக்கும், ஆனால் அதற்கு பிறகு மீண்டும் நன்றாகப் படித்து பாஸ் செய்திருப்போம். அதுபோன்று இதனையும் ஒரு காதல் பாடமாக நினைத்துக் கொள்ளுங்கள். எப்போதும் போலவே நம்பிக்கையுடன் உடை அணிவதும், செயல்பாடுகளும் இருக்கட்டும். உங்களைப் பார்த்து யாரும், 'என்ன டல்லா இருக்கீங்க?' என்று கேட்டுவிடக் கூடாது என்ற அளவுக்கு இயல்பாக இருங்கள்.

நீங்கள் விரும்பும் நபரை மீண்டும் சந்தித்து 'ஸாரி' சொல்வது, நடந்த சம்பவத்துக்கு விளக்கம் சொல்வது போன்ற முயற்சிகளில் கண்டிப்பாக ஈடுபடவேண்டாம். அவரே தேடிவந்து பேசினாலும், இயல்பாகவே பேசுங்கள். எந்த ஒரு காரணம் கொண்டும் நீங்கள் செய்த செயலுக்கு மன்னிப்பு கேட்டு, உங்களை நீங்களே தாழ்த்திக் கொள்ளாதீர்கள். ஏனென்றால் உங்கள் மனதில் இருந்த ஆசையைச் சொல்வது தவறு இல்லை. நீங்கள் தப்பு செய்யவில்லை என்பதை உறுதியுடன் நம்புங்கள். அவர் இருந்தால் வாழ்க்கை சிறப்பாக அமையும் என்று நினைத்தீர்கள்... அவர் இல்லாமலும் வாழ்க்கையை நன்றாக அமைத்துக்கொள்ள முடியும் என்று நீங்கள் முதலில் நம்புங்கள்.

காதல் வாழ்வில் ஒரே ஒரு நபர் மீது மட்டும்தான் வரும் என்று சொல்வது உண்மை அல்ல. முதல் காதல் என்பது அழுத்தமாகத் தெரியும், ஆனால் அடுத்தடுத்தும் காதல் வந்துகொண்டே இருக்கும். அதனால் ஏன் தோல்வி நிகழ்ந்தது என்பதை அசைபோடுங்கள். அப்போதுதான் தவறு எங்கே நிகழ்ந்தது என்பதை அறியவும், அதனை களையவும் முடியும். காத்திருங்கள்... மீண்டும் காதல் உங்கள் மனதில் பூக்கும். அதுவரை பொறுமையாக, நம்பிக்கையுடன் காத்திருங்கள்.

உங்களுக்குப் பிடிக்காதவர்கள் அல்லது உங்களுக்குப் போதிய அறிமுகம் இல்லாதவர்கள் திடீரென வந்து காதலைச் சொன்னால் என்ன செய்வீர்கள்... நீங்களும் மறுக்கத்தானே செய்வீர்கள். அதனால் உங்ளுக்கு ஏற்பட்ட மறுப்பையும் மனப்பூர்வமாக ஏற்றுக்கொள்ளுங்கள்.

உறுதியுடன்மறுத்துவிடுங்கள்...

உங்களுக்கும் காதலை மறுக்கவேண்டிய சூழல் ஏற்படலாம். நீங்கள் யாராவது ஒரு நபரை நினைத்துக் கொண்டிருக்கும்போது, இன்னொரு நபர் வந்து காதலைச் சொல்லலாம். அதனால் உங்கள் மனதில் காதல் இல்லை எனும் பட்சத்தில் உறுதியுடன் மறுத்துவிடவேண்டும்.

காதலிப்பதில் எவ்வளவு உறுதி இருக்கவேண்டுமோ அதைப்போன்று காதலை மறுப்பதிலும் உறுதி இருக்க வேண்டும். எவரும் காதலைச் சொல்லும்போது, உடனடியாக அதற்கு ஒரு பதிலைச் சொல்லிவிடுவது மிகவும் நல்லது.

பெண்கள் இந்த விஷயத்தில் மிகவும் தயக்கம் காட்டுகிறார்கள். நேரம் கேட்கிறார்கள். ஒரு இளைஞனைக் காதலிக்க முடியாது என்ற பட்சத்தில், அவரிடம் வெளிப்படையாக சொல்லிவிடுவது நல்லது. ஒரு-வருடன் ஊர் சுற்றுவது, பேசுவது, பழகுவது என்று இருந்துவிட்டு கடை-சியாக, 'இதெல்லாம் காதல் இல்லை' என்று ஏமாற்றக்கூடாது. அதனால் நிச்சயம் அந்த அந்த இளைஞனின் மனம் பாதிக்கப்படும்.

அதனால் மறுப்பதை தெளிவாகவும் உறுதியாகவும் செய்ய வேண்-டும். 'எனக்கு உன்னிடம் காதல் இல்லை. அதனால் என் பின்னால் வருவது, பேச முயற்சி செய்வது எதுவும் வேண்டாம்' என்பதை மனம் புண்படாமல் எடுத்துச் சொல்லிவிட வேண்டும்.

காதலை நாகரீகமாக மறுப்பதும் முக்கியம். அவரிடம் வேண்டாம் என்று கூறிவிட்டு, 'அவன் என்னை காதலிக்கிறானாம்', 'ஐ லவ் யூ சொல்றான்' என்று தம்பட்டம் அடிக்காதீர்கள். காதலைச் சொல்வதும், ஏற்றுக்கொள்வதும், மறுப்பதும் எதுவாக இருந்தாலும் இருவரைத் தாண்டி எவருக்கும் தெரியவேண்டிய அவசியம் இல்லை.

'உனக்கு பிடிச்சவரைக் கட்டிக்கிறதைவிட, உன்னை பிடிச்சவரைக் கட்டிக்கோ' என்ற டயலாக் சினிமாவுக்குப் பேசுவதற்கு வேண்டுமானால் சரியாக இருக்கலாம். நிஜ வாழ்க்கைக்கு இது சரிப்படாது. இரண்டு பக்-கமும் காதல் ரோஜா ஒரே நேரத்தில் பூக்கவேண்டும். அதுதான் சரியான காதல். நம்மை விரும்பியவரைக் கட்டிக்கொண்டால் வாழ்க்கை நன்றாக இருக்கும் என்று நினைப்பது கணக்கு. இது வாழ்க்கைக்கு வேண்டுமா-னால் எளிதாக இருக்கலாம், காதலுக்கு சரிப்படாது.

ஜெயித்தவர்களேவாருங்கள்...

மிகவும் குறைவான நபர்களுக்கு மட்டுமே காதல் சொல்லப்பட்ட பிறகு, தோல்வியில் முடிகிறது என்பதைப் பார்த்தோம். ஏனென்றால் எத்-

தனையோ ஆண், பெண்ணுடன் பழக வேண்டிய சூழல் ஏற்படுகிறது என்றாலும், ஒரு சிலரிடம் மட்டுமே அனைத்து விஷயங்களையும் பகிர்ந்துகொள்ளத் தோன்றும். அவர்களிடம் மட்டும்தான் காதல் பூக்கும். அப்போது இரண்டு பக்கமும் காதலுக்கான எதிர்பார்ப்பு இருக்கவே செய்யும். அதனால்தான் பெரும்பாலான காதல் சொல்லப்பட்டதும் ஏற்-கப்படுகிறது.

காதல் ஏற்கப்பட்டது என்றால்... உங்கள் மனதில் கற்பக மரம் முளைத்துவிட்டது என்று அர்த்தம். அந்த மரம் முளைத்துவிட்டால்... உங்களுக்கு வாழ்நாள் எல்லாம் ஆனந்தமே... ஆம்... நீங்கள் கேட்டது எல்லாமே கிடைக்கப்போகிறது. அதனால் காதல் ஏற்கப்பட்டதும், ஆனந்தக் கனவில் மூழ்குங்கள். சந்தோஷப்படுங்கள். ஆனால், காதல் இன்னமும் ஜெயிக்கவில்லை என்பதில் தெளிவாக இருங்கள்.

ஆம், காதல் மரம் இப்போதுதான் முளை விட்டிருக்கிறது. இது வளர்ந்து உறுதியான நிலை வரும்வரை எத்தனையோ காரணங்களால் இது பட்டுப் போகலாம். அதனால் கிட்டத்தட்ட பாதிக் கிணறு தாண்டிய நிலையில் இருக்கிறீர்கள். அதனால் உங்கள் மனதில் பூத்திருக்கும் காதல் செடிக்கு போதுமான உரமும், தண்ணீரும் ஊற்றி பராமரிக்க வேண்டும். முறையான பராமரிப்பு இல்லாத தாவரங்கள் பட்டுப் போவது போன்று... முழுமையான ஈடுபாடு இல்லாத காதலும் தோற்றுப் போகும்.

தனிமைசந்திப்புகள்தேவைதானா?

காதல் ஏற்றுக்கொள்ளப் பட்டதும் பெரும்பாலோர் உடனே தனியாக எங்காவது சந்திக்கவேண்டும்... மனம் விட்டுப் பேசவேண்டும்... ஜாலி-யாக ஊர் சுற்ற வேண்டும் என்று ஆசைப்படுவார்கள். இன்னும் சொல்-லப்போனால் வெளிநாடுகளில் காதலில் விழுவதற்கு முன்னரே டேட்டிங் என்ற பெயரில் இந்த சந்திப்பு கலாசாரம் சகஜமாக இருக்கிறது. டேட்-டிங் போய்வந்த பிறகே, காதலை முடிவு செய்வதும் அங்கே சகஜம். ஆனால், நம் நாட்டுக்கு டேட்டிங் எனப்படும் தனிமை சந்திப்பு சரிப்படு-வதில்லை. அதாவது டூர் என்று வீட்டில் சொல்லிவிட்டு ஒரு நாள் டிரிப் செல்வது, அலுவலகத்திற்கு மட்டம் போட்டுவிட்டு பீச், ரிசார்ட் என்று சுற்றுவது, காலியாக இருக்கும் நண்பர்களின் வீட்டில் சந்திப்பது போன்-றவற்றை தனிமை சந்திப்பு எனலாம்.

பொதுவாகவே, இதுபோன்ற தனிமை சந்திப்பு என்றாலே பெண்கள் தயங்கத்தான் செய்வார்கள். ஆனால், ஆண்கள் இந்த நேரத்தில்தான்

காதல் ஆயுதத்தைப் பயன்படுத்துவார்கள்.

'என் மீது நம்பிக்கை இல்லையா?', 'வெளியே வருவதற்கே பயப்படும் நீ எப்படி என்னை கல்யாணம் செய்துகொள்வாய்?', 'நான் ஏமாற்றிவிடு-வேன் என்ற பயம்தானே காரணம்?' என்பது போன்று ஏட்டிக்குப் போட்-டியாகப் பேசுவார்கள்.

இதனால் ஒரு கட்டத்தில் காதல் செய்பவர்கள் இரட்டை மனதுடன் தனியே சந்திக்கும் டேட்டிங்கிற்கு சம்மதிப்பது உண்டு. இந்த தனிமை சந்திப்புகள் அடுத்தடுத்து தொடரும்போது... தவறுகள் நேர்ந்துவிடுவதற்கு அதிக வாய்ப்புகள் உண்டு. இந்த தவறுகளால் பாதிக்கப்படுவது பெண்-கள் மட்டும்தான். அதனால் தனிமை சந்திப்பை முடிந்தவரை தள்ளிப்-போடுவது அல்லது தவிர்ப்பது நல்லது. தனிமை சந்திப்புகள் ஏன் வேண்-டாம் என்பதைப் பார்க்கலாம்.

* நண்பர்களுடன் இல்லாமல் தனியே ஒரு ஆணும், பெண்ணும் சென்று வந்தால் அவர்களை காதலர்கள் என்றே இந்த உலகம் முத்-திரை குத்திவிடும். நீங்கள் காதலர்கள்தான் என்றாலும் இன்னமும் வெளி உலகத்துக்கு அறிவிக்கும் வகையில் தயாராகவில்லை என்பதால், அதனை தவிர்க்க வேண்டும்.

* தனியான இடங்களில் பொழுதைப் போக்கும்போது... போலீஸ் விசாரணை நடக்கலாம். உங்கள் வீட்டுக்குத் தகவல் செல்ல வாய்ப்பு உண்டு. நீங்களாக தெரிவிக்கும் முன்னர் காதலை வீட்டினர் அறிந்-தால்... காதலுக்கே முடிவு ஏற்படலாம்.

* பல இடங்களில் திருடர்கள், கொள்ளையர்கள் அபாயம் உண்டு. இவர்களிடம் பணம், நகை போன்றவை பறி போகும் அபாயம் உண்டு. சில நேரங்களில் கற்பு, உயிரும் பறி போகும்.

* தனியே சந்திப்பு நடத்தும்போது ஆணும் பெண்ணும் எல்லை மீறும் அபாயம் உண்டு. இது ஆரம்ப கட்டங்களில் நிகழும்போது... பெண் மீது தவறான அபிப்ராயம் உண்டாகும். தொடர்ந்து அந்தக் காதல் நிலைப்பது கடினம்.

தனியே சந்தித்துப் பேசுவதன் மூலமாகத்தான் ஒருவரை ஒருவர் முழுமையாக அறிந்துகொள்ள முடியும், மனதைப் பரிமாறிக் கொள்ள முடியும் என்று நினைக்கக்கூடாது. நண்பர்களுடன் இருக்கும் போதும், அதிக நபர்கள் நடமாடும் பீச், கோயில் போன்ற இடங்களில் பேசியும் ஒருவரை ஒருவர் முழுமையாக அறிந்துகொள்ள முடியும்.

அதேபோன்று செல்போன் மூலம் எத்தனை நேரமும் எந்தத் தகவல்-களையும் பேசிக்கொள்ள முடியும். அதனால் யாரும் இல்லாத தனி இடத்தில் சந்திக்க வேண்டும் என்பதை ஆரம்ப கட்டங்களில் நிச்சயம் தவிர்த்து விடவேண்டும்.

காதல் என்ற போர்வையில் சில கயவர்கள் திட்டமிட்டு முன்னேறு-வது உண்டு. அவர்கள் இதுபோன்ற ஒரு சந்தர்ப்பத்துக்காகவே இத்தனை நாட்களாகக் காத்திருப்பார்கள். இந்த நேரத்தில் திட்டமிட்டு குளிர்பானம் அல்லது பழரசங்களில் போதை அல்லது தூக்க மாத்திரைகளைப் போட்-டுவிடுவார்கள். இதனால் அடுத்து என்ன நடக்கிறது என்பதே தெரி-யாத நிலைக்கு பெண் போய்விடுவார். அதற்குப் பின் என்ன நடக்-கும் என்பதைச் சொல்லவே வேண்டியது இல்லை. இந்த நேரங்களில் நடக்கும் தவறுகள் எல்லாமே பெண்ணுக்கு மட்டுமே பாதகமாக முடியும். எதிர்காலமே பாதிக்கப்படும். ஒரு சிலர் தற்கொலை செய்துகொள்ளும் அளவுக்கு மோசமான சூழல் ஏற்படும்.

எல்லா காதலரையும் இப்படி தவறாக எடை போட வேண்டியது இல்லை என்றாலும், தனிமை சந்திப்பு திருமணத்துக்கு முன்பு வேண்டாம் என்று பெண் ஆணித்தரமாகச் சொல்லிவிடுவது காதலுக்கு நல்லது.

மேலும், அதிகம் செலவாகும் இடத்துக்கும் ஆரம்பகட்ட காதலர்கள் செல்லக்கூடாது. பீச், பூங்கா, மிருகக் காட்சி சாலை, மியூசியம் போன்ற இடங்களுக்குச் செல்வதே பாதுகாப்பானது, செலவு பிடிக்காதது. இந்த காலகட்டத்தில் பெண்களுக்காக நிறைய செலவு செய்ய ஆண்கள் தயாராக இருப்பார்கள். இதனை பெண்கள் ஏற்றுக்கொள்ளக்கூடாது. தொடர்ந்து ஆண் அதிக அளவில் செலவழிக்கும் பட்சத்தில், அவர் வாழ்க்கையில் என்ன சிக்கல் வரும் என்பதை பெண் யோசிக்க வேண்-டும்.

சிறிய அளவு செலவு என்றாலும், பெண்ணும் அவ்வப்போது செல-வழிக்கத்தான் வேண்டும். அதுதான் காதலுக்கு நல்லது. ஆணை மட்-டுமே செலவழிக்கச் செய்தால், பெண்ணுக்கு ஒரு அடிமை மனப்-பான்மை வந்துவிடும். இது காதலுக்கு நல்லது இல்லை. காதல் மிகவும் உறுதியான நிலைக்கு வரும் வரையிலும் எச்சரிக்கையுடனே சந்திப்புகள் இருக்கவேண்டும்.

காதலுக்கு சம்மதம் கிடைத்துவிட்டது என்பது முக்கியமான தரு-ணம்தான்... காதல் மரம் முளைத்துவிட்டது சாதனைதான். ஆனால்

அதனை பராமரிப்பதும் காப்பாற்றுவதும் இதுவரை நீங்கள் காதலுக்காகச் செய்த அனைத்து வேலைகளை விடவும் கடினமானது. அதனால் காத- லைக் காப்பாற்றுவதற்கான அடுத்த மந்திரத்தைக் கவனிப்போம்.

அத்தியாயம் 8

காதல் மந்திரம் 6 - தொடாதே... ஷாக் அடிக்கும்.

புராண காலத்து கற்பக மரம் அளப்பரிய சக்திகளை தனக்குள் கொண்டது. அதனால்தான் இந்த மரத்தைப் பூமிக்கு கொண்டுவர எத்தனையோ அரசர்களும், முனிவர்களும் பெருமுயற்சி செய்தார்கள். அதில் ஒருசிலர் வெற்றி அடையவும் செய்தார்கள். ஆனால், பூமிக்கு இரண்டு முறை வந்த கற்பக மரம் கொண்டுவரப்பட்டதாக இதிகாசங்கள் கூறுகின்றன. ஆனால், கொண்டுவரப்பட்ட கடமை முடிந்ததுமே மீண்டும் தேவலோகம் போய்விட்டது. ஏன் தெரியுமா? உண்மையில் பூலோகத்தில் கற்பக மரத்துக்குத் தேவை இல்லை. அதன் வேலையைத்தான் காதல் செய்கிறதே...

அத்தகைய சக்தி வாய்ந்ததுதான் காதல். சொல்லப்பட்ட கொஞ்ச காலத்திலேயே திருமணத்தில் முடியும் காதல் இருக்கிறது. அதேபோன்று ஒரே ஒரு வார்த்தை காரணமாக உடைந்துபோன காதலும் உண்டு. சிலரது காதல் நிறைவேறிய பிறகும், காலம் முழுவதும் ஒன்று சேரும் வாய்ப்பு கிடைக்காமலே போய்விடக்கூடும்.

காதல் சொல்லப்பட்டதுமே திருமணத்துக்குத் தயாராகிவிட்டதாக பெரும்பாலான காதலர்கள் நினைக்கிறார்கள். அந்த அசட்டையால்தான் நிறைய காதல் தோல்வியில் முடிகிறது. காதல் சொல்லப்பட்ட பிறகு இருவரும் ஒருவரை ஒருவர் நன்றாகப் புரிந்துகொள்ளும் முயற்சியில் இறங்கவேண்டும். அதனால் குறைந்தது ஆறு மாத காலமாவது இரு- வரும் காதலர்களாக இருப்பது நல்லது. இதுதான் உண்மையான காதல் காலம். காதல் மரத்தை இந்தக் காலங்களில் எத்தனை தூரம் அன்போ- டும்... ஆர்வத்தோடும் பாதுகாக்கிறீர்கள் என்பதில்தான் உங்கள் காத- லின் வெற்றி இருக்கிறது.

காதல் மரத்தை ஆரம்ப கட்டங்களில் மிகவும் கண்ணும் கவனமாக பாதுகாக்க வேண்டும். நன்றாக வேர் பிடித்து நின்றுவிட்டால்... தானா- கவே தன்னை வளர்த்துக்கொள்ளும் தன்மைக்கு வந்துவிடும். அதனால் காதல் மரத்தை எப்படி பாதுகாக்க வேண்டும் என்பதைப் பார்க்கலாம்.

பொய்மைக்குஇடம்இல்லை

காதலில் விழும் முன்னர் ஒரு பெண் அல்லது ஒரு ஆணை எப்ப-
டியாவது மயக்க வேண்டும் என்பதற்காக ஆர்வக் கோளாறு காரணமாக
ஒரு சில பொய்கள் சொல்லி இருக்கக்கூடும். 'ஆயிரம் பொய் சொல்லி-
யாவது கல்யாணம் முடி' என்ற முதுமொழியை துணைக்கு அழைத்துக்
கொள்வார்கள். தன்னிடம் வண்டி அல்லது கார் இல்லை என்றாலும்,
நண்பர்களுடையதை தன்னுடையது போல் காட்டி பந்தா செய்திருப்பார்-
கள். ஒரு பெரிய நிறுவனத்தில் ஆறு மாத கான்ட்ராக்ட் வேலைதான்
கிடைத்திருக்கும். அதனை நிரந்தர வேலை போல் பில்டப் செய்திருப்-
பார்கள்.

தோழி அல்லது உறவினர்களிடம் இருந்து நிறைய நகையைப்
போட்டு வந்திருப்பார். தனது உறவினர் பெரிய அரசியல்வாதி அல்லது
பெரிய அதிகாரத்தில் இருக்கிறார் என்று கதை விட்டிருப்பார். தான் ஒரு
போட்டோகிராபர், ரேடியோ ஜாக்கி, கவிஞன், டான்ஸர் என்று எக்குத்-
தப்பாக அள்ளி விட்டிருக்கலாம்.

இதுவரைக்கும் நீங்கள் என்ன செய்தீர்களோ அதைப் பற்றி கவலை
இல்லை... இனி நீங்கள் முழுக்க முழுக்க நேர்மையானவராக இருக்க
வேண்டும். மற்றவர்களிடம் எப்படி இருப்பீர்கள் என்பதைப் பற்றி அக்-
கறை இல்லை, உங்கள் உள்ளத்தில் இருக்கும் நபரிடம் மட்டுமாவது
உண்மையானவராக இருப்பது அவசியம். அதனால் இதுவரையிலும்
நீங்கள் சொன்ன பொய்கள் ஏதாவது இருந்தால், அதனைச் சொல்லி
மன்னிப்பு கேட்டுக்கொள்ளுங்கள். இதன் காரணமாக சண்டை வரலாம்...
ஆனால் கண்டிப்பாக விரைவில் சமாதானம் ஏற்பட்டுவிடும். ஏனென்-
றால் காதல், ஊடலில்தான் அதிக உறுதி அடைகிறது. நீங்கள் சொன்ன
பொய், உங்கள் விருப்பமானவரை கவர்வதற்காக மட்டும்தான் சொல்லப்-
பட்டது என்பது தெரிந்தால்... கண்டிப்பாக மன்னிப்பு கிடைத்துவிடும்.

மறைக்கப்பட்ட தகவல் ஏதாவது இருந்தால், அதையும் கண்டிப்பாக
சொல்லிவிட வேண்டும். 'நான் கருகருவென தலைமுடி வைத்திருப்பதாக
நினைக்க வேண்டாம்... காதோரம் இளநரை. அதனால் டை அடித்துக்
கொள்கிறேன்', 'நான் சின்ன வயதில் கீழே விழுந்து அடிபட்டதில், கால்
பகுதியில் பெரிய தழும்பு இருக்கிறது', 'என்னுடைய அக்கா திருமணம்
முடிந்து சண்டை போட்டு எங்கள் வீட்டில்தான் இருக்கிறார்', 'சம்ப-
ளத் தொகையில் பாதிக்கும் மேல் எங்கள் வீடு கட்டுவதற்கான கடன்
அடைக்கத்தான் போகிறது', 'நான் ஸ்டைலுக்காக கண்ணாடி போட-

வில்லை... கிட்டெழுத்துக் குறைபாடு இருக்கிறது', 'மழை காலம் வந்-தால் ஆஸ்துமா என்னை பாடாய் படுத்திவிடும்' என்று உங்களைப் பற்றி உங்களவர் தெரிந்துகொள்ள வேண்டிய அனைத்து உண்மைகளை-யும் முன்கூட்டியே சொல்லிவிடுங்கள்.

ஏனென்றால் பெரும்பாலான காதல் முறிந்து போவதற்கு முக்கிய காரணமே, மிகவும் காலம் தாழ்த்தி சொல்லப்படும் உண்மை. இதுபோன்ற உண்மைகளை நீங்களே முன்வந்து சொல்லாமல், உங்களவர் உண்-மையைக் கண்டுபிடிக்க நேர்ந்தால், அதனை மறைத்த காரணத்துக்காக வருத்தமோ, கோபமோ அடைவார். இந்த நிலையை சமாளிக்கத் தெரி-யாமல் நீங்களும் கோபம் அடையும்போது... காதல் உடைந்துபோகும். அதனால் காதல் மரம் வளர்வதற்கு நீங்கள் செய்யவேண்டிய முதல் கடமை உண்மையாக இருப்பதுதான்.

வாழ்வில் யாராவது ஒருவர் மட்டுமாவது, உங்களைப் பற்றி முழு-மையான உண்மையை அறிந்தவராக இருப்பது எத்தனை உயர்வானது. அதனால் நிறைய நிறையப் பேசுங்கள். இனி சொல்வதற்கு எதுவும் இல்லை எனும் அளவுக்கு உங்கள் மனதில் இருக்கும் அத்தனையையும் கொட்டித் தீர்த்து விடுங்கள்.

நடந்துபோன தவறுகள் இருந்தாலும், அதனை தைரியமாக ஒப்புக்-கொள்ளுங்கள். இனி அதுபோன்ற தவறுகள் நடக்காது என்று உறுதி சொல்லுங்கள். ஒரு சிலர் இதற்கு முன்னர் காதலில் விழுந்து, அதில் தோற்றுப் போய் இருக்கலாம். அப்படிப்பட்ட காதலைச் சொல்வதா வேண்டாமா என்று குழம்புவார்கள். நீங்கள் முதன்முதலில் சொல்ல-வேண்டிய விஷயமே, பழைய காதல்தான். அதாவது காதல் என்று நம்பி, அது உடைந்துபோனதை உண்மையாகச் சொல்லுங்கள். ககதல் எப்படி உருவானது, எதனால் அந்தக் காதல் உடைந்துபோனது... மீண்-டும் அவருடன் காதல் வராது என்பதற்கு என்ன உத்தரவாதம் என்று முழுமையாகவும் தெளிவாகவும் சொல்லுங்கள். இப்போது பழைய காதல் நபருடன் எந்தத் தொடர்பும் இல்லை... எதிர்காலத்திலும் ஏற்படாது என்-பதற்கு உறுதி கொடுங்கள்.

வாழ்க்கையில் மறக்க நினைக்கும் அவமானங்கள், சோதனைகள், சோகங்கள் என்று எல்லாவற்றையும் பகிர்ந்துகொள்ளுங்கள். நீங்கள் எத்தனைதூரம் உங்களைப் பற்றி மனம் திறந்து சொல்கிறீர்களோ... அத்தனை தூரம் நீங்கள் விரும்புபவர் உங்களை நெருங்கி வருவார்.

'அவரைப் பற்றி எனக்கு முழுமையாகத் தெரியும்' என்று சொல்லிக்-கொள்வதை கௌரவமாகவே பல ஆண்களும் பெண்களும் நினைப்-பார்கள். அதனால் காதலிக்கும் நபரை உங்களின் மறு பாதியாகவே நினைத்து முழுமையாக உண்மையைச் சொல்லுங்கள். எந்த ஒரு கார-ணத்திற்காகவும் எதையும் மறைக்கவும், மறக்கவும் வேண்டாம்.

இறைவன் சிவன் தன்னுடைய சரிபாதியை இறைவி பரமேஸ்வரிக்குக் கொடுத்ததாகச் சொல்வார்கள். அப்படியே நீங்களும் உங்களுக்குள் அவரை நுழைய விடுங்கள். உங்கள் மனதுக்குள் அவருக்குத் தெரியா-மல் எதுவுமே இல்லை என்ற அளவுக்கு, 'நீ பாதி... நான் பாதி' என்ற நிலைமைக்குச் செல்லுங்கள்.

பேச்சில்இனிமைவேண்டும்

அலுவலகத்தில் வேலை முடியும் நேரம். வீட்டுக்கு நீங்கள் கிளம்-பும்போது தலைமை அலுவலகத்தில் இருந்து ஒரு போன். ஒரு அவசர ஃபைல் தயாரித்து அனுப்பச் சொல்லி கேட்கிறார்கள். இதை செய்துதான் கொடுக்கவேண்டும்... ஆனால் எப்படி பதில் சொல்வீர்கள்?.

"ம்... இப்பத்தான் நினைவு வந்திச்சாக்கும்... கழுத்தை அறுக்கிறதுக்-குன்னே கடைசி நேரத்தில் கேட்பாங்க... செஞ்சு தொலைக்கிறேன்..." என்று சொல்வதற்கும், "நோ பிராப்ளம் ஸார், உடனே முடிச்சு அனுப்-பிடுறேன்' என்று சொல்வதற்கும் எத்தனை வித்தியாசம் இருக்கும் என்-பதைப் பாருங்கள்.

அதாவது எப்படியும் அந்த வேலையை நீங்கள் செய்துதான் தீர-வேண்டும். ஆனால் அதையே சலித்துக்கொண்டு செய்வதால் உங்கள் மீது கெட்ட பெயர் ஏற்படும். அதையே சந்தோஷமாக செய்துகொடுத்-தால், 'கடைசி நேரத்தில் கேட்டபோதும் ஆர்வத்துடன் செய்துகொடுத்-தார்' என்று தலைமை அலுவலகத்தில் குறித்து வைக்கப்படும். அதனால் எந்த ஒரு நேரத்திலும் தேவை இல்லாத வார்த்தைகளை உதிர்க்கக்-கூடாது. உங்கள் மனதில் அப்படிப்பட்ட வார்த்தைகள் இருந்தாலும், அதனை விழுங்கிக்கொண்டு திறம்பட செயலாற்றுவதில்தான் உங்கள் வெற்றி இருக்கிறது.

இது அப்படியே காதலுக்கும் பொருந்தும். சரியாக புரிந்துகொள்ளப்-படாத, சரியாக சொல்லப்படாத, அவசரத்தில் பேசப்பட்ட உரையாடல்-கள் நிறைய காதலை உடைத்துப் போட்டிருக்கின்றன. அதனால் பேச்-சும் வார்த்தையும் மிகவும் தெளிவாகவும், மிகச்சரியாக புரிந்துகொள்ளும்

வகையிலும் இருக்கவேண்டும்.

'ஒருத்தனை செருப்பைக் கழட்டி அடிச்சுட்டேன்' என்று ஒரு பெண் திடீரென பேசினால்... எந்த ஆணாலும் ஜீரணித்துக்கொள்ள முடியாது, சகஜமாகப் பேசமுடியாது. அதனால், 'நான் நிறைய தடவை சொல்லிப் பார்த்துட்டேன். தேவை இல்லாம பின்னாடி வராதேன்னு... போலீஸ்ல சொல்வேன்னும் மிரட்டிப் பார்த்துட்டேன். ஆனா, என் அம்மா தங்கச்சி-யோட வர்றபோது வேண்டும்னே பின்னாடி வந்து என்னை இடிக்கிறான். முந்தி அவனைப் பார்த்தாலே பயப்படுவேன். உன் கூட பழகுனதுல எனக்கு தைரியம் வந்திடுச்சு. அதனால் செருப்பைக் கழட்டி அடிச்சுட்-டேன்' என்று சொல்லுங்கள். இப்போது உங்கள் செயல் நியாயமாகத் தோன்றும், நீங்கள் செய்தது சரி என்று ஊக்கம் செய்வார்கள்.

வாகனத்தில் செல்லும்போது, திடீரென தவறான முறையில் ஓவர்-டேக் செய்யும் நபர் மீது அநாகரீகமான வார்த்தைகளை நீங்கள் சட்-டென உதிர்ப்பதுகூட, உங்கள் விருப்பமானவருக்கு அதிர்ச்சி தரலாம். 'தவறு செய்பவர்களைக் கண்டால் என்னையே என்னால் கன்ட்ரோல் செய்ய முடியவில்லை...' என்று உடனே சமாதானம் சொல்லுங்கள். இனி அப்படி நிகழாது என்பதற்கு உறுதி கொடுங்கள்.

கோபம் வரலாம் என்பதற்காக அல்லது கேலி செய்வார் என்பதற்காக எதையும் மறைக்க வேண்டாம். எல்லாவற்றையும் மனம் திறந்து பேசுங்-கள். நீங்கள் சொல்வது புரியாத நிலையில் இருந்தால்... தெளிவாகச் சொல்லுங்கள். 'உனக்கு இதெல்லாம் புரியாது' என்று நழுவாதீர்கள். உங்கள் மனதில் இருப்பதை எல்லாம் கொட்டக்கொட்ட நீங்கள் இலகு-வாக மாறுவதை உணரமுடியும். உங்கள் மனதில் இருந்த கவலை, சந்தோஷம் எல்லாமே பகிர்ந்து கொள்ளப்படும் என்பதால் நிம்மதியாக இருக்கலாம்.

ஒருவர் ஏதாவது ஒரு விஷயம் பற்றி பேசத் தொடங்கினால், அதனை முழுமையாக முடிக்கும் வரை கேளுங்கள். தான் சொல்வதை ஒருவர் அக்கறையுடன் கேட்கிறார் என்பதே பலருக்கு ஆனந்தம் தரக்-கூடியதாக இருக்கும். பேசத் தொடங்கும்போதே அதைத் தடுத்து நிறுத்தி, வேறு ஏதாவது பேசினால், தன்னை மதிக்கவில்லை என்ற கோபம் வரும். அதனால் காதலில் விழுந்தவர்கள் பேசவேண்டும் என்ற அவசி-யம் இல்லவே இல்லை... கேட்பவராக இருந்தாலே போதும். காதல் மரத்தை சிறப்பாக வளர்த்துவிடலாம்.

உடலைத்தொடாதே..!

காதலின் ஆரம்ப காலகட்டத்தில் எந்தக் காரணம் கொண்டும் செக்ஸ் பற்றி பேசவே வேண்டாம். ஏனென்றால் இது தேவையற்ற தர்ம சங்கடத்தை இருவருக்கும் உருவாக்கும். தவறான அர்த்தம் தொனிக்கும் வார்த்தைகளைப் பயன்படுத்துவது, மட்டமாக வர்ணிப்பதும் வேண்டாம். காதல் என்பது மனதைக் கவர்வதற்கான முயற்சி. உடலை அடைவது மிகவும் எளிது... ஆனால் மனதைத் தொடுவதுதான் கடினம். இந்த காலகட்டத்தில் உடல் ரீதியாக நெருங்குவதும்... செயல் புரிவதும் காதல் என்பதே இதற்காகத்தானோ என்று தோன்றிவிடக் கூடும். அதனால் எந்தக் காரணம் கொண்டும் உடல் ரீதியான தொடர்பு வேண்டவே வேண்டாம். அப்போதுதான் ஒருவர் மீது ஒருவருக்கு உள்ள ஈர்ப்பு அதி-கரித்துக்கொண்டே செல்லும்.

ஒரு முறை உறவு நடந்துவிட்டாலே... பெண்களுக்குத் தங்கள் மீதான தன்னம்பிக்கை குறைந்துவிடும். எந்த நேரத்திலும் ஆண் ஏமாற்-றிப் போய்விடலாம் என்று பயம் கொள்வார்கள். 'இதற்காகத்தான் என்னை சுற்றிச்சுற்றி வந்தாயா?' என்று கேட்பார்கள். எளிதில் சண்டை வந்துவிடும். இருவரும் பெரும் ஏமாற்றத்தில் மாட்டிக் கொள்வார்கள். அதனால் திருமணம் முடியும் வரை எந்தக் காரணம் கொண்டும் இரு-வரும் உடல்ரீதியாக நெருங்குவது இல்லை என்பதில் உறுதியாக இருங்-கள். இது இன்னும் பல வகைகளில் நன்மையாக முடியும்.

* தன் மீது அன்பு கொண்டிருக்கும் காதலருக்காக திருமணம் வரை பொறுத்திருந்து, வாழ்நாள் பொக்கிஷமாக கற்பை பாதுகாத்துத் தருவதில் பெண் மிகவும் மகிழ்ச்சி அடைவாள்.

* திருமணம் வரை தன்னை இழக்காத பெண் மீது ஆண் பெரும் மையலும் மதிப்பும் கொள்வான். தன்னைக்கூட காதல் நேரங்களில் தொட அனுமதிக்காதவள் என்பதில் பெருமையும் படுவான்.

* காதல் நேரங்களில் செய்யப்படும் உறவு, பதட்டத்துடன் அவச-ரத்துடனும் நடக்கும். அதனால் இருவருக்கும் முழுமையான இன்பம் கிடைக்காது. செக்ஸ் என்பதே இவ்வளவுதானா... இதற்குத்தானா இத்-தனை கஷ்டப்பட்டு காதலித்து, கல்யாணம் செய்யவேண்டும் என்ற எண்ணம் இருவருக்கும் தோன்றிவிடும்.

* செக்ஸ் விவகாரத்தில் ஆண்களுக்கு சிற்றின்பத்துடன் விஷயம் முடிந்துவிடுகிறது. ஆனால், பெண்களுக்கு அதற்குப் பிறகுதான் நிறைய

தேவைகள் ஆரம்பம். ஏனென்றால் அவர்கள் உடல் அமைப்பு அப்படி. உறவு காரணமாக கர்ப்பம் தரித்துவிடுவோமா... சரியான நேரத்தில் மாத- விலக்கு வந்துவிட்டதா... கர்ப்பம் ஆகிவிட்டால் என்ன செய்வது என்று கேள்வி மேல் கேள்வி கேட்டு தன்னைத்தானே நொந்துகொள்வாள். அதனால் திடீரென காதல் மீது வெறுப்பு தோன்றிவிடும்.

* காமத்தை நன்றாக அனுபவிக்காதவர்களுக்கு உடலை ஆராதிக்- கத் தெரியாது. அதனால் திருமணத்துக்கு முன்னர் காமத்தில் இறங்கும் காதலர்களுக்கு உடல் பற்றி நல்ல எண்ணம் இருக்காது. இன்பம் முடிந்- ததும், தங்கள் உடல் ஒரு குப்பைத் தொட்டி போன்ற அசிங்கம் என்று பலரும் நினைத்து எரிச்சல் அடைவார்கள்.

* தகுந்த முன்னெச்சரிக்கை நடவடிக்கைகளையும் மீறி ஒருவேளை பெண் கர்ப்பம் தரித்துவிட்டால், தான் ஏமாந்துவிட்டதாக நினைக்கிறாள். அதனைக் கலைக்கும் முயற்சி பலருக்கும் தெரிந்து போகும் வாய்ப்பு உண்டாகும். தற்கொலை... கொலை போன்ற சிக்கல்கள் ஏற்படுவதற்கு இந்த நிகழ்வு காரணமாக அமைந்துவிடுகிறது.

*ஏதேனும் லாட்ஜில் சந்தித்து உறவு கொள்ளும் நேரம் போலீஸ் வசம் பிடிபடுவதற்கும் வாய்ப்புகள் உண்டு. அப்படி நிகழ்ந்தால் வாழ்வில் மிக மோசமான தருணத்தை எதிர்கொள்ள வேண்டி இருக்கும்.

* ஒரு வேளை காதல் செய்தவருடன் திருமணம் செய்யமுடியாமல் வேறு ஒருவரை திருமணம் செய்துகொள்ளும் பட்சத்தில், அவருக்குத் துரோகம் செய்துவிட்டதாக நினைப்பார்கள்.

* வேறு ஒருவரை திருமணம் செய்ய வேண்டிய சூழல் ஏற்பட்டு, அப்போது முந்தைய காதலருடன் உறவு கொண்டவர் என்ற உண்மை தெரியவரும் பட்சத்தில், அவரது எதிர்கால வாழ்க்கையே கேள்விக்குறி ஆகிவிடலாம்.

* உறவு கொண்டதை ஒரு சாதனையைப் போன்று சில சமயம் ஆண்கள் தங்கள் நட்பு வட்டாரத்தில் பரப்பி விடுவது உண்டு. இதனால் பலருக்கும் அந்தப் பெண் மீது தவறான அபிப்ராயம் ஏற்படும். நண்பரின் காதலி என்று கொடுத்துவந்த மரியாதை போய்விடும். தானும் அந்தப் பெண்ணுடன் இன்பம் பகிர்ந்துகொள்ள முடியுமா என்று முயற்சி செய்- வார். அதனால் நட்பு வட்டாரமும் கெட்டுப் போய்விடும்.

* பெற்றோர் மற்றும் குடும்பத்தாருக்கு திருமணத்துக்கு முன்பே கெட்- டுப் போனவர் என்பது தெரியவந்தால், அவர்கள் அடையும் துன்பம்

மிகப்பெரியதாக இருக்கும்.

* இந்தக் காலத்திலும் உயிரை விட கற்பே முக்கியம் என்று நினைக்கும் பெற்றோர்களும், உறவுகளும் இருக்கத்தான் செய்கிறார்கள். அதனால் தவறு செய்த பெண்ணுக்கு அளவுக்கு மீறிய தண்டனை கிடைக்கலாம்.

* ஒரு முறை ஒரு பெண்ணை அடைந்துவிட்டால், அதன்பிறகு அந்தப் பெண் மீது ஈர்ப்பு குறைந்துவிடுவது அனைத்து ஆண்களுக்கும் உள்ள இயல்பு. அதனால் காதல் அடுத்த கட்டத்துக்கு நகராமல் உடைந்துவிடுவது உண்டு.

* திருமணம் செய்துகொள்ள வேண்டும் என்று பெண் கோரிக்கை எழுப்பினால், 'நீ என்னைப் போன்று இதுவரை எத்தனை ஆணுடன் உறவு கொண்டாயோ...' என்று ஆண் கேள்வி எழுப்ப வாய்ப்பு உண்-டாகும்.

தீவிரமாக சிந்தித்துப் பார்த்தால், சிறிது நேர இன்பம் என்பது தவிர, திருமணத்துக்கு முன்பான உறவு பெரும் துன்பமாகத்தான் முடியும். கற்பை காப்பாற்றி வைப்பதுதான் பெண்களுக்கு அழகு என்பது நம் இந்-தியப் பண்பாடாக கருதப்பட்டு வருகிறது. அதனால் காதல் காலத்தில் செக்ஸ் உறவு நடந்துவிடாமல் தங்களை பாதுகாத்துக்கொள்ள வேண்டி-யது பெண்களுக்கு மிகமிக முக்கியம். அப்போதுதான் காதல் உடைந்து-விடாமல் பாதுகாப்பாக இருக்கும்.

மிக மிக அரிதாக, 'நான்தான் எப்படியும் உன்னை கல்யாணம் செஞ்சுக்கப் போறேன்... ஆனா, உனக்கு என் மேல நம்பிக்கை இல்லை. அதான் தொட விடுறதே இல்லை' என்று ஆண்கள் கோபிப்பது உண்டு. ஆனால், இதனை பொருட்படுத்தாமல், 'திருமணம் முடிந்ததும் உங்க-ளுக்குப் பரிசாகக் கொடுக்க என்னிடம் இருக்கும் விலை மதிப்பற்றது கற்பு மட்டும்தான். இதைத் தவிர உங்களுக்காக எதையும் செய்வேன்' என்று பெண்களும் டயலாக் பேசியாவது தங்கள் உடலை பாதுகாத்துக் கொள்ளவேண்டும்.

தொடவிடாத பெண்களுக்கு காதல் உலகத்தில் நல்ல மதிப்பும் மரி-யாதையும் உண்டு என்பதால் பெண்கள் இந்த விஷயத்தில் மிகவும் உஷாராகவே இருக்கவேண்டும்.

உஷார் என்றவுடன், தற்செயலாக மேலே கை பட்டால் அல்லது கால் பட்டால்கூட குற்றம் கண்டுபிடிப்பது வேண்டாம். உங்கள் நபர்

மீது தற்செயலாக உரசுவது, சாக்லேட், ஐஸ்க்ரீம் தரும்போது கைகளில் அழுத்தித் தருவது போன்றவை எல்லாம் குட்டிக்குட்டி குறும்புகள், அவசர முத்தம் போன்றவைகளுக்கு தடை போடாதீர்கள். கூட்டத்தில் நடக்கும்போது விரல்களைப் பிடித்துக்கொள்வது தவறு இல்லை. ஆனால் இவற்றை எல்லாம் இயல்பாகவே செய்யுங்கள். காதலன் அல்-லது காதலி கை பட்டவுடன் சிலிர்த்தாலும், அதனை அப்பட்டமாக வெளிக்காட்டிக் கொள்ளாதீர்கள். அமைதியுடன் ஏற்றுக்கொள்ளுங்கள். இயல்புடன், எல்லை மீறாமல் நடந்துகொள்ளும்போது, அந்தக் காதல் தனி மரியாதையுடன் மிளிரும்.

ஒப்பீடுவேண்டாமே...

அருகருகே குடியிருக்கும் நபர்கள் அன்யோன்யமாகப் பழகி வரு-வார்கள். திடீரென யாராவது ஒருவர் கார் வாங்கினால் அல்லது வீடு கட்டி குடியேறிப் போனால் பக்கத்து வீட்டில் இருப்பவர்களுக்குப் பொறுக்காது. நம்மைப் போலவே இருந்த ஒருவர், இன்று எப்படி இருக்-கிறார்... நாம் இன்னமும் இப்படியே இருக்கிறோமே என்று பொறா-மையில் வெந்து புலம்புவார்கள். ஒரே நிறுவனத்தில் நட்பாக வேலை செய்வார்கள். சம்பள உயர்வில் ஒருவருக்கு அதிகமாகவும், இன்னொ-ருவருக்குக் குறைவாகவும் போட்டுவிட்டால் அவ்வளவுதான்... ஈகோ தலைதூக்கி விடும்.

இந்த ஒப்பீடுதான் பலரது வாழ்க்கையை புண்ணாக்கி விடுகிறது. இதுவரை இருக்கும் சந்தோஷத்தையும் இந்த ஒப்பீடு பறித்துப் போய்வி-டும். அதனால் காதலில் விழுந்தவர்கள் எப்போதும் தாங்கள் விரும்பிய நபரை இன்னொரு நபருடன் ஒப்பிட்டுப் பார்க்கவே கூடாது.

'இதே டிசைன் சட்டையை சதீஷ் நேத்துப் போட்டிருந்தான், சூப்பரா இருந்திச்சு... உனக்கு ஏன் எதுவுமே சரியா ஃபிட் ஆகமாட்டேங்குது...', 'உன்னோட வேலை செய்ற சரிதா தினமும் காலையில சரியான நேரத்-துக்கு ஆபிஸ் வந்துடுறா... உனக்கு மட்டும் தினமும் ஏன் லேட்டா-குது...', 'உன்னை விட கம்மியா சம்பளம் வாங்குற எத்தனையோ பேர் கார் வாங்கியாச்சு... இன்னும் நீ பைக் வைச்சிக்கிட்டு சீன் போடுற...', 'உன் தங்கச்சி மாதிரி நீயும் சிரிச்சுக்கிட்டே இரேன்...' என்று எந்தக் காரணம் கொண்டும் யாரோடும் ஒப்பிட்டுச் சொல்லாதீர்கள்.

இந்த ஒப்பீடுதான் எத்தனையோ காதலர்களின் திடீர் சண்டைக்கும் நிரந்தரப் பிரிவுக்கும் காரணமாகி இருக்கிறது. அதனால் யாருடனும்

எதற்காகவும் ஒப்பீடு செய்யாதீர்கள். இன்னும் குறிப்பாக உங்களை இதற்கு முன் விரும்பிய ஒருவருடன் ஒப்பீடு செய்யவே செய்யாதீர்கள். 'முந்தி ஒரு பையன் என்னை விரட்டிக்கிட்டே இருந்தான். கறுப்பா இருந்தாலும் எப்பவும் சிரிச்சிக்கிட்டே இருப்பான், நீ எப்பவும் டென்-ஷன்லேயே இருக்கே... பேசாம அவனையே லவ் பண்ணியிருக்கலாம்', 'எங்க அத்தை பொண்ணு நான் என்ன சொன்னாலும் எதிர்த்துப் பேசாம கேட்பா. ஆனா... நீ என்னடான்னா எதைச் சொன்னாலும் எதிர்த்-துப் பேசுற...' என்பது போன்று எப்போதும் பேசாதீர்கள். ஏதாவது ஒரு குறையைச் சொல்லவேண்டும் என்றாலும், ஏதாவது ஒரு குறிப்பிட்ட விஷயத்தைப் பாராட்ட வேண்டும் என்றாலும் நேரடியாகவே குறிப்பிட்டுச் சொல்லுங்கள். அவரைப் போன்று மாறவேண்டும்... இவரைப் போன்று செய்யாதே என்று சொல்லுங்கள்.

நட்புக்கும்எல்லைஉண்டு:

காதலில் விழுந்தவர்களுக்கு இடையே நடக்கும் பேச்சுவார்த்தை, சண்டை, கோபம் போன்றவைகளை முழுமையாக அப்படியே உங்கள் நெருங்கிய நண்பர்களிடம் பகிர்ந்துகொள்ள வேண்டும் என்ற அவசியம் இல்லை. இது பல நேரங்களில் காதலர்களுக்குப் பெரும் பிரச்னையாக மாறுவது உண்டு. தன்னுடையவர் என்ற நம்பிக்கையில் ஏதாவது ஒரு குடும்ப ரகசியம் பற்றி பேசியிருப்பார். 'என் அக்காவுக்கு நெஞ்சில ஏதோ கட்டி வந்திருக்கு... புற்று நோயாக இருக்கலாம் என்று பயப்படு-கிறோம்' என்று காதலி உங்களிடம் சொல்லி இருப்பார். அதை நீங்கள் மற்றவர்களிடம் தம்பட்டம் அடித்து, அது உங்கள் காதலிக்கே போய்ச் சேர்ந்தால் எப்படி எதிர்வினை இருக்கும் என்பதைச் சொல்லவே வேண்-டியது இல்லை. அதே போன்று ஒரு சிலர் காதலரிடம் இருக்கும் குறை-களை நேரில் சொல்ல மனம் இன்றி, நண்பர்களிடம் சொல்லி அறிவு-றுத்தச் சொல்வார்கள். இதுவும் பல நேரம் தப்பாகவே முடிந்துவிடுவது உண்டு.

'டேய்... நீ கலர் கலரா டிரெஸ் போடுறது உன் ஆளுக்கு பிடிக்க-லையாம்... லைட் கலர்லே சாஃப்டா போடச் சொல்றாடா...', 'அடியே, நீ எப்பப் பார்த்தாலும் ஐஸ் க்ரீம் வாங்கித் தின்கிறது உன் லவ்வருக்குப் பிடிக்கலையாம்... இது என்ன கெட்ட பழக்கமா இருக்கு... மாத்தச் சொல்லுங்கன்னு என்கிட்ட வந்து சொல்றாண்டி...' என்று இன்னொரு நபர் மூலம் எந்த ஒரு விஷயம் செல்வதையும் யாரும் விரும்ப மாட்-

டார்கள். அதனால் காதலர்களுக்கு இடையேயான அந்தரங்கப் பேச்சுகளை எக்காரணம் கொண்டும் மூன்றாம் நபருக்குத் தெரியும்படி நடந்துகொள்ளாதீர்கள். உங்கள் அந்தரங்க உலகத்தில் மூன்றாவது நபர் யாருக்கும் நுழைய உரிமை இல்லை. அது உங்கள் பெற்றோராக இருந்தாலும் சரி, நீங்கள் விரும்புபவரின் பெற்றோர் மற்றும் நண்பர்களாக இருந்தாலும் சரி.

காதல் கடிதம் தீட்டுங்கள்...

செல்போன் வந்தபிறகு கடிதம் எழுதுவதை பெரும்பாலானோர் மறந்தே விட்டார்கள். எந்த ஒரு விஷயம் என்றாலும் பேசமுடியும் எனும்போது, எதற்காக கடிதம் எழுதவேண்டும் என்று நினைக்கிறார்கள். செல்போன் உரையாடலை விட கடிதம் ஆயிரம் மடங்கு மதிப்புள்ளது என்பதை நீங்கள் எழுதும்போது அல்லது ஒரு காதல் கடிதத்தை வாசிக்கும்போதுதான் உணரவே முடியும். ஏனென்றால் உங்கள் மனதில் இருப்பதை யோசித்து, நிதானமாக ஆழமுடன் எழுதுவது கடிதத்தில் மட்டுமே சாத்தியம். நேரில் பேசமுடியாத மற்றும் செல்போனில் பேசமுடியாத எத்தனையோ விஷயங்களை கடிதத்தில் மனம் திறந்து எழுதமுடியும்.

எந்த ஒரு விஷயத்தையும் கவிதை நயத்துடன் எழுதும்போது, அதற்குக் கிடைக்கம் மரியாதையே தனிதான். உதாரணத்துக்கு, 'நீங்கள் என்னைப் பார்க்கும் பார்வை, காந்தம் போன்று பிடித்து இழுக்கிறது. நீங்கள் இல்லாதபோதும் என்னையே அந்தப் பார்வை பார்க்கிறது. என் கண்களுக்கு உங்கள் பார்வையைத் தவிர வேறு எதுவும் தெரிவது இல்லை. இத்தனை கவர்ச்சியான கண்களை வைத்து வேறு எந்தப் பெண்ணையும் பார்த்துவிடாதீர்கள். அது எனக்கு மட்டும்தான் சொந்தம்' என்று ரொமாண்டிக்காக எழுதுவது கடிதத்தில் மட்டும்தான் சாத்தியம். இப்படி பேசினால் அது நாடகத்தனமாகத் தெரியும் என்று எதிரில் இருப்பவர் கேலி செய்வார். ஆனால் கடிதத்தில் எழுதப்பட்டது என்றென்றும் அழியாமல் அவர் நெஞ்சில் நிலைத்து நிற்கும். அதனால் அவ்வப்போது காதல் கடிதம் எழுதி காதலுக்கு உரம் போடுவது அவசியம்.

குறிப்பாக இரண்டு நாட்களுக்கு மேல் பார்க்கவோ அல்லது பேசவோ முடியாத சூழல் ஏற்படும் பட்சத்தில், எப்படித்தான் சமாளிக்கப் போகிறேனோ என்ற ரீதியில் அல்லது இரண்டு நாளும் எத்தனை நரகமாகக் கழிந்தது என்றோ ஒரு கடிதம் எழுதுங்கள்.

கடிதம் என்பது வெறுமனே காதலைச் சொல்வது மற்றும் பாராட்டுவதாக மட்டும் இருக்கவேண்டும் என்பது இல்லை. உங்கள் விருப்பமானவரிடம் தென்படும் ஒரு சில குறைகளையும் கடிதத்தில் நீங்கள் தைரியமாக கடிதம் மூலம் எடுத்துச் சொல்லமுடியும். 'நீங்கள் அசைவ உணவு சாப்பிடுவதை கொஞ்சம் குறைத்துக் கொள்ளவேண்டும் அல்லது ஒரு மருத்துவரிடம் சென்றே தீரவேண்டும். ஏனென்றால் ஒரு சில வேளைகளில் உங்கள் உடலிலிருந்து துர்நாற்றம் தென்படுகிறது. இந்தக் குறையை நீங்கள் போக்கிக்கொள்ளத்தான் வேண்டும். இல்லையென்றால் உங்கள் அலுவலகத்தில் யாராவது கேலி செய்துவிட வாய்ப்பு உண்டு. அதை என்னால் தாங்கிக்கொள்ளவே முடியாது. நீங்கள் எந்தக் குறையும் இல்லாத மிஸ்டர் பெர்ஃபெக்ட் என்று இருக்கவேண்டும் என்று ஆசைப்டுகிறேன். எனக்குத் தெரிந்த மருத்துவர் ஒருவர் இருக்கிறார், நீங்கள் விரும்பினால் இந்த வாரம் போகலாம்' என்ற ரீதியில் குறையை சுட்டிக்காட்ட முடியும். இதே குறையைப் பற்றி நேரில் பேசினால், அவர் மனம் சங்கடம் அடைய வாய்ப்பு உண்டு.

ஏதாவது சூழலில் நீங்கள் விரும்புபவரின் மனம் புண்படும் வகையில் அல்லது வருந்தும்படி நடந்திருக்கலாம். அப்படி ஒரு நிகழ்வை மறந்து சகஜமாக நீங்கள் பழகி வரலாம். ஆனால் அவர் மனதில் அது உறுத்திக்கொண்டே இருப்பதற்கு வாய்ப்பு உண்டு. அதனால் கடிதம் மூலம் அதுபோன்ற நிகழ்வு ஏன் ஏற்பட்டது என்பதைத் தெளிவாக விளக்கி, மன்னிப்பு கேளுங்கள். ஒரு முறை மன்னிப்பு கேட்கும்போது, உங்களவரின் மனதில் நீங்கள் மேலும் உயர்ந்துவிடுவீர்கள் என்பதைப் புரிந்துகொள்ளுங்கள்.

உங்களவர் மீது நீங்கள் எத்தனை தூரம் அன்பு, காதல் வைத்திருக்கிறீர்கள் என்பதை நேரில் பேசுவதற்கு சங்கடமாக இருந்தால், கடிதத்தில் தெரிவியுங்கள். அதுபோன்று அவர் எடுக்கும் ஒவ்வொரு முயற்சிக்கும் துணை நிற்கப் போவதாக உறுதி சொல்லுங்கள். என்றும் அவருடன் இணைந்து வாழும் கனவு வாழ்க்கையைப் பற்றிச் சொல்லுங்கள்.

காதல் கடிதம் என்பது ஒரு முறை வாசித்தவுடன் கிழித்து எறிவது அல்ல. மீண்டும் மீண்டும் படித்து ரசிப்பது. தனக்கென ஒருவர் இருக்கிறார் என்று நம்பிக்கை தருவது. அதனால் காதல் கடிதங்கள் கண்டிப்பாக எழுதவேண்டும். ஆனால், அது மிகச்சரியாக நீங்கள் விரும்புபவரின் கைகளுக்குப் போய்ச் சேர்கிறதா என்பதை உறுதிபடுத்திக் கொள்ளுங்

கள். அலுவலகத்தில் அல்லது வீட்டில் வேறு யாருடைய கைகளுக்கா-வது போய்ச்சேர்ந்தால், எதிர்பாராத தொந்தரவுகள் சிக்கல்கள் வரலாம். இது என்றென்றும் பாதுகாத்து வைக்கவேண்டிய அற்புத பொக்கிஷம் என்பதால், ஒரு கடிதம் எழுதுவதற்கு நீண்ட நேரம் எடுத்துக்கொள்ளுங்-கள். நேரில் பேச முடியாததை, மறந்ததை எல்லாம் எழுதுங்கள். உங்கள் காதல் மரத்துக்கு அற்புத வேராக இருக்கும் இந்தக் காதல் கடிதங்கள்.

இப்போது உங்கள் காதல் மரம் வேர் பிடித்து வளரத் தொடங்கிவிட்-டது. இனியும் அதனை நீங்கள் பராமரித்தால்தான் பூ பூக்கும். அதற்-கான மந்திரத்தை அறிந்துகொள்வோம்.

கடைசி பக்கம் : காதல் வெற்றிக்கு பத்து மந்திரங்கள்

காதல் என்பது உணர்வு பூர்வமானதா அல்லது அறிவு பூர்வமானதா என்று கேள்வி எழுப்பப்பட்டால், உணர்வு பூர்வமானது என்றுதான் பதில் கிடைக்கும். இதுதான் உண்மையும்கூட. ஆனால் காதலை உணர்வூபூர்-வமாக மட்டுமே அணுகுவதால்தான் பிரச்சனைகள், தோல்விகள், சோகங்-கள் உருவாகின்றன. எனவே உணர்வு நிலையைத் தாண்டி அறிவியல் பூர்வமாகவும் காதலை அணுகவும் ஆராயவும் வேண்டும்.

அப்போதுதான் காதலில் வெற்றி எளிதாகும். தோல்வி கிடைத்தாலும் சோகம் பற்றிக்கொள்ளாது.

அதனால்தான் இந்தப் புத்தகத்தில், மனதை மயக்குவது போன்ற கவிதை நயத்தில் காதலைச் சொல்லாமல், உண்மையின் கரம் பிடித்து காதலுக்குள் அழைத்துச் செல்கிறேன். காதல் செய்பவர்களும் காதல் செய்ய நினைப்பவர்களும் காதலைப் பற்றி முழுமையாக அறிந்துகொள்ள வேண்டும் என்பதற்காகவே தகவல் களஞ்சியமாக எழுதி இருக்கிறேன். இந்தப் புத்தகத்தை காதல் மருந்து என்றுதான் சொல்வேன். மருந்து எப்-போதும் கசக்கத்தான் செய்யும், ஆனல் அது தரும் பலன்கள் வியக்கத்-தக்கதாக இருக்கும். வாருங்கள்... காதலில் மூழ்குங்கள்.

அத்தியாயம் 9

காதல் மந்திரம் 7 —— தடைகளைத்தாண்டுவதே காதல்

சொல்லப்பட்ட காதல் எல்லாமே நிலைத்து நிற்கும் என்பது உறு-தியில்லை. இன்னும் சொல்லப்போனால் சொல்லப்பட்ட ஆறு மாதங்க-ளுக்குள் உடைந்துபோன காதல்கள் மிகமிக அதிகம்.

இதற்கு காரணம் ஏமாற்றம். தங்கள் கனவுக் காதலன் அல்லது காதலி இவர் அல்ல என்பதை கொஞ்சம் தாமதமாக புரிந்துகொள்கிறார்-

கள். அதனால் கஷ்டப்பட்டு வளர்த்த காதல் மரம் திடுமென வேரோடு சாய்ந்து விடுகிறது. ஆயிரம் காலத்து உறவு என்று நினைத்த காதல், நீர்க்குமிழி போன்று உடைந்து விடுகிறது. காதல் மரம் வளர்ந்து பலன் தரும் முன்னரே, முறிந்து போவது பல்வேறு காரணங்களால் நிகழ்கிறது.

எப்படிப்பட்ட காரணங்களால் காதல் உறவு முறிகிறது என்பதை அறிந்துகொண்டால், அந்த இடர்பாடுகளைக் கவனித்து களைந்துவிட முடியும். உறவு முறிவு என்பது சில நேரம் ஊடலாகவும் இருக்கக்கூடும். ஏதாவது ஒரு விஷயத்தில் ஏற்பட்ட கோபம், ஒரு சில நாட்களில் அல்-லது சில வாரங்களில் மாறிவிடக்கூடும். அப்போது ஊடல் குறைந்து-போய், காதல் மேலும் உறுதியாகக் கூடும். அதனால் காதலில் ஏற்பட்-டுள்ளது தற்காலிகப் பிரிவா அல்லது நிரந்தரப் பிரிவா என்பதை முதலில் அடையாளம் கண்டுகொள்ள வேண்டும்.

100 சதவிகிதம்முழுமையானவரா?

இந்த உலகில் எந்த ஒரு மனிதரும் 100 சதவீதம் முழுமையானவர் இல்லை என்பதை காதலர்கள் புரிந்துகொள்ள வேண்டும். எல்லா மனி-தர்களிடமும் அன்பு, கோபம், ஆசை, பொறாமை, சுயநலம் போன்றவை நிரம்பியே இருக்கும். இன்னும் சொல்லப்போனால் எல்லா மனிதர்களுமே சூழ்நிலைகளுக்கு ஏற்ப மாறக்கூடியவர்கள்தான். இதை புரிந்துகொள்ளா-மல்தான் பலரும் கோபப்பட்டு காதலை முறித்துக்கொள்கிறார்கள்.

கடந்தகால சிக்கல்களை, பிரச்னைகளை காதல் செய்பவரிடம் மறைக்காமல் சொல்லிவிட வேண்டும் என்று ஆரம்பத்திலேயே அறி-வுறுத்தி இருக்கிறோம். இதனை ஒருசிலர் முழுமையாக கடைபிடிப்ப-தில்லை. அதாவது, இதெல்லாம் ரொம்ப சின்ன விஷயம், இதையெல்-லாமா சொல்வார்கள் என்று அசட்டையாக இருப்பார்கள். அதுதான் அவர்களுக்கு சிக்கலாக வரலாம்.

* காதலியைப் பார்க்க வரும் நேரங்களில் மட்டும் சிகரெட் பிடிக்கா-மல் மிஸ்டர் பரிசுத்தம் போன்று வரும் ஒரு நபர், பாக்கெட் கணக்கில் சிகரெட் பிடிப்பவராக இருக்கலாம்.

* புன்னகையால் மயக்கிய பெண், செயற்கை பல் பொருத்தியவராக இருக்கலாம்.

* தனியார் வங்கியில் அதிகாரி என்று காதல் செய்த இளைஞன் அந்த வங்கியில் ஒரு அடிமட்ட ஊழியராக இருக்கலாம்.

* உயர்ந்த கம்பெனியின் ஐஸ்க்ரீம் தவிர வேறு எதையும் விரும்பாதவராக பந்தா காட்டும் காதலி, உண்மையில் ரோட்டில் குல்பி ஐஸ் ரசிகையாக இருக்கலாம்.

* காதலர் வரும் வாகனம், வேறு ஒரு நண்பருடையதாக இருக்கலாம்.

* காதலியின் குடும்பத்தினர் பக்கா கிராமத்தவர்களாக இருக்கலாம்.

* தொலைதூரக் கல்வி முறையில் டிகிரி முடித்தவராக காதலர் இருக்கலாம்.

* காதலி போட்டிருக்கும் அத்தனை நகையும் டூப்ளிகேட்டாக இருக்கலாம்.

* காதலி முன்பு அதிர்ந்துகூட பேசாத காதலர், உண்மையில் ரவுடித்தனம் செய்பவராக, கெட்ட வார்த்தைகளை அள்ளித் தெளிப்பவராக இருக்கலாம்.

* ஏற்கெனவே ஒருவரை காதலித்து ஏமாந்தவராக காதலி இருக்கலாம்.

இதுபோன்று எத்தனையோ தகவல்களை காதலில் இருப்பவர்கள் கண்டுபிடிக்க நேரலாம். இந்த உண்மைகள் எப்படி, எந்த நேரத்தில், யார் மூலம் வெளிவரும் என்பதைப் பொறுத்து ஒரு சில மன்னிக்கப்படலாம் அல்லது ஏற்றுக்கொள்ள முடியாமல் பிரிய நேரிடலாம்.

எனவே, எந்த ஒரு காரணம் என்றாலும் பிரிவதற்கு முடிவு எடுக்கும் முன்பு, இந்த உலகில் யாருமே 100 சதவீதம் நல்லவர் இல்லை என்பதைப் புரிந்துகொள்ள வேண்டும். நல்ல குணம், கெட்ட குணம் போன்றவை எல்லா மனிதர்களிடமும் இருக்கும் என்பதை அறிந்திருக்க வேண்டும்.

பெண் உரிமை பற்றி மேடைதோறும் முழங்கும் புரட்சியாளன், வீட்டில் மனைவியை குடித்துவிட்டு அடிப்பவராக இருக்கலாம். ரோட்டில் கெட்டவார்த்தை பேசி சண்டை போடும் ஒருவன், வீட்டில் மனைவிக்கு மரியாதை கொடுப்பவராக இருக்கலாம். வேலைக்கு வரும்போது புன்னகையுடன் திகழும் பெண், வீட்டுக்குப் போனதும் அத்தனை நபர்களிடமும் எரிச்சல் காட்டுபவராக இருக்கலாம். காதலன் கூப்பிட்டால் சினிமாவுக்குக்கூடப் போக விரும்பாத பெண், நட்பு வட்டாரத்துடன் அடிக்கடி அவுட்டிங் செல்பவராக இருக்கலாம்.

இப்படி ஒவ்வொரு நபரிடமும் சில குறைகளும், சொல்லப்படாத அதிர்ச்சிகளும் இருக்கத்தான் செய்யும். ஒரு சில நேரம் போனஸ் மாதிரி எதிர்பாராத ஆனந்தமும் கிடைக்கலாம். உங்களைப் போன்றே உங்கள் நபரும் டி.வி. பார்க்காத புத்தக விரும்பியாக இருக்கலாம். உங்கள் நபர், கர்நாடக இசை படித்தவராக... அவ்வப்போது பாடல்களை முணுமுணுப்-பவராக அமைந்து இருக்கலாம்.

எந்த ஒரு குறைபாடு பற்றி தெரியவந்தாலும், உடனே கோபப்படுவது, ஆத்திரப்படுவது, டென்ஷன் ஆவது புத்திசாலித்தனம் இல்லை. நீங்கள் திட்டமிட்டு ஏமாற்றப்பட்டு இருக்கிறீர்களா அல்லது தற்செயலாக சொல்-லப்படாத ஒன்றா என்பதை அறிந்துகொள்ளுங்கள். உங்கள் மீதான அன்பில், ஆசையில், ஆர்வத்தில் ஒரு சில பொய் மறைக்கப்பட்டதா என்று பாருங்கள்.

ஏனென்றால் இந்த உலகில் ஃபெர்பக்ட் கப்பிள் என்று சொல்லப்படும் சரியான ஜோடியை ஒருபோதும் அடையாளம் காணமுடியாது. மனிதர் என்று பிறந்துவிட்டாலே ஏதாவது சின்னச்சின்ன குறைகள் இருக்கத்-தான் செய்யும். அதனால் உங்கள் எதிர்பார்ப்பு எத்தனை சதவிகிதம் வரை இருக்கிறது என்பதைப் பாருங்கள். மனவியலார் கருத்துகளின்படி ஒருவரின் எதிர்பார்ப்பில் 60 முதல் 70 சதவிகிதத்தை ஒரு நபர் பூர்த்தி செய்தாலே, அவர் நல்ல துணையாக இருக்கமுடியும். அதனால் அவர் செய்திருக்கும் குற்றம் ஏற்றுக்கொள்ளக் கூடியதுதானா... மன்னிக்கக் கூடியதுதானா என்பதை நிதானமாக யோசித்துப் பாருங்கள். அதுவரை-யிலும் நீங்கள் விரும்பியவருடன் சண்டையும் வேண்டாம், சமாதானமும் வேண்டாம். முற்றிலும் அறியாத மூன்றாம் நபர் போன்று பிரிந்து இருங்-கள்.

மீண்டும் ஒரு முறை நன்றாக யோசியுங்கள். அவர் சொன்ன பொய் அல்லது நீங்கள் கண்டுபிடித்த பொய் காரணமாக உங்கள் கனவு எத்-தனை தூரம் கலைந்துபோயிருக்கிறது என்பதைப் பாருங்கள்.

இப்படிப் பிரிந்து இருக்கும் காலங்களில், அவர் செய்த தவறுகளை மன்னிக்கத் தோன்றுகிறதா அல்லது அவர் மீது முன்பைவிட கோபம் அதிகரித்து உள்ளதா என்பதைப் பாருங்கள். ஒரு சிலர் செய்த தவறு அல்லது ஏமாற்றிய செயல் ரசிக்கக்கூடியதாகவும் இருக்கலாம். பெயர் சரியில்லை என்று மாடர்னாக எதையாவது சொல்லி ஏமாற்றி இருக்க-லாம். எதுவாக இருந்தாலும் நீங்கள் விரும்பும் பெண் அல்லது ஆண்

மீது இருக்கும் நிறைகள் அதிகமா அல்லது குறைகள் அதிகமா என்பதைப் பாருங்கள்.

அன்புக்கு முன்பு எந்த ஒரு தவறும் பெரிதாகத் தெரியாது என்பதை நம்புங்கள். ஒரு குழந்தை தவறு செய்தால்... தாய் கண்டிப்பாளே தவிர, தண்டிப்பது கிடையாது. காதலும் தாய்மையைப் போன்றதுதான். ஆனால் காதலுக்கு ஓர் எல்லை உண்டு. தவறு செய்வதை ஏற்றுக்கொள்வது என்றால் மனதார ஏற்றுக்கொள்ள வேண்டும். மீண்டும் மீண்டும் அந்தக் குறையை சுட்டிக்காட்டுவது இருக்கக்கூடாது. ஆனால், மீண்டும் அதுபோன்று வேறு பொய்கள் எதுவும் இருக்காது என்பதற்கு என்ன உத்தரவாதம் என்பது உங்களை நீங்களே கேட்டுக்கொள்ள வேண்டிய கேள்வி.

இந்த நிலையில் காதலில் இருந்து வெளியேறுவது தவறில்லை. காதல் கடிதங்கள், அன்பளிப்புகள் போன்று எதையாவது பரிமாறி இருந்தால், அதில் உங்கள் பெயர் அல்லது வேறு ஏதாவது நினைவுச் சின்னம் இருக்கிறதா என்று பாருங்கள். அதனை திருப்பி வாங்கிக் கொள்ளுங்கள். பிரிதல் என்றதும் சண்டை போட்டுத்தான் பிரியவேண்டும் என்பது அல்ல. 'இவ்வளவு நாள் பழகினோம்... நமக்குள் சரிப்பட்டுவராது என்று நினைக்கிறேன். நாம் இருவரும் சேர்ந்து இருந்து காலம் முழுவதும் சண்டை போட்டுக்கொண்டு இருப்பதைவிட, இப்போதே பிரிந்துவிடலாம்' என்று உறவில் இருந்து விலகுங்கள்.

எந்தக் காரணம் கொண்டும், 'இனி நாம் காதலர்கள் அல்ல... நட்பாக இருக்கலாம்' என்று மீண்டும் உறவைத் தொடராதீர்கள். மீண்டும் ஒரு தவறான பாதைக்குத்தான் இது இழுத்துச் செல்லும். அதனால் பிரிவது என்றால் முழுமையாகப் பிரிந்துவிடுங்கள். ஒரு சில தவறுகள் மன்னிக்கக்கூடியதாக இருக்கலாம். ஆனால், மன்னிக்கவே கூடாத சில தவறுகளை செய்திருப்பார்கள். இந்த நேரம் தெரியவரும் பட்சத்தில் நீங்கள் உறுதியாக இருக்கவேண்டும்.

ஏற்கெனவே திருமணம் ஆனவர்கள் :

ஆண்களில் பலர் பணி சூழல் காரணமாக பல்வேறு ஊர்களுக்கு மாறுகிறார்கள். ஒவ்வொரு ஊரிலும் இரண்டு அல்லது மூன்று வருடங்கள் மட்டுமே இருக்கவேண்டிய நிலை இருக்கும். இப்படிப்பட்ட நேரங்களில் சில ஆண்கள் மட்டும், ஊருக்கு ஒரு காதலியை ஏற்படுத்திக்கொள்வது உண்டு. சொந்த ஊரில் திருமணம் செய்து மனைவி, குழந்தைகள் இருப்பார்கள். அதைக் கண்டுகொள்ளாமல் புதிய ஊரில்,

புதிய பெண்ணைக் கண்டுபிடித்து அவள் மனம் கோணாமல் நடந்து மனதில் இடம்பிடித்து விடுவார்கள். திருமணம் ஆனது, சொந்த ஊர் அனைத்தையும் மறந்து புதிய ஆபிஸ் நண்பர்களை மட்டும் அறிமு- கப்படுத்துவார்கள். அனைவரிடமும் திருமணம் ஆகவில்லை என்றே சொல்லி வைத்திருப்பார்கள் என்பதால், யாரும் எச்சரிக்கை செய்ய வாய்ப்பு இருக்காது.

சொந்தங்கள், உறவுகள் பற்றி பேசத் தொடங்கினால், 'திருமணத்- துக்கு ஊரில் ஒப்புக்கொள்ள மாட்டார்கள். அதனால் நாம் இங்கேயே திருமணம் முடித்துக்கொள்வோம். அதன்பிறகு சமாதானப்படுத்திக் கொள்ளலாம்' என்பது போல் நம்பும்படியாகப் பொய் சொல்வார்கள்.

இவர்கள் பெண்களின் அன்பைப் பெறுவதற்காக எப்படிப்பட்ட பொய்யையும் சொல்வார்கள், எவ்வளவு பணமும் செலவு செய்வார்கள்.

இப்படிப்பட்ட நபர் உங்களவர் என்று தெரியவந்தால் முதலில் அவரது பழைய வாழ்க்கையைக் கிளறிப் பாருங்கள். எங்கே படித்தார், எங்கே முதலில் வேலை செய்தார், எவ்வளவு வருடங்கள் வேலை செய்தார் என்பதை எல்லாம் விளக்கமாகக் கேட்டுக்கொள்ள வேண்டும். குறிப்பாக இதற்கு முன்னர் எந்த அலுவலகத்தில் எத்தனை நாட்கள் வேலை செய்தார், அங்கே ஏதாவது பிரச்னைகள் ஏற்பட்டதா என்பதை அறிந்துகொள்வது அவசியம். இதுபோன்ற விஷயங்களைச் செய்வதற்கு அவருடைய புதிய நண்பர்களையே பயன்படுத்திக் கொள்ளலாம். அல்- லது அவர் முன்பு வேலை செய்த இடத்தில் இருக்கும் உங்கள் நண்பர்- களைப் பயன்படுத்திக் கொள்ளுங்கள்.

இப்படிப்பட்ட நபர்கள் முடிந்தவரை திருமணத்திற்கு முன்பே பெண்ணை காமவயப்படுத்தி தங்கள் கட்டுப்பாட்டுக்குள் கொண்டுவர நினைப்பார்கள். மேலும் கையில் மோதிரம் போட்டு, 'திருமணம் முடிந்- துவிட்டது' என்று வாக்குறுதி கொடுப்பார்கள். குறிப்பாகச் சொல்வது என்றால், அளவுக்கு மீறி நல்லவர்களாக நடிப்பார்கள். அதனால் எந்த ஒரு சூழலிலாவது நீங்கள் விரும்பும் நபர் குறித்து, ஏற்கெனவே திரு- மணம் ஆனவர் என்ற தகவல் வந்தது என்றால், உடனடியாக அவரது உறவைத் துண்டித்துக் கொள்ளுங்கள்.

இதுபோன்ற சூழலில் பல ஆண்கள் சட்டென்று பழியை மனைவி மீது போடுவார்கள். அதாவது, என்னுடைய மனைவி என் ரசனைக்கு கொஞ்சமும் ஏற்றவள் இல்லை. அவள் தவறான உறவு வைத்திருக்கும்

பெண், அவள் என்னை ஏமாற்றி திருமணம் முடித்துக்கொண்டாள் என்ற ரீதியில் மனைவி மீது பழியைப் போட்டுத் தப்பிக்க நினைப்பார்கள்.

எந்த ஒரு காரணம் என்றாலும் இப்படிப்பட்ட நபர்களை ஏற்றுக்கொள்ளாதீர்கள். உங்கள் உறவு எவ்வளவு தூரம் போயிருந்தாலும், உடனே திரும்பிவிடுங்கள். அவர் ஏதாவது பிரச்னை செய்வார் என்று எதிர்பார்த்தால், உடனே போலீஸ் உதவியை நாடுங்கள்.

பல பெண்கள் அளவுக்கு மீறி நெருக்கமாகப் பழகிவிட்டோம் என்று தங்களையே நொந்து கொள்வார்கள். அப்போது இந்த ஆண்கள், 'உன்னை எப்போதும் கைவிட மாட்டேன். என்னுடைய ஆசை மனைவியாக உன்னை எப்போதும் வைத்துக்கொள்கிறேன்' என்று பேசுவார்கள். எக் காரணம் கொண்டும் இப்படிப்பட்ட நபரை ஏற்கவே வேண்டாம். இத்தனை பெரிய பொய்யை மறைத்தவர், இதைவிட எத்தனை பெரிய குற்றமும் செய்யத் தயாராகவே இருப்பார்.

ரோட்டில் நடக்கும்போது, சாணத்தில் கால் வைத்துவிட்டால் ஒரு கணம் அதிர்ச்சி அடைவோம். ஆனால், மறுநிமிடம் அதனை துடைத்துவிட்டு நகர்வோம். அதுபோலவே இந்த உறவை நினைத்து கலங்கிக்கொண்டு இருக்காமல் நகருங்கள். ஒரு மாபெரும் அயோக்கியனிடம் இருந்து தப்பித்துவிட்டதாக நினைத்து சந்தோஷப்படுங்கள். உங்கள் காதலுக்கு எந்த வகையிலும் ஏற்றவர் இல்லை என்பதால் வருத்தப்படவோ, சங்கடப்படவோ வேண்டாம். இவர்கள் வசம் உங்கள் கடிதம் அல்லது நினைவுப் பரிசுகள் இருந்தால், போலீஸுக்குப் போவேன் என்று மிரட்டியே வாங்கிவிடுங்கள். உங்கள் வாழ்வில் கண்ட கெட்ட கனவாக நினைத்து மறந்தே விடுங்கள்.

உறவு, நட்புகளை அறிமுகம்செய்யாதவர்கள்:

சிலர், தாங்கள் யார் என்ற உண்மையை மறைத்து காதல் செய்வார்கள். ஆண்களைப் போலவே பெண்களும் இந்த வகையான காதல் செய்வது உண்டு.

ஆரம்ப கட்டங்களில் ஆண் அல்லது பெண் அவரது நட்பு வட்டாரத்தை அறிமுகப்படுத்தவில்லை என்றால் அது பெரிய குற்றம் இல்லை. ஏனென்றால் இன்னும் காதல் நல்ல உறுதியான நிலையை அடையவில்லை எனும்போது, தேவை இல்லாமல் இன்னொரு நபருக்கு, அறிமுகம் செய்துவைக்க வேண்டுமா என்று அச்சப்படுவது நியாயமே.

ஆனால், இருவருக்கும் நல்ல அறிமுகம் நிகழ்ந்து, காதல் உறுதி அடைந்த பிறகாவது நட்பு வட்டாரத்தை முதலில் அறிமுகம் செய்து-வைக்க வேண்டும். இதை ஒரு பெருமையாகவே பலரும் செய்வார்கள். அப்படிச் செய்பவர்கள்தான் உண்மையில் காதலுக்காக மகிழ்ச்சி அடை-பவர்கள். 'நண்பர்களுக்குத் தெரிந்தால் வீட்டுக்குத் தெரிந்துவிடும். இந்த நேரத்தில் தெரிந்தால் காதலுக்கு எதிர்ப்பு தெரிவிப்பார்கள். அதனால் நானே நல்ல நேரத்தில் வீட்டுக்குச் சொல்லிவிட்டு, அதன்பிறகு நண்பர்-களை உனக்கு அறிமுகம் செய்து வைக்கிறேன்' என்று ஒருசிலர் சாக்-குச் சொல்வார்கள்.

உண்மையாக காதலிப்பவர்கள் இதுபோன்ற காரணங்களைச் சொல்-லமாட்டார்கள். காதல் என்ற பெயரில் இன்பம் அனுபவித்துவிட்டு பணம், நகை அல்லது கற்பை அனுபவித்துவிட்டு எஸ்கேப் ஆகிவி-டலாம் என்று நினைக்கும் ஆண் அல்லது பெண் மட்டுமே இப்படி நடந்துகொள்வார்கள். அதனால் காதல் என்ற உறவுக்குள் நுழைந்ததுமே அவரது நண்பர்கள், உறவுகள் பற்றி அறிந்துகொள்ள முயற்சி எடுக்க-வேண்டும்.

நெருங்கிய நண்பர்கள், உறவுகளை அறிமுகப்படுத்துவதற்கு நீங்கள் விரும்பும் நபர் தவிர்ப்பதாகவோ அல்லது தவறான நபர்களை மட்டுமே தொடர்ந்து காட்டினாலோ உஷாராக வேண்டும். அவர் தங்கி இருக்கும் இடம் அல்லது சொந்த ஊர், வேலை பார்க்கும் இடங்களில் இருக்கும் நபர்களிடம் உங்கள் நட்பு வட்டாரத்தை வைத்து விசாரிக்கச் சொல்லுங்-கள். அவரைப் பற்றி தவறாக ஏதாவது கேள்விப்பட்டால், அவருக்குத் தெரியாமல் அவரது செய்கைகளை கண்காணிக்க வேண்டியதும் அவசி-யம்.

ஒரு சில நேரங்களில் புதிய இடங்களுக்கு மாறி வந்திருந்தால், உண்மையிலேயே நட்பு வட்டாரம் இல்லாம் இருக்கலாம். அப்படிப்பட்ட சூழல் உண்மையா என்று பாருங்கள். காதலை சொன்ன மூன்று மாத காலங்களுக்குள் குறைந்தது மூன்று நண்பர்களையாவது அறிமுகப்படுத்தி இருக்க வேண்டும். அதுபோல் காதலுக்கு ஆதரவாக இருக்கும் உறவி-னர் யாரையாவது அறிமுகப்படுத்தி இருக்கவேண்டும். அப்படி இல்லாத பட்சத்தில் உஷாராக இருக்கவும், உறவை மறுபரிசீலனை செய்யவும் தயங்க வேண்டியது இல்லை.

கனவுகளைமதிக்காதவர்கள் :

ஒவ்வொரு நபருக்கும் ஒரு கனவு இருக்கும். வாழ்க்கையில் எதையாவது சாதிக்க வேண்டும் என்ற ஆசை இருக்கும். கனவு நிறைவேறுகிறதோ இல்லையோ அதை நோக்கிய முயற்சிகள் தொடர்ந்துகொண்டே இருக்கும். தான் விரும்பும் நபர், தன்னைப் புரிந்துகொண்ட நபர் துணையாகக் கிடைத்தால் கனவை நிறைவேற்ற எளிதாக இருக்கும் என்று நினைப்பார்கள்.

காதலை சொல்லும்போது தாங்கள் விரும்புபவரின் கனவை மதிப்பார்கள். அவர்களே காதல் நிறைவேறியதும், நன்றாக பழகத் தொடங்கியதும், 'இப்படி ஒரு கனவு நிறைவேறாது' என்று அசட்டையாக கைகமுவுவார்கள். உங்கள் கனவு நொறுங்குவதைவிட, நீங்கள் நம்பிக்கையாக நினைத்த நபரே உங்களை மட்டம் தட்டுவது அதிர்ச்சியாக இருக்கும். ஒரு வேளை உங்கள் கனவு சாத்தியம் இல்லாததாக இருந்தாலும், உங்களுக்கு ஆதரவாக இருக்கவேண்டியது உங்களவரின் கடமையாக இருக்கவேண்டும்.

தன்னைவிட, தான் விரும்பும் நபர் நன்றாக வாழவேண்டும் என்று விரும்புபவர்தான் உண்மையாக காதல் செய்பவர். உங்கள் கனவை, லட்சியத்தை மதிப்பவரே நல்ல காதலர்.

'தான், தன்னுடைய வாழ்க்கை மட்டுமே முக்கியம். அதற்குத்தான் விரும்பும் நபர் உடன்படவேண்டும்' என்று நினைப்பது சரியல்ல. அதனால் உங்கள் கனவுகளை மதிக்காதவர்களை விட்டுத்தள்ளுங்கள். இன்று உங்கள் கனவுகளைத் தள்ளி வைப்பவர்கள், நாளை உங்களையே தள்ளி வைத்துவிடுவார். அதனால் என்றென்றும் ஒரே மாதிரி பேசுபவர்களை மட்டுமே மதித்து ஏற்றுக்கொள்ளுங்கள். காதல் நிறைவேறியதும் தங்கள் குணங்களை மாற்றிக்கொள்பவர்களை, நீங்கள் ஒதுக்கித் தள்ளுவதும் தவறு அல்ல.

முறைதவறியகாதல் :

காதல் சொன்ன மயக்கம் ஒரு சில நாட்கள் இருக்கும். அப்போது யார், என்ன என்று முழுமையாக விசாரிக்க முடியாத நிலை இருக்கலாம். அதற்குப் பிறகு நன்றாக பழகத் தொடங்கியதும் ஒரு சில உண்மைகள் தெரியத்தொடங்கும்.

* தங்கள் குடும்பத்துக்கு கொஞ்சமும் ஒத்துவராத ஜாதி

* வேறு மதம்

* பொருளாதார வித்தியாசம்

* தவறான உறவு முறை
* வயது வித்தியாசம்

காதலில் விழும்போது மேலே குறிப்பிட்டுள்ள ஐந்து விஷயங்களும் சிக்கலானதாகத் தெரிவது இல்லை. ஏனென்றால் இருவரும் ஒருவரை ஒருவர் விரும்பும் ஆர்வத்தில், சந்தோஷத்தில் மிதப்பார்கள். நிஜ உலகம் தெரியாது. காதலில் விழுந்த சில மாதங்களிலாவது மேற்கண்ட விஷ-யங்கள் பற்றிப் பேசி தெளிவுபெற வேண்டியது மிகவும் அவசியம்.

உயிர்பறிக்கும் ஜாதி!

இன்று நகர்ப்புறங்களில் ஜாதி என்பது பெரும் பங்கு வகிப்பது இல்லை. ஆனால், கிராமப்புறங்களில் இன்னமும் ஜாதி உயிரை எடுக்-கும் அளவுக்கு தீவிரமாக இருக்கிறது. இப்போதும் ஆணவக் கொலை பற்றி நாளிதழ்களில் செய்திகள் வந்துகொண்டுதான் இருக்கிறது என்-பதை புரிந்துகொள்ள வேண்டும். இயல்பாக பார்த்துப் பேசி பழகும்போது, ஜாதி விவகாரம் பெரிதாகத் தெரிவது இல்லை. ஆனால், வெவ்வேறு ஜாதியை சேர்ந்தவர்கள் சந்தித்துப் பேசுவதை கிராமத்தினர் கண்டால் பெரும் பிரச்னை உருவாக வாய்ப்பு உண்டு.

குறிப்பாக உயர்ந்த ஜாதியை சேர்ந்தவரின் சொந்தங்களும், ஊர்ப் பெரியவர்களும் கொந்தளிப்பார்கள். காதல் காரணமாக பல கிராமங்-களில் ஜாதிக் கலவரம் உருவாகி, ஊர் ரெண்டுபட்டு பலர் மரணம் அடைந்திருக்கிறார்கள். பல பெற்றோர்கள் தற்கொலை செய்திருக்கிறார்-கள். சொந்தக்காரர்களே, காதல் செய்தவர்களை கொலை செய்ததும் நிறையவே நடந்திருக்கிறது.

காதல் என்பது இனிமையானது. நிகழ்காலமும் எதிர்காலமும் இனி-மையாக, சந்தோஷமாக இருக்கவேண்டும் என்பதற்காகத்தான் காதல். இந்த இனிமை காலம் எல்லாம் நீடிக்கும் வகையில் ஜாதிப் பிரச்னையை காதலர்கள் கையாள வேண்டும். கண்டிப்பாக பிரச்னை வரும் என்பது தெரியவந்தால், முன்கூட்டியே காவல் துறை உதவியை நாடுவது, ஊரைவிட்டு வேறு ஊருக்குச் செல்வது போன்ற பாதுகாப்பு உத்திகளை மேற்கொள்ளவேண்டும்.

இந்த உலகில் உயிரைவிட வேறு எதுவும் முக்கியம் இல்லை. அதுவும் உங்களுக்குப் பிரியமானவரின் உயிருக்கு ஆபத்து வந்துவிடக் கூடாது என்பதில் மிகவும் உறுதியோடு இருங்கள். எனவே, ஜாதி விஷ-யத்தில் சிக்கல் இருக்கும் என்று சிறு யோசனை இருந்தால்கூட தனிமை

சந்திப்புகளை முடிந்தவரை தவிர்க்கவேண்டும். நண்பர்கள், சொந்தங்க-ளிடமும் உஷாராகவே பழகவேண்டும்.

வேறு ஊரில் சென்று வாழவும், பெற்றோர் மற்றும் சொந்தங்களை-விட்டுப் பிரியவும் மன திடமும், தைரியமும், தெம்பும் வளர்த்துக்கொள்-ளவேண்டியது ஜாதி மாறி விரும்பும் காதலர்களுக்கு மிகவும் அவசியம். திருமணத்துக்கு முன்கூட்டியே ஜாதி விவகாரம் குறித்து நன்றாக பேசி, திட்டமிடவேண்டும். பலர் திருமணம் முடித்தபிறகு இதைப் பற்றி பேசிக்-கொள்ளலாம் அல்லது பேசவே வேண்டியது இல்லை என்று நினைக்-கிறார்கள். திருமணத்துக்குப் பிறகு பேசி தீர்மானம் எடுப்பதில் பல்வேறு குறைபாடுகள் இருக்கும். பெண் என்பவள் சொன்னதைக் கேட்கவேண்-டும் என்று ஆண் நினைப்பான். அதுவே காதலிக்கும் நேரத்தில் பெண் சொல்வதை ஆண் கேட்கும் நிலையில் இருப்பான்.

எனவே, திருமணத்துக்கு முன்னரே, தனிமை சந்திப்புக்கு முன்னரே ஜாதியானது எப்படிப்பட்ட விளைவுகளை ஏற்படுத்தும் என்பதையும் திரு-மணத்துக்குப் பிறகு ஜாதியை எப்படி சமாளிக்கப்போகிறோம், நமக்குப் பிறக்கப்போகும் குழந்தை என்ன ஜாதியாக இருக்கும் என்பது வரை பேசி தெளிவடைந்துவிட வேண்டும்.

ஜாதி என்பது யானையைப் போன்றது. மதம் பிடித்த நேரத்தில் அதன்முன்னர் போய் நின்றால் யாராக இருந்தாலும் காலி செய்துவிடும். ஆனால் முன்கூட்டியே தெளிவாக இருந்தால், அந்த யானையை அடிமை மாதிரி வேலைகள் செய்யவைக்க முடியும். யானைக்கு எந்த நேரம் மதம் பிடிக்கும் என்பது தெரியாது என்பதால், எப்போதும் அதனு-டன் எச்சரிக்கையுடன் பழகுவது போலவே ஜாதி விஷயத்தில் ஜாக்கிர-தையுடன் இருக்கவேண்டும். சிறிய தவறும் பெரிய சிக்கலை உருவாக்-கிவிடும்.

சிக்கல்உருவாக்கும்மதம்

ஜாதியைப் போன்றே மதமும் சிக்கல் நிறைந்தது. மதம் நம் நாட்டில் உயிரோடு விளையாடும் அளவுக்கு கொடூரமாக இல்லை என்றாலும் காதலிப்பவர்களின் மனதை நோகடிக்கக்கூடியது. காதல் செய்யும் நேரத்-தில் மதம் பெரிய விஷயமாகத் தெரிவது இல்லை. ஆனால் திரும-ணத்திற்குப் பிறகு வாழ்க்கையைக் குலைப்பதில், மத சம்பிரதாயங்கள் பெரும் பங்கு வகிக்கின்றது. அதுவும் குழந்தை பிறந்தபிறகு, யாருடைய மதத்தின்படி வளர்ப்பது என்ற கேள்வியில்தான் பெரும்பாலான சண்டை

நிகழ்கிறது. மதத்தை மறந்து காதல் செய்தவர்கள், மதத்தின் காரணமா-கவே பிரியும் அவலம் நிறையவே நிகழ்கின்றது.

மதம் காரணமாக உணவுப் பழக்கத்தில் இருந்து உடை வரையிலும் நிறையவே மாற்றம் நிகழ வாய்ப்பு உண்டு. வெஜிடேரியன் உணவு மட்-டுமே சாப்பிட்டு வருபவர், அசைவம் உண்ணுபவரை விரும்புவது உண்டு. காதல் செய்யும் நேரத்தில் உணவு என்பது முக்கியமான பிரச்னையாகத் தெரியாது. ஏனென்றால் இருவரும் அவரவர் இல்லங்களில் சாப்பிடுவார்-கள். ஆனால், திருமணம் முடிந்ததும் வீட்டில் ஒன்றாக சாப்பிட வேண்-டும். ஒருவர் சாப்பிடுவது இன்னொருவருக்கு அசூயையாகத் தெரியும். ஒருவருக்குப் பிடித்த உணவு கிடைக்காத சூழலில், வாய்க்கு ருசியாக சாப்பிடமுடியாமல் அப்படி என்ன வாழ்க்கை வேண்டிக்கிடக்கிறது என்-றுகூட தோன்றிவிடும். அதனால் அடிக்கடி வெளியே உணவு சாப்பிட்டு, உடலைக் கெடுத்து, சண்டை ஏற்பட்டு பிரிந்த எத்தனையோ தம்பதியர் உண்டு. அதனால் உணவு, கலாசாரம் குறித்து தீவிரமாகப் பேசி, முன்-கூட்டியே முடிவு எடுத்துவிடுவது நல்லது.

குழந்தை பிறந்தால் எந்த முறையில் வளர்ப்பது, வீட்டில் எந்த உணவு சமைப்பது, எந்தெந்த விழாக்களைக் கொண்டாடுவது, தாங்கள் விரும்பும் இறைவனை எங்கே, எப்படி வணங்கிக்கொள்வது, இதற்கு காதல் செய்பவர் துணை புரியவேண்டுமா இல்லையா என்று சகல விஷயங்களையும் முன்கூட்டியே பேசிக்கொண்டால், எதிர்காலச் சிக்கல் குறையலாம்.

ஆசைப்பட்டு ஒரு வீட்டை வாங்குவார்கள். அந்த வீட்டில் ஒரு சில குறைகள் இருந்தாலும் கடைசிவரை அங்கேதான் வாழவேண்டும் என்பதால் அட்ஜெஸ்ட் செய்துகொள்வார்கள். அதுபோல் முன்கூட்டியே நிறைய விஷயங்களைப் பேசி முடிவுசெய்துவிட்டால், எதிர்காலத்தில் சிக்கல் வராது. மேலும் இந்த விவகாரங்கள் குறித்து இருவருக்கும் பொதுவான ஒரு நபர் முன்னிலையில் பேசி முடிவெடுப்பது நல்லது.

மதம், ஜாதி போன்ற பிரச்னைகள் தப்பிக்க முடியாததோ, தாண்டிச் செல்ல முடியாததோ அல்ல. காதலுக்கு முன் ஜாதியும் மதமும் வலு இல்லாத சமாச்சாரங்களே. அதனால் ஜாதி, மதத்தைவிட காதல் மேலா-னது என்ற உணர்வை அடைவதற்குத் தீவிர காதல் வேண்டும். எதையும் வெல்லும் துணிச்சலும், நம்பிக்கையும், முன்திட்டமிடலும் அவசியம்.

சூழ்ச்சிசெய்யும்பணம் :

ஏராளமான சினிமாக்களில் பார்த்திருக்கலாம். பணக்கார இளைஞன் ஏழை ஒருத்தியை மனதாரக் காதலிப்பான் அல்லது பணக்காரப் பெண், ஏழை இளைஞனைக் காதலிப்பாள். இவர்கள் காதல் விவகாரம் வெளியே தெரியவந்ததும், பணம் கொடுத்து காதலை விலை பேசுவார்-கள். காதலைக் கைவிட்டால் பல்வேறு ஆதாயங்கள் கொடுப்பதாகச் சொல்வார்கள். பணம் எதையும் செய்யும் சக்தி வாய்ந்தது. அதனால் ஏழைப் பெற்றோர்கள், நண்பர்கள், உறவினர்கள் சூழ்ச்சிக்கு ஆளாவது உண்டு.

ஒரு சிலர், காதலுக்காக அத்தனை பணத்தையும் தூக்கி எறிந்து வருவார்கள். பணத்தைவிட காதலே நிஜம், உயர்ந்தது என்று தோன்றும். இது நிஜம்தான் என்றாலும், வாழ்க்கை தடங்கல் இல்லாமல் ஓடுவதற்கு சிறிதளவாவது பணம் தேவை என்பதில் உறுதியாக இருங்கள். அதனால்தான் காதலுக்கு முக்கியத் தகுதியாக இருவரும் வேலை செய்து தங்கள் சொந்தக் காலில் நிற்கத் தெரிந்தவர்களாக இருக்க வேண்டும் என்று சொல்லி இருக்கிறோம்.

சொந்தக் காலில் நிற்கத் தெரிந்தவர்களாக இருந்தாலும், இதுவரை அனுபவித்துவந்த சொகுசு, பந்தா, கார், ஏசி, சுற்றுலா போன்ற அத்-தனையையும் இழந்த துன்பம் அவ்வப்போது வெளிவரத்தான் செய்யும். 'உன்னால்தான் நான் அத்தனையும் இழந்தேன், இல்லையென்றால் சுக-மாக வாழ்ந்திருப்பேன்' என்று வார்த்தை வந்துவிட்டால், அங்கே காதல் தோற்றுப் போகும்.

அதனால் பொருளாதார ஏற்றத்தாழ்வு என்பது ஒரு அளவுக்கு மீறி இருக்கும்பட்சத்தில், அந்தக் காதல் குறித்து நிறையவே புரிதல் வேண்-டும். ஏனென்றால் மிகவும் சொகுசாக வாழ்ந்த ஒரு நபரால் தொடர்ந்து துன்பத்தில் உழல்வது நடக்காத காரியம். அதனால் ஒரு கட்டத்தில் காதலைத் துறந்து மீண்டும் சொகுசு வாழ்க்கைக்குச் செல்லவே விரும்-புவார். காதல் உடைந்துவிடும். ஜாதி, மதத்தைவிட பண வித்தியாசமே அதிகபட்சம் காதலை உடைக்கிறது.

பணம் இல்லாத ஒருவரையும், சொகுசாக வாழவைக்கும் வழியில் ஈடுபட்டால், காதல் ஜெயிக்கும். இருவரும் சேர்ந்து தொடர்ந்து வறு-மையின் பிடியில் தொடர்ந்து வாழ்ந்தால் காதலுக்கு ஜெயம் இல்லை. அதனால் திருமணத்துக்கு முன்னரே இந்த விவகாரத்தில் தெளிவான முடிவு எடுக்கவேண்டியது அவசியம். பணம்

இருப்பவரைவிட, பணம் இல்லாதவர் மிகவும் உஷாராக முடிவு எடுக்கவேண்டும். ஏனென்றால் பணம் எல்லாவற்றையும் விலைக்கு வாங்கும்... எல்லா தவறுகளையும் மன்னிக்கும். ஆனால் பணம் இல்லாதவர் செய்த சிறு தவறும் எதிர்கால வாழ்க்கையை ஒட்டுமொத்தமாக அழித்துவிடும். அதனால் பொருளாதார விவகாரத்தில் ஓர் அளவுக்கு மேல் ஏற்றத்தாழ்வு இல்லாமல் இருப்பது காதலுக்கு நல்லது. மிகவும் செல்வம் நிறைந்தவர்களின் சூழல் காரணமாக ஒரு கணத்தில் காதலைத் தூக்கி எறியும் நிலை உண்டாகலாம். அதனால் ஜாதி, மதத்தைப் போன்றே பணமும் கொடியதே என்பதை நினைவில் வைத்தே காதலில் இறங்கவேண்டும். கண்டிப்பாக காலம் முழுவதும் சேர்ந்துவாழ வாய்ப்பு இருக்காது என்று தெரியவந்தால், அந்த கணமே உறவை முறித்துக்-கொள்வது காதலுக்கு நல்லது.

தவறானஉறவுமுறை :

மிருகம், பறவை போன்ற உயிரினங்களுக்குள் காமத்துக்கு எந்த உறவு முறைகளும் இல்லை. தாய் - குழந்தை உறவு மட்டுமே, அதுவும் அந்தக் குழந்தைகள் தானே உணவு தேடும் வரை மட்டுமே நீடிக்கும். அதனால் அந்த உலகில் தாய், தந்தை, சகோதரர்கள், சகோதரிகள், உறவுகள் என்று எந்த சொந்தபந்தமும் இல்லாமல் உயிர்ப்பித்தல் நிக-ழும். அதனை காமம் என்றுகூட சொல்லமுடியாது. உயிர் பெருக்கும் சங்கிலித் தொடர் மட்டுமே அந்த உலகில் நடக்கிறது. ஆனால் மனி-தகுலம் அப்படி அல்ல. நாகரீகம் என்ற கயிறுகளால் மனித உறவுகள் கட்டுவிக்கப்பட்டுள்ளது.

ஆதி காலத்தில் பெண் என்பவள் தலைமைப் பொறுப்பில் இருந்-தாள். அதன்பின் வலிமையானவன் வெற்றி பெறுவான் என்ற சிந்-தாந்தப்படி ஆண்கள் அரியணை ஏறினார்கள். பெண்கள் வெறுமனே போகப்பொருளாக மாறிப்போனார்கள். யாரிடம் வலிமை இருக்கிறதோ, அவன் பெண்களை ஆளத் தொடங்கினான். வலிமை அற்ற ஆணும் பாதிக்கப்பட்ட பெண்ணும் உயிர் வாழும் உரிமையும், சுதந்திரமாக வாழும் உரிமையையும் பெற்றுத்தந்தது மனித குல நாகரிகம்தான். அதனால் இந்த நாகரிகத்தில் ஒரு சில உறவுகள் மட்டுமே சரி என்றும் சில உறவுகள் தவறு என்றும் குறிப்பிடப்பட்டுள்ளது.

ஒன்றாகவே வாழும் சூழல், ஒருவருக்கு ஒருவர் செய்யும் உதவி, தியாகம் போன்றவை காரணமாக உறவு முறை மாறி காதல் வரக்கூடும்.

சகோதரர், சகோதரிகள் திருமணம் செய்துகொள்வது ஒரு சில மதத்தில், ஒரு சில பிரிவில் ஏற்றுக்கொள்ளத்தக்கதாக இருக்கலாம். ஆனால், பெரும்பான்மையாக யாரும் இதனை ஏற்றுக்கொள்வது இல்லை. அதனால் அண்ணன், தங்கை, தாய், மகன், அப்பா, மகள், சித்தப்பா, அத்தை என்று முறைதவறி வரும் காதலை சட்டம் ஏற்றுக்கொள்வது இல்லை. அதனால் தூரத்து உறவு முறையின்படி தவறாக வருகிறது என்றாலும், காதலில் இருந்து வெளியேறிவிடுவது நல்லது.

மருத்துவரீதியாகவே நெருங்கிய உறவினர்கள் திருமணம் முடித்துக்-கொள்வது சரியல்ல என்று உறுதியாகவே சொல்லப்படுகிறது. அதனால் எந்த விதமான காரணங்களும் சொல்லாமல், இப்படிப்பட்ட காதல் விலக்கப்படவேண்டும். நாங்கள் தூரத்து சகோதரர்கள், ஊரைவிட்டு விலகி தனியே போய் வாழப்போகிறோம் என்றாலும், வாழ்க்கை சிறப்பாக அமையுமா என்பது சந்தேகமே. ஏனென்றால், இந்த உறவு சிக்கலில் மாட்டிக்கொண்டவர்கள் தாங்களாகவே குற்ற உணர்ச்சிக்கு ஆளாகிறார்-கள். தன்னையும் தன்னை நம்பி வந்தவரையும் குற்ற உணர்ச்சிக்கு உள்ளாக்குகிறார். எனவே நீங்கள் எத்தனை தூரம் போயிருந்தாலும், தவறான உறவு முறை என்றால் திரும்பி வந்துவிடுங்கள்.

அதேபோன்று ஏற்கெனவே திருமணம் முடித்தவர்கள் மீது பலர் காதல் வசப்படுவார்கள். பொதுவாகவே திருமணம் முடித்த ஆண்கள், பல பெண்களுடன் உறவு கொள்ள ஆசைப்படவே செய்வார்கள். அதனால் தங்கள் குடும்பம், மனைவி பற்றி பரிதாபமாக எதையாவது பேசி அனுதாபம் தேடப் பார்ப்பார்கள். திருமணம் முடித்தவர்கள், குழந்-தைகள் இருக்கிறது என்று தெரிந்தும் காதலில் விழுவது சரியல்ல. உங்-கள் மனதை மட்டுமே பார்க்காமல், உங்கள் காதலால் ஒரு குடும்பம் உடைந்துவிடும் என்பதை ஞாபகம் வைத்துக்கொள்ளுங்கள்.

திருமணத்திற்குப் பிறகு பெரும்பாலான குடும்பங்களில் ஆணுக்கும் பெண்ணுக்கும் சிறுசிறு மன வேற்றுமையும் மனஸ்தாபங்களும் இருக்கத்-தான் செய்யும். அதனை, காதல் என்ற கல் வீசி உடைக்கக்கூடாது. பல பெண்கள் காதல் மயக்கத்தில் ஆசை நாயகியாக, கள்ளக் காதலி-யாக இருக்க சம்மதம் தெரிவிப்பார்கள். அதைப் போலவே சில ஆண்-களும் திருமணமான பெண்கள் மீது ஆசைப்பட்டு கள்ளக் காதலனாக-வும், இழுத்துச் செல்பவனாகவும் இருப்பார்கள். இது முறையற்ற காதல் ஆகும்.

எந்த ஒரு சூழலிலும் திருமணமான ஒருவர் வாழ்வில் தலையிடுவது சரியல்ல. ஒரு வேளை ஏகப்பட்ட காரணங்கள், காரியங்கள் உங்களுடைய காதலுக்கு இருக்கிறது என்றால்... கண்டிப்பாக திருமணத்தில் இருந்து விவாகரத்து வாங்கிய பிறகே காதல், கல்யாணம் போன்றவற்றில் இறங்கவேண்டும்.

சட்டப்படி திருமணமான ஆண் அல்லது பெண்ணுடன் உறவு கொள்வது தண்டனைக்கு உரிய குற்றம். இன்னொருவருக்குச் சொந்தமான பொருளை, அவரது அனுமதி இன்றி திருடுவதற்குச் சமம். அதனால் எந்த ஒரு காலத்திலும் திருமணம் ஆன ஆண் அல்லது பெண் மீது காதல் கொள்ள வேண்டாம். ஒரு வேளை திருமணம் ஆனவர் அப்படி ஒரு காதல் இருப்பதாகச் சொன்னால், 'திருமண பந்தத்தில் இருக்கும் ஒரு நபருடன் கொள்வதன் பெயர் காதல் அல்ல... அதனால் அந்த பந்தத்தை உடைத்துவிட்டு வாருங்கள் காதல் பற்றி யோசிக்கலாம்' என்று உறுதிபடச் சொல்லுங்கள்.

அதேபோல் பணம், செல்வாக்கு, அதிகாரம் போன்ற எந்த ஒரு காரணத்துக்காகவும் முறை தவறிய காதலில் ஈடுபடாதீர்கள். இது போன்ற காதலில் ஈடுபட்டவர்களால் ஒரு சில வருடங்கள் மட்டுமே இனிமையாக இருக்கமுடியும், அதன்பின்னர் வாழ்நாள் முழுவதும் துன்பம்தான் தொடரும் என்பதை ஞாபகம் கொள்ளுங்கள்.

வயதுவித்தியாசம் :

தன்னைவிட வயது முதிர்ந்த ஒருவர் மீது தோன்றும் பிரமிப்பு, ஆர்வம், ஆசை போன்றவற்றை காதல் என்று பலர் நினைப்பது உண்டு. இது அட்ராக்ஷன் எனப்படும் ஈர்ப்பு மட்டுமே, காதல் அல்ல. காதல் என்றே நீங்கள் அடம்பிடித்தாலும் வயது வித்தியாசத்தில் வரும் காதல் கரை சேராது என்பதை உணர்ந்துகொள்ளுங்கள்.

சம வயது உடையவர்கள் காதல் செய்து, திருமணம் செய்துகொண்டால் கடைசி காலம் வரை ஒருவருக்கு ஒருவர் ஆதரவாகவும் அன்பாகவும் இருந்து வாழ்க்கையை நகர்த்தமுடியும். ஆண்களைவிட பெண்கள் சிறியவர்களாக இருப்பது நல்லது என்று சொல்லப்படுவதற்கு ஒர் அர்த்தம் உண்டு. அதாவது, ஆண்களைவிட பெண்கள் சிந்திப்பதில் முதிர்ச்சி அடைந்தவர்களாகவே இருப்பார்கள். அதனால் ஆணைவிட ஐந்து வருடங்கள் குறைந்த வயதுள்ள பெண் கிட்டத்தட்ட சரிசமமாக செயலாற்றும் திறனுடன் இருப்பாள். அதனாலே பெற்றோர் பார்த்து

செய்யப்படும் திருமணங்களில் பெரும்பாலும் மணமகனைவிட மணமகள் குறைந்த வயதுடன் இருக்கிறாள். பல்வேறு நாடுகளிலும் இந்த நடை-முறை உள்ளது.

மிகவும் அரிதாக பெண் மூத்தவராகவும் ஆண் இளையவராகவும் திருமணம் முடித்துக்கொள்வது உண்டு. ஆணை பாதுகாக்க வேண்டிய சூழல் ஏற்படும் பட்சத்தில் இப்படி ஒரு திருமணம் நிகழ்கிறது. எப்படி-யாயினும் சிறிய பெண்ணுக்கு வயதான ஒருவரைத் திருமணம் செய்வது அல்லது வயதான பெண்ணுக்கு இள வயது ஆணைத் திருமணம் செய்-வது நீண்ட நாள் பந்தத்துக்கு சரியாக இருக்காது. அதனால் இவர்க-ளுக்கு இடையே மிக அதிகமான வயது வித்தியாசம் இருப்பது ஏற்கத்-தக்கது அல்ல.

ஆசிரியையை விரும்பும் மாணவர், விளையாட்டு ஆசிரியரை விரும்பும் மாணவி, அலுவலகத்தில் சிறப்பாக வேலை செய்யும் மூத்த அதிகாரியை விரும்பும் ஜூனியர், பக்கத்து வீட்டு அங்கிள் அல்லது மாமி என்று வயது வித்தியாசம் பார்க்காமல் பழகுவது பல நேரங்களில் காதலுக்குக் கொண்டுபோய்விடும். ஆனால், இது போன்ற காதலை யாரும் ஏற்றுக்கொள்ள மாட்டார்கள். இந்த ஜோடி கல்யாணம் முடித்-துக்கொண்டால், பல்வேறு பிரச்னைகள் உருவாகும். முக்கியமானதும் முதல் விஷயமும் ஆண்களின் உடல் வலிமை. 60 வயதைத் தொடும் நேரத்திலேயே ஆண்கள் தளர்ந்து விடுவார்கள். ஆனால் பெண்களால் 60 வயதிலும் பல வீட்டு வேலைகளை இழுத்துப் போட்டு செய்யமுடி-யும்.

அதேபோன்று வயதான பெண், 'தனக்குத்தான் எல்லாமே தெரியும்' என்று அடம் பிடிப்பாள், ஆண் எதுவும் செயல்பட முடியாது. இப்ப-டிப்பட்ட சூழலில் மனதில் காதல் இருக்காது, கவலை மட்டுமே இருக்-கும். அப்போது மாபெரும் தவறான முடிவு எடுத்துவிட்டது தோன்றும். அதனால் எந்த ஒரு சூழல் என்றாலும் ஆண், பெண் இருவருக்கும் இடையே வயது வித்தியாசம் அளவுக்கு மீறி இருக்கக்கூடாது. அப்படி காதல் தோன்றி இருந்தால் அதனை தயக்கம் இன்றி வெட்டி எறியுங்-கள். உங்கள் வயதுக்கு ஏற்ற ஒருவருக்காகக் காத்திருங்கள், நிச்சயம் கண்டுபிடிப்பீர்கள்.

காதலில் எப்படிப்பட்ட தடைகள் இருக்கலாம் என்பதைப் பார்த்தோம். இப்படிப்பட்ட சிக்கல்களைத் தாண்டி வந்துவிட்டால், உங்கள் காதல்

மரம் பூக்கும் பருவத்துக்கு வந்துவிட்டது என்று அர்த்தம். இனி, அதனை நீங்கள் தைரியமாக வெளிப்படுத்திக் கொள்ளலாம். அதற்குத் துணை புரியும் அடுத்த மந்திரத்தைப் பார்க்கலாம்.

அத்தியாயம் 10

காதல் மந்திரம் 8 — காதலுக்கும்வேலிஉண்டு

காதலை வெட்டிச் சாய்க்கும் சில எதிரிகளை கடந்த அத்தியாயத்தில் பார்த்தோம். பொருளாதார ஏற்றத்தாழ்வு, வயது வித்தியாசத்தைத் தாண்டி காதல் ஜெயிக்காதா என்று கேட்கலாம். காதல் ஜெயிக்கலாம், திருமணம் நடக்கலாம், குழந்தை பெறலாம். ஆனால் ஒருவர் விட்டுக் கொடுத்ததாகவும், ஒருவர் தியாகம் செய்தது போலவும் அமைந்தாலே, அங்கே காதல் இருக்காது. ஒருவகையான அடிமைத்தனமே இருக்கும். 'நான் இவருக்காக என்னவெல்லாம் செய்திருக்கிறேன், எனக்காக இதைக்கூட செய்யமுடியாதா?' என்ற கேள்வி எழுந்துவிடும்.

இவற்றை எல்லாம் மீறி அற்புதமான காதல்களும், காதலர்களும் இருக்கலாம். எப்போதுமே சில விதிவிலக்குகள் இருக்கத்தான் செய்யும். ஆனால் நாம் இங்கே, உலக மக்கள் அனைவரையும் காதல் செய்ய வைக்கும் முயற்சியில் இருக்கிறோம். அதனால் குறைபாடு இல்லாத காதலையே தேர்வு செய்யுங்கள். அப்போதுதான் அடுத்த கட்டத்துக்குள் எளிதில் நுழைய முடியும்.

காதல் என்பது கல்யாணம் என்ற பந்தத்துக்குள் நுழையும் முன்னர் இன்னமும் வலுவுடன் திகழ வேண்டும். காதல் நாள்தோறும் வளர்ந்து-கொண்டே இருக்கவேண்டும். காதலை இருவரும் ஏற்றுக்கொண்டதுமே கல்யாணம் என்று பலரும் அவசரப்படுவார்கள். காதலை முழுமையாக புரிந்துகொள்ளாமல் கல்யாண பந்தத்தில் நுழைவதால், பலரது காதல் உடனடியாக தோற்றுப் போகிறது. பருவத்துக்கு வந்துவிட்ட காதல் எனும் கற்பக மரத்தை எப்படி பேணிக் காப்பது என்பதைப் பார்க்கலாம். கற்பக மரத்தைச் சுற்றி பாதுகாப்பான வேலி போடவேண்டும். இந்த வேலி போடுவதற்கு நான்கு தூண்கள் அவசியத் தேவை. அவற்றில், முதல் தேவை, பணம்.

பணம்இன்றிஎதுவும்இல்லை...

இந்த உலகத்தில் பிறந்த ஒவ்வொரு மனிதனுக்கும் உயிர் வாழ்வதற்கு உரிமை உள்ளது. உயிர் வாழவேண்டும் என்றால் முதல் தேவை வயிறார உணவு வேண்டும். வயிறு நிறையவில்லை என்றால் அங்கே காத-

லும் இருக்காது, பாசமும் இருக்காது. அதனால் அடிப்படைத் தேவை-யான உணவு, உடை, உறையுள் போன்றவற்றை வழங்குவதற்குப் போது-மான பணம் வேண்டும். அதனால் காதலில் விழுந்தவர்கள் தங்களுக்குள் பேசித் தீர்க்க வேண்டிய முதல் விஷயம் பணம்.

இருவரும் சேர்ந்து சம்பாதிக்கும் பணம் போதுமா என்பதுதான் முதல் கேள்வியாக இருக்கவேண்டும். போதவில்லை என்றால் எப்படி கூடு-தல் பணம் சம்பாதிப்பது என்று சிந்திக்கவேண்டும். பெற்றவர்கள் சம்மதம் கிடைத்து கூட்டுக் குடும்பமாக வாழ்ந்தால் எவ்வளவு பணம் தேவைப்-படும், பெற்றோர் சம்மதம் கிடைக்காமல் எடுத்தவுடன் தனிக்குடித்தனம் செல்வது என்றால், அதற்கு எவ்வளவு பணம் தேவைப்படும் என்று கணக்குப் போடவேண்டும்.

இருவரிடமும் எவ்வளவு சேமிப்பு இருக்கிறது. இன்சூரன்ஸ், வங்கி சேமிப்பு என்று எந்தெந்த வகையில் பணம் சேமித்து வருகிறீர்கள். நகை, வண்டி என்று என்னென்ன தேவைகள் இருக்கிறது என்று நிதானமாக ஆனால் தீர்க்கமாகப் பேசவேண்டும். இப்போது சம்பாதிக்கும் பணத்தைக் கொண்டு என்னவெல்லாம் செய்ய முடியும், இதை தாண்டி வேறு அவசர-ரச் செலவுகள் வந்தால் என்ன செய்வது, எப்படி சமாளிப்பது என்று கணக்குப் போட்டுப் பார்க்க வேண்டும்.

திருமணத்துக்கு முன் ஆண், பெண் இருவரும் சம்பாதிக்கும் பணத்-தில் பெரும்பாலான பகுதியை பெற்றவர்களிடம் ஒப்படைப்பார்கள். காதல் செய்து திருமணம் முடித்துக்கொண்டால், பெற்றவர்களுக்கு எவ்வளவு பணம் தரவேண்டி இருக்கும். இதற்கு பெற்றவர்கள் ஒப்புக்கொள்வார்-களா, அவர்களுக்கு இந்தப் பணம் போதுமானதாக இருக்குமா? கூடு-தலாக எதிர்பார்த்தால் என்ன செய்வது என்று பல்வேறு வகையிலும் சிந்திக்க வேண்டும்.

இருவரும் படித்தது போதுமா... மேற்கொண்டு படித்தால் அல்லது ஏதாவது தனியே கோர்ஸ் செய்தால் கூடுதல் சம்பளம் வருமா? இப்போது பார்க்கும் வேலையில் திடீரென வேறு ஊருக்குச் செல்லவேண்டிய மாறு-தல் உத்தரவு வருமா? அப்படி வரும் பட்சத்தில் எப்படி சமாளிக்க வேண்டும் என்பதையும் யோசிக்க வேண்டும்.

'நமக்கு எப்படிப்பட்ட சிக்கல் வந்தாலும் என் நண்பர்கள் உதவுவார்-கள், பொறுப்போடு பார்த்துக் கொள்வார்கள்' என்று குருட்டுத்தனமாக நம்பிக்கை தெரிவிப்பதில் எந்த அர்த்தமும் இல்லை. உங்கள் வாழ்க்-

கையை நீங்கள் மட்டுமே பார்த்துக்கொள்ள வேண்டும். தற்போது போது-
மான பணம் இல்லை என்றால், அந்த அளவுக்குப் பணம் சேர்க்கும்
முயற்சியில் இறங்கி, அது நிறைவடைந்தபின்னரே, அடுத்தகட்டத்திற்-
குச் செல்லவேண்டும். இந்த உலகில் தோல்வி அடையும் பெரும்பாலான
வாழ்க்கைக்கு, அடிப்படைக் காரணமாக இருப்பது பணம்தான். எனவே
இந்த விஷயத்தில் அசட்டை இருக்கவே கூடாது.

மரம் வைச்சவன் தண்ணி ஊத்துவான் என்றெல்லாம் நினைத்து
காதலர்கள் கல்யாண வாழ்க்கையில் அடியெடுத்து வைத்துவிடக்
கூடாது. ஏனென்றால், பணத்தின் அருமை, அதை கடனாகக் கேட்கும்-
போதுதான் தெரியவரும். எனவே, இரண்டு பேரும் சாப்பிடவும், தங்க-
வும் உதவும் அளவுக்காவது பணம் நிரந்தரமாக வரவேண்டும். அப்போ-
துதான், அடுத்தகட்டத்துக்கு நகரமுடியும்.

காதலுக்கும்சுதந்திரம்உண்டு:

நாம் இருவர் அல்ல... ஒருவர்' என்று சொல்லிக்கொள்ளும்படி
காதல் செய்யலாம். ஆனால் நிஜ வாழ்க்கையில் ஒவ்வொரு மனிதருக்-
கும் சுதந்திரம் வேண்டும். அவரவர்கள் உள்ளத்தில் அவர்தான் ராஜா-
வாக இருப்பார். எந்த ஒரு சூழ்நிலையிலும் ஒருவருக்கு அடிமையாக
இருக்க யாருமே விரும்புவது இல்லை. அன்பினால் கட்டப்பட்ட தங்-
கக் கூண்டு என்றாலும், அதில் தங்குவதற்கு எந்தப் பறவையும் விரும்-
பாது. பறவையின் இயல்பு பறப்பதுதான் என்பது போலவே மனிதர்களின்
இயல்பும் சுதந்திரமாக இருப்பதுதான். காதல், திருமணம், குழந்தை எல்-
லாமே அதற்கு அடுத்துத்தான்.

அதனால் காதல் செய்பவர்கள் ஒருவருக்கு ஒருவர் சுதந்திரம்
கொடுப்பவராக, மரியாதை கொடுப்பவராக, மதிப்பு கொடுப்பவராக
இருத்தல் அவசியம். காதல் ஏற்றுக்கொள்ளப்படும் வரை மிகவும்
அமைதியானவராக, அடக்கமானவராக இருப்பவர்கள், காதல் நிறைவே-
றிய பிறகுதான், தங்கள் இயல்பான குணத்தைக் காட்ட ஆரம்பிப்பார்-
கள்.

'பெண்கள் என்றால் இப்படித்தான் இருக்கவேண்டும். இரவு நேரங்க-
ளில் வெளியே வர ஆசைப்படக்கூடாது...', மாடர்ன் உடை உடுத்துவது
எங்க அம்மாவுக்குப் பிடிக்காது', 'மீசை வைத்த ஆண்களை எனக்குப்
பிடிக்காது', 'பொது இடங்களில் சத்தம் போட்டு சிரிக்கக்கூடாது', 'சமை-
யல்கட்டுப் பக்கமே நான் வரமாட்டேன்', 'வேலை இருக்கிறதோ இல்-

லையோ அதிகாலையில் எழுந்துவிடு' என்று ஏகப்பட்ட கட்டளைகள் வைத்திருப்பார்கள். இவை எல்லாமே காதல் ஜெயித்தபிறகு ஒவ்வொன்றாக வெளிவரத் தொடங்கும்.

இன்னும் சிலர், 'உனக்கு எதுவுமே தெரியாது, நான் சொல்வதை மட்டும் செய், போதும்' என்று ஒரேயடியாக வாயை அடைத்துவிடுவார்கள். இப்படிப்பட்டவர்களின் கட்டளையை மீறினால் சண்டை வரும்... சில நேரங்களில் கை நீட்டவும் செய்வார்கள். 'நான் நம்ம நல்லதுக்குத்தான் சொல்கிறேன். உன்னால் கேட்க முடியாதா?' என்று நியாயம் கற்பிப்பார்கள். பிறர் முன்பு மட்டம் தட்டிப் பேசவும் செய்வார்கள். காதலையும்கூட கொச்சைப்படுத்துவார்கள்.

இதுபோன்று சுதந்திரம் கொடுக்க விரும்பாதவர் என்பது முன்கூட்டியே தெரிந்துவிட்டால், உடனே தீவிரமாக யோசித்து முடிவு எடுக்கவேண்டும். சிலர் அடிமையாக இருப்பதைக்கூட சந்தோஷமாக ஏற்றுக்கொள்வார்கள். சிலர் ஆவேசமாவார்கள். அதனால் ஏற்றுக்கொள்ள முடியாதவர்கள், இந்த கணத்திலேயே பிரிந்துவிடுவது மிகவும் நல்லது. எதிராளிக்கும் மனம் இருக்கிறது, அவர் சொல்வதையும் நாம் கேட்கவேண்டும் என்ற எண்ணம் உண்மைக் காதலுக்கு அவசியம். எந்த ஒரு முடிவு என்றாலும் இருவரும் சேர்ந்து எடுக்கும் நிலை தொடரவேண்டும். அதுதான் உண்மையான சுதந்திரம்.

காதலிக்கும்போது, 'இன்று வெளியே சாப்பிடலாம்' என்று ஒருவர் ஆசையாக அழைப்பார். இன்னொருவர், 'வேண்டாம்பா... வீட்ல அம்மா ஆசையா கறிக்குழம்பு வச்சிருக்காங்க... சாப்பிடணும்' என்று சொல்வார். உடனே இதனை ஏற்றுக்கொள்ளும் மனப்பக்குவம் வரவேண்டும். இதனைவிடுத்து, 'நான் சொன்னா கேட்கவே மாட்டேங்கிற... என்னைவிட உங்க அம்மாதான் முக்கியமாப் போச்சு' என்பது போன்று வீண் விவகாரங்களைப் பேசி பிரச்னை செய்பவர் சரியான நபர் அல்ல. இது என்றாவது ஒரு நாள் என்றால், அதனை பெரிதாக எடுத்துக்கொள்ள வேண்டியதில்லை. அடிக்கடி இதேபோன்று பிரச்னை எழுந்தால், பேசித் தீர்க்க வேண்டும். மீண்டும் மீண்டும் எழுந்தால் உறவு தொடர்வது பற்றி யோசிக்க வேண்டும்.

மூன்றாம் நபரிடம் எந்த ஒரு காரணத்துக்காகவும் தன்னுடைய துணையை விட்டுத்தரவோ, மட்டம் தட்டவோ கூடாது. விளையாட்டுக்காக என்று கிண்டல், கேலி செய்வதும் எல்லை மீறவேண்டாம்.

'கிண்டல் செய்கிறாரா அல்லது மட்டம் தட்டுகிறாரா' என்று தெரியாமல் குழம்பிப் போய் தேவை இல்லாத பிரச்னைகள் உண்டாகிவிடும். காதல் காலங்களில் ஒருவரின் சுயரூபத்தை இது போன்ற செயல்களில் இருந்து அறிந்துகொள்ள முடியும்.

தன்னை விரும்புபவரின் மனதையும், எண்ணத்தையும் மதிப்பவரே சிறப்பான காதலர். இருவரும் சேர்ந்து எடுக்கும் முடிவுகள் சில சமயம் தவறாக முடியலாம். அப்படிப்பட்ட நேரத்தில், தோல்வியில் தனக்கும் பங்கு இருக்கிறது என்று ஒப்புக்கொள்பவரே சிறந்த துணையாக இருப்-பார். அதனால் காதல் மரம் வளர்வதற்கு இந்த மதிப்பும், மரியாதையும், சுதந்திரமும் மிகவும் அவசியம் ஆகும்.

நினைத்தாலேஇனிக்கட்டும்.

எந்த ஒரு பொருளையும் தொடர்ந்து நுகரும்போது, அதன் மீதான விருப்பம் குறைந்துபோகும் என்பதுதான் உலக நியதி. ஆனால், காதல் அப்படியல்ல. தினம் தினம் காதல் வளரவேண்டும். விருப்பமானவரைப் பார்த்தால் நெஞ்சில் பூ பூக்க வேண்டும், நினைத்தாலே இனிக்க வேண்-டும். இதுபோன்று காதல் செய்வதற்கு உண்மையிலேயே இருவரிடமும் விருப்பமும், தீராத அன்பும் இருக்கவேண்டும்.

எப்படி தனக்கு விருப்பமானவரை மகிழ்விக்கலாம் என்பதுதான் காத-லில் விழுந்தவர்களின் சிந்தனையாக, செயலாக இருக்கவேண்டும். எதிர்பாராத நேரத்தில் எதிர்பாராத செயல்களைச் செய்து ஆச்சர்யத்தில் மூழ்கடிப்பது அடிக்கடி நடக்க வேண்டும். இதற்கு நிறைய பணம் செல-வழிக்க வேண்டும் என்று அர்த்தம் அல்ல.

'இன்று லேட்டாகத்தான் வரமுடியும்' என்று சொல்லிவிட்டு, வழக்-கத்துக்கு முன்னரே வந்து காத்திருப்பது ஆனந்தம் மட்டுமல்ல, ஆச்சர்-யமும்கூட. கைக்குட்டைக்குள் உங்களவரின் பெயரை எழுதிக் கொடுத்-துப் பாருங்கள், கண்கள் விரியும். உங்களவரின் அபிமான நடிகர் அல்லது நடிகரின் படத்துக்கு முதல் நாள் முதல் காட்சிக்கு டிக்கெட் புக் செய்து, சர்ப்ரைஸ் ஆக கூட்டிச் செல்லுங்கள்.

இதுபோன்று காதலில் அவ்வப்போது சுவாரஸ்யம் இருந்துகொண்டே இருக்கவேண்டும். 'எப்போதும் உன் நினைவுதான்' என்பதை அழுத்தம் திருத்தமாக அடிக்கடிச் சொல்லுங்கள். சமுதாயத்தில் நிகழும் அன்றாட நிகழ்வுகளை அலசுங்கள். இருவருடைய சிந்தனையும் ஒரே மாதிரி இருக்கிறதா என்பதைப் பாருங்கள். மாறுபட்ட கருத்து இருந்தால், ஏன்

அப்படி மாறுபட்டுச் சொல்கிறார் என்பதைக் கேளுங்கள். உண்மை-யில் புதிய சிந்தனை இருந்தால் பாராட்டு தெரிவியுங்கள். சின்னச்சின்ன சுவாரஸ்யங்கள் வாழ்நாள் முழுவதும் தொடர்ந்துகொண்டே இருப்பது-தான் காதலுக்கு அழகு.

காதலன் மட்டும்தான் தினமும் காதலியை சந்தோஷப்படுத்த வேண்-டும் என்று எந்தக் கட்டாயமும் இல்லை. காதலியும் இந்தப் பணியை மனப்பூர்வமாகச் செய்யவேண்டும். சின்னச்சின்ன விஷயங்களிலும் சந்-தோஷம் கொள்ளவேண்டும். கோயிலில் இருந்து ஒரு துளி பூ வாங்கிக்-கொண்டு வந்து கொடுத்தாலும், அதை பெரிய விஷயமாக நினைத்து கண்களில் ஒற்றி வாங்கிக்கொள்ளவேண்டும். ஒரு சாக்லேட்டை காக்கா கடி கடித்து, இருவரும் சாப்பிடுவதும் ஆனந்தமே. அனைத்து விஷ-யங்களிலும் சந்தோஷத்தைக் கண்டுபிடித்துவிட்டால், வாழ்நாள் முழுவ-தும் ஆனந்தமாக இருக்கும் என்பதைச் சொல்லவே வேண்டியதில்லை. ஆனந்தம், இன்பம், சந்தோஷம் எல்லாமே வெளியே எங்குமே இல்லை, அவரவர் மனதுக்குள்தான் இருக்கிறது என்பதை உணர்ந்து கொள்ளுங்-கள். அதனை அவ்வப்போது வெளிப்படுத்திக்கொண்டே இருங்கள்.

எங்காவது ஒரு இடத்திற்குச் சென்றுவந்தால், அங்கேயும் உங்கள் மனம் கவர்ந்தவரை நினைத்துக்கொண்டு இருந்தீர்கள் என்பதை நினை-வூட்டும் வகையில் ஏதாவது சின்னஞ்சிறு பொருளாவது வாங்கிச்செல்-லுங்கள்.

காலை நாளிதழில் படித்து ஆச்சர்யப்பட்ட, கோபப்பட்ட விஷயங்-களையும் பகிர்ந்துகொள்ளுங்கள். நீங்கள் ஒரு சுவாரஸ்யமான மனிதர் என்பதை அழுத்தம் திருத்தமாகப் பதிந்துவிட்டால், நீங்கள் என்ன செய்-தாலும் அது சந்தோஷம் தருவதாகவே இருக்கும். அப்போதுதான் அலு-வலகத்தில், அக்கம்பக்கத்தில் நடந்த சமாச்சாரங்களையும் உங்களிடம் ஆசைதீரப் பேசவும் விவாதிக்கவும் முடியும். 'தேவை இல்லாத விஷ-யங்களைப் பேசவேண்டாம்' என்று எதையும் தடுக்காமல், கண்டதையும் பேசி இன்பம் காணவேண்டும். எந்த நேரமும் சுவாரஸ்யம் குறையாமல் காதல் செய்தால், காதல் மரம் ஓங்கி வளரத் தொடங்கும்.

மனதைப்படியுங்கள்:

முகத்தைப் பார்த்தும் செயல்பாடுகள் மற்றும் பேச்சைப் பார்த்தும் காதலில் விழுந்துவிட்டீர்கள். என்றாவது மனதைப் படித்து இருக்கிறீர்-களா? நீங்கள் விரும்புபவரின் மனதைப் படிக்கத் தொடங்கிவிட்டால்,

உங்கள் காதல் இரும்பு மாதிரி உறுதியாகிவிடும்.

அதெப்படி மனசைப் படிப்பது?

விளையாட்டு, இசை என்று ஏதாவது ஒன்றில் நீங்கள் விரும்பும் நபருக்கு அதிக ஆர்வம் இருக்கலாம். உங்களுக்குப் பிடிக்காது என்பதற்காக ஒரு சில விஷயங்களில் இருந்து அவரும் விலகி நிற்கலாம். அதுபோலவே யாராவது ஒரு உறவினருடன் நல்ல அன்னியோன்யத்துடன் இருக்கலாம். எதிர்காலத் திட்டம் என்று எதையாவது மனசுக்குள் பூட்டி வைத்திருக்கலாம். ரகசியக் கனவுகள் இருக்கலாம். நிறைவேறாத சின்னச்சின்ன ஆசைகள் இருக்கலாம். இவற்றை எல்லாம் மனதுக்குள் நுழைந்து வெளியே கொண்டுவருவதில்தான் காதலின் வெற்றியும் மகிமையும் இருக்கிறது.

விரும்பும் நபரின் மனதில் உள்ள ஆசைகளைப் படித்து, அதனை நனவாக்கும் முயற்சியில் ஈடுபட்டால், உங்கள் மீது அவர் பேரன்பு கொள்வார் என்பதில் எந்த சந்தேகமும் இல்லை. மேற்படிப்பு படிக்க அல்லது இசை போன்ற ஏதாவது ஒரு கோர்ஸ் முடிக்க ஆசை இருக்கும், ஆனால் இனி எதற்கு என்ற எண்ணத்தில் ஆசைகளைப் புதைத்து இருக்கலாம். அடுத்து திருமணம் முடிப்பதைவிட, அந்தப் படிப்பில் சேர்வதுதான் முக்கியம் என்பதை உறுதிபடச் சொல்லுங்கள். அவரது கனவில் நீங்களும் பங்கு கொள்ளுங்கள்.

எதிர்காலத் திட்டங்கள் ஏதாவது இருக்கிறதா என்பதை அறிந்துகொள்ள வேண்டும். பணம் சம்பாதிப்பது, திருமணம் முடிப்பது, குழந்தை பெறுவதை மீறியும் வாழ்க்கையில் பல்வேறு லட்சியங்கள், சந்தோஷங்கள் இருக்கும். நீங்கள் விரும்புபவரின் லட்சியங்களை, உங்கள் லட்சியமாக எடுத்துக்கொள்ளுங்கள். பலருக்கு ஆன்மிகத்தில் விருப்பம் அதிகமாக இருக்கும். உங்களுக்கு அதில் நம்பிக்கை இருக்கிறதோ இல்லையோ அவரது நம்பிக்கையை கிண்டல் செய்ய வேண்டாம். உங்கள் உணர்வுகளை அவர் எப்படிப் புரிந்துகொள்ள வேண்டும் என்று எதிர்பார்க்கிறீர்களோ, அப்படியே அவரது உணர்வுகளையும் நீங்கள் புரிந்துகொள்ளுங்கள்.

இதுவரை சொன்ன நான்கு விஷயங்களையும் ஒருசேர வளர்ப்பதால் மட்டுமே காதல் மரம் சீரும் சிறப்புடனும் வளரும். வெறுமனே பணம் சம்பாதிப்பது அல்லது போதிய சுதந்திரம் கொடுப்பது மட்டும் போதாது. கண்டிப்பாக ஒருவரை ஒருவர் மனது வரை தொட்டு உறவாடவேண்டும்.

புதுமுகம்அறிமுகம்:

காதல் மரத்தை வளர்ப்பதில் நண்பர்கள் மற்றும் உறவினர்களுக்கும் முக்கிய பங்கு இருக்கிறது. ஆரம்பகட்டங்களில் நண்பர்கள் மற்றும் உறவினர்கள் கண்களில் தெரியாமல் மறைந்து மறைந்து பார்க்கவும் பேசவும் செய்வார்கள். தும்மலையும் காதலையும் மூடிவைக்க முடியாது என்பது போல், அடுத்தடுத்த சந்திப்புகளில் நெருங்கிய சிலருக்கு கண்டிப்பாகத் தெரியவரும். அதுவாகவே தெரியவில்லை என்றாலும், தங்களுக்கு மிகவும் நெருக்கமானவர்களிடம் காதலைச் சொல்வார்கள். அது நெருங்கிய உறவினராக அல்லது நீண்டகால நண்பர்களாக இருக்கலாம்.

இந்த வகையில் உறவினர்களிடம் காதலைச் சொல்லி, அவர்களின் சம்மதத்தையும் வாங்கி, தான் விரும்புபவரிடம் அறிமுகம் செய்வது இந்தக் காலகட்டத்தில் நிகழவேண்டும். ஆண், பெண் இருவரது நெருங்கிய நட்பு வட்டாரமும் அறிமுகம் ஆகவேண்டும். அவர்கள் ஒரு எல்லைக்கு வெளியே நின்று பேசாமல், சகஜமாகப் பேசும் நிலை வரவேண்டும். இது போன்ற நட்பும் உறவும் எதிர்காலத்தில் காதலுக்குத் துணையாக வரும்.

நீங்கள் விரும்பும் நபரின் நண்பர்கள் குறைந்தது மூன்று பேராவது உங்களுக்கு போன் நம்பருடன் அறிமுகம் ஆகியிருக்கவேண்டும். அதேபோன்று நெருங்கிய சொந்தம் என்று ஒருவராவது வந்து உறுதி கொடுக்க வேண்டும். இதுதவிர, நீங்கள் விரும்பும் நபரின் வீடு எங்கே இருக்கிறது, பூர்வீகம் எங்கே இருக்கிறது. இப்போது இருப்பது சொந்த வீடா அல்லது வாடகை வீடா என்பது தொடங்கி உறவினர்கள் எல்லாம் எங்கே இருக்கிறார்கள், எந்த நிலையில் இருக்கிறார்கள் என்பதை அறிந்துகொள்ளும் சூழல் உருவாக வேண்டும்.

திடீரென யாராவது ஒரு உறவினர் அல்லது நண்பரை எதிர்பாராமல் சந்திக்க நேர்ந்துவிட்டால், அவரிடம் எப்படி அறிமுகம் செய்கிறார் என்பதில் இருந்தே, நீங்கள் விரும்பும் நபரைப் பற்றித் தெளிவாக அறிந்துகொள்ளலாம்.

'இவர்தான் நான் விரும்பும் நபர். சமீபத்தில்தான் நாங்கள் ஒருவரை ஒருவர் அறிந்துகொண்டோம்' என்று தைரியமாக உண்மையைச் சொல்பவர்களை கண்களை மூடிக்கொண்டு நம்பலாம். ஒரு சிலர், 'இவர் எங்கள் அலுவலகத்தில் வேலை செய்பவர் தற்செயலாக சந்தித்தோம்' என்ற ரீதியில் உளறிக் கொட்டினால், அவரிடம் கொஞ்சம் ஜாக்கிரதையாக இருக்கவேண்டும். பெண்கள் இப்படிச் சொன்னால்கூட ஏற்றுக்கொள்ள

லாம். ஏனெனில் வீட்டில் தகவல் தெரிந்து சந்திப்பது சிக்கல் வரலாம். ஆனால், ஆண் இதுபோன்ற நேரங்களில் உண்மையாகவும் தைரியமா- கவும் இருப்பதே விரும்பப்படுகிறது.

இதுபோன்ற நட்பு மற்றும் உறவுகளால் கிடைக்கும் நம்பிக்கையை பலர் பெரிதாக விரும்புவார்கள். இந்த அறிமுகம் எல்லைமீறி அதிக நபர்களிடம் செல்லாமல் பார்த்துக்கொள்ள வேண்டியதும் அவசியம். ஏனெனில் இதுவே பல நேரங்களில் பிரச்னையாக மாறிவிடும். அதனால் நட்பு மற்றும் உறவுகளுக்கும் கட்டுப்பாடு தேவை. எல்லா நேரங்களிலும் நட்பு வட்டாரத்துடன் சேர்ந்து சந்திப்பதும் காதலுக்கு நல்லது அல்ல. இது போன்றே காதலர்கள் தவிர்க்கவேண்டிய இன்னும் சில தகவல்க- ளைத் தெரிந்துகொள்ளலாம்.

சார்ந்திருக்க வேண்டாமே...

காதலில் விழுந்ததுமே, தனக்கான அனைத்தும் தன்னை விரும்புப- வர் நிறைவேற்றித்தர வேண்டும் என்று பலர் நினைப்பார்கள். செல்போன் ரீசார்ஜ் செய்வது தொடங்கி சினிமா டிக்கெட், ஹோட்டல், பரிசுகள், ஐஸ்க்ரீம் என்று அனைத்து செலவுகளையும் காதலன் தலையில் கட்- டிவிடுபவர்கள் மிக அதிகம். இதுதவிர ஏதாவது வாங்கவேண்டும் என்- றாலும்கூட, 'நீயே வாங்கித் தர்றியா?' என்று கெஞ்சி காரியம் சாதிப்- பார்கள். இதேபோன்று ஒரு சில ஆண்களும் பெண்களிடம் இருந்து முடிந்தவரை பணம் கறக்கவும் வேலை வாங்கவும் செய்வார்கள்.

இதுபோன்ற செயல்கள் ஆரம்பத்தில் மிகுந்த சந்தோஷம் கொடுப்- பதாக இருந்தாலும், போகப்போக காதல் செய்பவர் மீதான மதிப்பை குறைக்கவே செய்யும். 'என்னுடைய காதலன்... எனக்குச் செலவு செய்ய உரிமை இல்லையா?' என்று கேட்பதில் எந்த அர்த்தமும் இல்லை. என்- னதான் காதலில் விழுந்து இருந்தாலும், இன்னமும் திருமண பந்தத்- துக்குள் நுழையவில்லை. அதனால் வாங்குவதில் மட்டுமல்ல, வாங்கிக் கொடுப்பதிலும் சுகம் உண்டு என்பதை அனுபவியுங்கள். டிரெயின் டிக்- கெட் எடுப்பது, வங்கியில் டி.டி. எடுப்பது, ரேசன் கார்டு மாற்றுவது என்று எந்த ஒரு வேலையாக இருந்தாலும், உங்களால் முடிந்தவரை நீங்களே செய்யுங்கள். சிலர் தங்களுக்கு மட்டுமின்றி தங்கள் நட்பு வட்- டாரம், உறவினர்களுக்கான செலவினங்களையும் செய்யச் சொல்வார்- கள். நீங்கள் காதல் செய்கிறீர்களே தவிர, வேலைக்கு ஆள் எடுக்க- வில்லை என்பதில் தெளிவாக இருங்கள்.

மாறுவது தவறில்லையே:

தாங்கள் விரும்பும் நபரிடம் ஒருசில மாற்றங்களை எதிர்ப்பார்ப்பார்-கள். மிகவும் டைட்டாக, பளீச் கலரில் சட்டை போடாமல் ஃப்ரீயாக லைட் கலரில் போட்டால் நன்றாக இருக்கும்' என்று காதலி விருப்-பத்தைத் தெரிவித்தால், முழுமையாக மாறாவிட்டாலும் ஒரு சில சட்-டைகளாவது அவரது விருப்பத்துக்குப் போடவேண்டும். அதேபோன்று, 'தொப்பையைக் கொஞ்சம் குறைக்க தினமும் வாக்கிங் போகவேண்டும்', 'எப்போது ஹோட்டலுக்குப் போனாலும் வயிறு முட்ட சாப்பிடுவதைக் குறைக்கவேண்டும்', 'நிறைய எண்ணெய் தேய்த்து படிய வாருவதைவிட ஸ்டைலாக கலைந்து முடி கிடக்கலாம்' என்று காதலி அவ்வப்போது ஆலோசனைகள் சொல்வார். இவற்றை ஏற்றுக்கொள்வதில் எந்தத் தவறும் இல்லை. 'ஒரு பெண்ணுக்காக இப்படி மாறிவிட்டானே...' என்று நண்பர்கள் கிண்டல் செய்தாலும் பரவாயில்லை, காதலிக்காக சில மாற்-றங்களை நம்மில் ஏற்படுத்திக்கொள்ளத்தான் வேண்டும்.

அதுபோலவே, 'நீ போடும் சென்ட் வாசனை எனக்கு ஒத்துக்-கொள்ளவில்லை', 'இத்தனை மேக்கப் வேண்டாமே', 'ஹை ஹீல்ஸ் உயரம் கொஞ்சம் குறைக்கலாமே...' என்பது போன்று ஆலோசனைகள் சொன்னால், கேட்பதில் தவறில்லை. ஒருவருக்கு ஒருவர் திருத்தங்கள் சொல்லி, அதனை கேட்கவும் செய்தால், அவர்கள் இடையே அன்பு கூடுதல் ஆகும். 'நான் சொன்னதால் மீசையின் அளவைக் குறைத்-துக்கொண்டார்...', 'நான் விரும்பினேன் என்பதற்காக மூக்குத்தி குத்திக்-கொண்டாள்' என்று பெருமிதம் கொள்வார்கள்.

ஏற்றுக்கொள்ள முடியாத ஆலோசனைகளைச் சொன்னால், 'வேண்-டாம்ப்பா... திடீர்ன்னு தினமும் பூ வைக்கத் தொடங்கினால், அம்மா சந்தேகப்படுவாங்க' என்று சரியான காரணங்களைச் சொல்லி தட்டிக் கழிக்கவேண்டும். மாற்றங்கள் குறித்து இருவரும் பேசி முடிவெடுத்தால், அதுவே வாழ்க்கையை அர்த்தமுள்ளதாக மாற்றிவிடும்.

பிரச்னைகளை எதிர்கொள்ளலாமே:

காதலில் விழுபவர்களுக்கு மூன்றாம் மனிதர்களிடம் இருந்து பிரச்னை வந்தால், இருவரும் சேர்ந்து எதிர்த்து நிற்கலாம். ஆனால், காதல் செய்பவர்களில் ஒருவருக்குப் பிரச்னை வந்தால், அதனை மற்-றொருவர் எப்படி எதிர்கொள்கிறார் என்பதில்தான் பெரும்பாலான காத-லின் ஆயுள் தீர்மானிக்கப்படுகிறது.

திடீரென ஒருவருக்கு வேலை பறிபோதல், டிரான்ஸ்ஃபர், தொழிலில் எதிர்பாராத நஷ்டம், எதிர்பாராத நோய், விபத்து, தவறான பழக்கம், தவறான நட்பு போன்றவை ஏற்படும்போது இதனை அடுத்தவர் எப்படி எடுத்துக்கொள்கிறார் என்பதில்தான் காதலின் உறுதித்தன்மை இருக்கி- றது. மிகவும் தன்னம்பிக்கையுடன் சந்தோஷமாக இருக்கும் ஒருவருக்கு திடீரென வேலை போய்விட்டால், சோகத்தில் ஆழ்ந்துவிடுவார். அது- வரை அவரிடம் இருந்த அத்தனை குதூகலமும் போய்விடும். ஏதாவது ஆலோசனை சொன்னால்கூட, கிண்டல் செய்வதாகத் தோன்றும். அதனால் எரிந்துவிழுவார், தனியே சந்திக்க விருப்பப்பட மாட்டார். இப்- படிப்பட்ட சூழலில், அந்த நபருக்கு ஆறுதல் சொல்லி, அவரை புதிய மனிதராக மாற்றி நல்ல வேலை கிடைக்கும் வரை துணையாக இருப்ப- வரே காதலுக்கு ஏற்றவர்.

துன்பம் வரும் வேளையில் திடீரென நழுவுபவர், நல்லவேளையாக இப்படிப்பட்ட ஒருவரை திருமணம் செய்யாமல் போனேன் என்று சந்- தோஷம் அடைபவர் காதலுக்கு ஏற்றவர் இல்லை. அவருக்கு வந்த பிரச்னையை அவர்தான் தீர்த்துக்கொள்ள வேண்டும் என்று ஒதுங்கி நிற்பார்கள் பலர்.

சிக்கல் வரும் நேரத்தில், தான் விரும்புபவர் முழுமையாக கை கொடுத்து உதவவேண்டும் என்று ஒரு சிலர் நினைப்பார்கள். இது காத- லுக்கான தார்மீகக் கடமைதான். ஆனாலும் இப்படி எதிர்பார்ப்பது சரி- யல்ல. ஏனென்றால் திருமணத்துக்கு முன்பு, ஒரு அளவுக்கு மீறி யாரா- லும் உதவி செய்துவிட முடியாது என்ற உண்மையைப் புரிந்துகொள்ள வேண்டும். அதனால் காதலர்களுக்கு உள்ளே அன்பையும் ஆதரவையும் தவிர வேறு எதையும் எதிர்பார்க்கக்கூடாது. அவராகவே வந்து உதவி செய்தால் சரி, உதவி செய்யவில்லை என்றால் கோபம் கொள்வதில் அர்த்தம் இல்லை. அவரவருக்கு ஏற்படும் பிரச்னைகளை அவரவர்களே தீர்த்துக்கொள்ள முயற்சி செய்யவேண்டும். ஆனால் சுயநலம் மிகுந்த- வர்களை இதுபோன்ற சிக்கலான நேரங்களில் எளிதில் அடையாளம் கண்டுகொள்ள முடியும்.

நாம் இதுவரை காதல் மரத்தை எப்படி சிறந்த முறையில் பராம- ரிப்பது என்பதைப் பார்த்தோம். பல்வேறு வகைகளில் பேணிக் காத்து, காவலுக்கு நின்றால் காதல் மரம் பூவாய் பூக்கும், பழமாய் பழுக்கும். காதல் எனும் மரத்தில் இருந்து கிடைக்கும் அற்புதப் பலன்தான் திரும-

ணம். காதல் கட்டத்தை அடுத்து திருமணம் என்ற பந்தத்துக்குள் நுழை-வதற்கான மந்திரத்தை இனி பார்க்கலாம்.

அத்தியாயம் 11

காதல் மந்திரம் 9 — **காதலின் சுகமான சுமை, திருமணம்.**

காதலர்களாக வாழ்வது, வாழ்க்கையில் மிகமிக இனிமையான அனு-பவமாக இருக்கும். ஏனென்றால் அங்கே பொறுப்புகளோ, கடமைகளோ எதுவும் கிடையாது. தினமும் சந்தோஷமாக பொழுதைக் கழிக்கும் ஒரு அடையாளச் சின்னமாக காதல் இருக்கும். பரிட்சை இல்லாத கல்லூரிப் படிப்பைப் போன்று ஜாலியாக இருக்கும் காதல். இந்த உலகத்திலேயே தாங்கள்தான் மகிழ்ச்சியானவர்கள் என்று நினைப்பார்கள்.

ஆனால், எந்த ஒரு பருவமும் அடுத்த காலகட்டத்துக்குப் போக-வேண்டுமே. கோடை முடிந்து மழை வரவேண்டுமே. ஆம், காதலும் அடுத்த கட்டத்துக்குள் நுழையவேண்டும். அதாவது காலம் முழுவதும் காதலித்துக்கொண்டே இருக்க முடியாது, திருமணம் என்ற பந்தத்துக்குள் இருவரும் நுழையவேண்டும். 'திருமணம் என்ற உறவு வேண்டாம். காத-லர்களாகவே இருப்போம். காதலர்களாகவே இணைவோம். காதலர்களா-கவே வாழ்நாள் முழுவதும் வாழ்வோம்' என்று பலர் பேசுவார்கள். பதி-வுத் திருமணம் செய்து ஒரு சான்றிதழ் மீது நம்பிக்கை வைப்பதைவிட, நமக்குள் இருக்கும் நம்பிக்கையே உயர்வானது என்று நினைப்பார்கள்.

திருமணம்தேவைதானா?

இன்று திருமண பந்தத்தில் இருக்கும் பலரும் மனக்கசப்புடன் இருக்-கிறார்கள், வெளியேறத் துடிக்கிறார்கள் என்பது உண்மைதான். காதல் செய்து திருமணம் முடித்தவர்களும் டைவர்ஸ் செய்யத்தான் செய்கிறார்-கள்.

ஏன்?

புரிதல் இல்லாமல் வாழ்பவர்கள் எந்த ஒரு பந்தத்துக்கும் உடன்பட்டு இருக்கமாட்டார்கள். ஒருவரை ஒருவர் நன்றாகப் புரிந்துகொண்டு, தங்-கள் கடமைகளையும் பொறுப்புகளையும் சந்தோஷமாக சுமப்பவர்க-ளுக்கு, திருமண பந்தம் என்பது சொர்க்க வாழ்க்கையைப் போன்றது. எனக்கு மட்டும்தான் பொறுப்புகளா... எனக்கு மட்டும்தான் கடமைகளா என்று பாரபட்சம் பாருக்கும்போது பிரச்னை உருவாகிறது. இவற்றைத் தீர்க்கவும் வழி இருக்கத்தான் செய்கிறது. முதலில் திருமண உறவு ஏன் அவசியம் என்பதைப் பார்க்கலாம்.

* ஓர் ஆணும் பெண்ணும் சேர்ந்து வாழ வேண்டும் என்றால், ஏதா-வது ஒரு சட்டப்படி திருமணம் முடிக்கவேண்டியது கட்டாயம் என்பதை நமது அரசியல் சட்டம் தெளிவுபடுத்துகிறது. எதிர்காலத்தில் ஏதாவது ஒரு சட்ட நடவடிக்கை எடுக்கவேண்டிய சூழல் ஏற்படும் பட்சத்தில், திருமணம் முடிக்காதவர்களுக்கு சாதகமாக நீதிமன்றம் செயல்படாது.

* சமூக அங்கீகாரம் என்பது திருமணம் முடித்தவர்களுக்கே கிடைக்-கிறது. காதலன் காதலியாக எத்தனை வருடங்கள் காலம் கடத்தினாலும், அவர்களை யாரும் மதிப்பு கொடுத்து அங்கீகாரம் செய்வது இல்லை. திருமண பந்தத்தில் நுழைந்த பிறகே அவர்களை பொறுப்புள்ள குடிமக்-களாக ஏற்றுக்கொள்கிறார்கள்.

* எதிர்காலப் பாதுகாப்பு, திருமணம் மூலமே ஒரு நபருக்குக் கிடைக்கிறது. எதிர்பாராத காரணங்களால் யாரேனும் ஒருவர் மரணம் அடைந்துவிட்டால், அவரது உடைமைகள் மற்றும் இன்சூரன்ஸ் போன்ற பயன்களை அடைவதற்கு திருமணம் முடித்திருக்கவேண்டும்.

* திருமணம் முடிக்காமல் சேர்ந்து வாழும் தம்பதியருக்குக் குழந்தை பிறந்தால், அது எதிர்காலத்தில் தனியே பிரித்துப் பார்க்கப்படுவதும், சுட்-டிக் காட்டப்படுவதும் உண்டு.

* காதல் எத்தனை நபர்கள் மீதும் தோன்றலாம், ஆனால் ஒரு நபரை மட்டுமே திருமணம் முடிக்கமுடியும். அதனால் இந்த உறவு அத்-தியாவசியமாகவே உலகெங்கும் பார்க்கப்படுகிறது.

* காதல் செய்வதைக் கொண்டாடமுடியாது. ஆனால், திருமணம் ஓர் அற்புதக் கொண்டாட்டம். நீங்கள்தான் இங்கே கதாநாயகன் அல்லது கதாநாயகி. உங்களை வாழ்த்துவதற்கு ஆயிரக்கணக்கான நபர்கள் வரு-வார்கள். நீங்கள் பார்க்க விரும்பிய அத்தனை நபர்களும் ஒன்றுகூ-டுவார்கள், வாழ்த்துவார்கள். வாழ்வில் ஒரே ஒரு முறை விழாவின் நாயகன், நாயகியாக இருக்கும் அற்புத சந்தர்ப்பத்தை எதற்காக நழுவ விடவேண்டும்.

* இது நமது தனிப்பட்ட விவகாரம். இதை எதற்காக அனைவ-ருக்கும் தெரிவிக்கவேண்டும் என்று ஒருசிலர் நினைக்கலாம். ஆனால் மனிதர்கள் என்றால் சமூகத்துடன் இணைந்துதான் வாழவேண்டும். ஒரு-வரையொருவர் சார்ந்ததுதான் மனித வாழ்க்கை. எனவே இதில் இருந்து தப்பிக்க முடியாது. எனவே, ஒவ்வொரு காதலர்களும் திருமணம் முடித்து, தனி வீடு, ரேஷன் கார்டு, அரசு அடையாள அட்டை

என்று பொறுப்புள்ள குடிமகனாக மாற வேண்டியது காலத்தின் கட்டாயம். திருமணம் முடிக்காமல் ஊர்சுற்றும் காதலர்களை சமூகவிரோதியாகவே பார்க்கும் இந்த உலகம்.

* இத்தனை வருடங்கள் கஷ்டப்பட்டு பெற்று வளர்த்த பெற்றோர்கள், தங்கள் பிள்ளை யாராவது ஒருவருடன் திருமணம் முடித்து சந்தோஷமாக வாழ்வதைப் பார்க்க விரும்புவார்களே தவிர, யாராவது ஒருவருடன் சட்ட அங்கீகாரம் இல்லாமல் வாழ்வதை அல்ல. அதனால் பெற்றோர்களிடம் இருந்து கிடைக்கக்கூடிய உதவி, எதிர்காலச் சொத்து போன்றவை கேள்விக்குறி ஆகலாம்.

* சிலருக்கு பெரும் கூச்சம் இருக்கும். தான் என்ன சாதித்துவிட்டோம்... எதற்காக இத்தனை நபர்களை அழைத்து திருமண விழா நடத்தவேண்டும் என்று எண்ணுவார்கள். இப்படி நினைப்பவர்கள், குறைந்தபட்சம் ரிஜிஸ்தர் மேரேஜ் செய்துகொள்ள வேண்டுமே தவிர, திருமணம் செய்வதைத் தவிர்க்கக்கூடாது.

* காதல், கவர்ச்சி என்பது ஒரு கட்டத்தில் போரடித்துவிடும் என்ற உண்மையைக் காதலர்கள் புரிந்துகொள்ள வேண்டும். பலாப் பழம் நல்ல சுவையானது, சத்தானது என்றாலும் தினமும் சாப்பிட்டுக்கொண்டே இருந்தால், ஒரு கட்டத்தில் அதுவும் முகம் சுளிக்கவைத்துவிடும். அதைப் போலத்தான் காதலும். ஒருவர் முகத்தை ஒருவர் பார்த்துக்கொண்டே இருப்பது விரைவில் அலுப்பு தட்டிவிடும். அதனால் தங்களைப் போன்றே, தங்கள் சந்ததியை உருவாக்கும் முயற்சியில் ஈடுபடும்போது, வாழ்க்கை சுவாரஸ்யமாகிவிடும். இருவரும் தங்கள் மீதான காதலைவிட, தங்கள் குழந்தைகள் மீது காதலும் அன்பும் செலுத்தும்போது, அந்தக் குடும்பம் அசைக்கமுடியாத இரும்புக் கோட்டை ஆகிவிடும்.

* இந்த உலகில் உயிரினம் படைக்கப்பட்டதன் நோக்கமும், உயிர் வாழ்தலும்... தங்கள் இனத்தைப் பெருக்கிக் கொள்வதும்தான். ஓரறிவு படைத்த மரம் கூட, இந்தப் பணியை உருப்படியாகச் செய்யும்போது மனிதர்கள் தப்பித்துக்கொள்ள நினைப்பதில் எந்த நியாயமும் இல்லை.

* என்னதான் உறுதியான காதலாக இருந்தாலும், மீண்டும் ஒரு நல்ல காதலைத் தேட மாட்டார்கள் என்பது நிச்சயம் இல்லை. ஆணுக்கும் பெண்ணுக்கும் இதற்கான வாய்ப்பு இருக்கவே செய்கிறது. ஆனால், திருமணம் முடித்துவிட்டால் இந்த தேடுதல் வேட்டை முடிவுக்கு வந்து-

விடும்.

* திருமணம் முடித்த ஒரு பெண் அல்லது ஆணைக் காதல் செய்-வதற்கு எவரும் தயங்குவார்கள். ஒரு வகையில் இதுவே சமூகப் பாது-காப்பு.

* திருமணம் முடித்த ஜோடிக்கு உதவி செய்வதற்கு பெற்றோர், உற்-றார், உறவினர்கள் முன்வருவது சகஜம். ஏதாவது ஒரு பொருளாதார வீழ்ச்சி அல்லது உடல்நலக் கோளாறு ஏற்படும்போது தேவையான அன்-பும், ஆதரவும் குறைவறக் கிடைக்கும்.

* ஏதாவது ஒரு வெளியூருக்கு அல்லது ஜாலி டிரிப் செய்யும் நேரத்-தில், சம்பந்தமில்லாத சூழலில் போலீஸ் விசாரணைக்கு ஆட்பட நேர-லாம். தம்பதியர் என்றால் மறுபேச்சே இல்லாமல் போலீஸ் விசாரணை வளையத்தில் இருந்து வெளிவர முடியும். அதுவே காதலர்கள் என்றால் பல்வேறு கட்ட விசாரணை தேவைப்படும், பெற்றோர் அல்லது நண்பர்-கள் உதவி தேவைப்படலாம்.

* இவை எல்லாவற்றையும் மீறி காதல் செய்பவர்களுக்குள் என்ன-தான் நம்பிக்கையும் அன்பும் இருந்தாலும் திருமணத்தை மறுக்கும்போ-தும், தள்ளிப் போடும்போதும் அடுத்தவருக்கு கொஞ்சம் கலக்கத்தையும் அச்சத்தையும் ஏற்படுத்தவே செய்யும். இது காதலைப் பாதிக்கக்கூடி-யது... அதனால் காதல் செய்வோர் எல்லாமே திருமணம் செய்துகொள்-வதுதான் அடுத்தகட்ட நகர்வு.

யார்சொல்வதுநல்லது?

திருமணம் தேவை என்ற முடிவுக்கு காதலர்கள் வந்துவிட்டாலே, அவர்களுக்குள் நல்ல புரிதல் இருக்கிறது என்று அர்த்தம். காதல் மயக்-கத்திலே இருக்கும் நிலையில், திருமணம் முடிக்க வேண்டும் என்பதை யார் முதலில் சொல்வது?

காதலைச் சொல்வதற்கும் ஏற்றுக்கொள்ளவும் தயக்கம் காட்டும் பெண்கள், திருமணத்தில் மட்டும் மிகவும் ஆர்வமாக இருப்பார்கள். எந்த நேரமும் தங்கள் காதலுக்கும், காதலருக்கும் ஆபத்து வரலாம் என்ற பயம் காரணமாக எப்போது திருமணத்தை வைத்துக்கொள்ளலாம் என்று பல பெண்கள் நச்சரிக்கவே செய்வார்கள்.

திருமணத்துக்கு அவசரம் காட்டுவது சரியானது என்றாலும், தன்னை விரும்புபவரின் நிலைமையைப் புரிந்துகொள்ள வேண்டும். இருவரும் நல்ல காதலுடன், நல்ல புரிதலுடன் இருந்தால்கூட திருமணம் தாமதம

ஆகலாம். எப்படிப்பட்ட காரணங்களால் திருமணம் தள்ளிப்போவதை ஏற்றுக்கொள்ளலாம் என்பதைப் பார்க்கலாம்.

பொருளாதாரம்

ஆண் அல்லது பெண்ணை கடன் வாங்கிப் படிக்கவைத்து இருக்-கலாம். வேறு வகையில் குடும்பத்திற்கு பெரிய கடன் இருக்கலாம். இதனை அடைப்பதற்கு சம்பளம் தேவைப்படும் சூழல் இருக்கலாம். இந்தக் கடனை எப்படி அடைப்பது என்று ஒரு முடிவு எடுத்தபிறகே திருமணத்தைப் பற்றி யோசிக்க வேண்டும். திருமணத்துக்குப் பிறகு ஆண், பெண் இருவரும் குடும்பத்திற்கு எவ்வளவு பணம் ஒதுக்க வேண்டி இருக்கும் என்பதை முன்கூட்டியே பேசி முடிவு எடுத்துக்-கொள்ள வேண்டும். குடும்பத்திற்குக் கொடுத்த பிறகும் தங்களுக்குப் போதுமான பணம் இருக்கிறதா, இல்லை என்றால் அதனை எப்படி சம்-பாதிப்பது போன்ற கேள்விகளுக்கு விடை தெரிந்த பிறகே திருமணம் முடிக்க வேண்டும்.

சகோதரிகள்:

காதலில் விழுந்தவர்களுக்கு அக்கா அல்லது தங்கை திருமணத்-துக்குத் தயாராக இருக்கலாம். அவர்களுக்குத் திருமணம் முடிக்காமல் காதல் திருமணம் நடைபெறுவது அந்தக் குடும்பத்திற்கு இடைஞ்சலாக இருக்க வாய்ப்பு உண்டு. சாதி அல்லது மதத்தைத் தாண்டிய காதல் என்றால், அந்தக் குடும்பத்தில் அடுத்த திருமணம் நடைபெறுவது பெரும் சிக்கலை உண்டாக்கலாம். அதனால் திருமணத்துக்கு வீட்டில் யாரா-வது திருமணத்துக்குத் தயாராக இருக்கும் சூழலில், கூடுதலாக சில மாதங்கள், வருடங்கள் காத்திருந்து... அவர்கள் வாழ்க்கைக்கு ஒரு முடிவு கிடைத்தபிறகு, தங்கள் திருமணத்தை முடித்துக்கொள்வது, ஏற்-றுக்கொள்ளக் கூடியது.

எதிர்ப்பு

திருமணம் முடித்துக்கொள்ளலாம் என்ற முடிவுக்கு வந்துவிட்ட காத-லர்கள், பிறருடைய சம்மதத்தை எதிர்பார்ப்பதில்லை. எனவே, காதலுக்கு எதிர்ப்பு தெரிவிக்கும் பெற்றோர் மற்றும் உறவினர்களை எதிர்த்து நிற்கும் உறுதியுடன் இருப்பார்கள். ஆனாலும் பெற்றோர் எதிர்ப்புடன் திருமணம் செய்வது நல்லதல்ல. அவர்களை முடிந்தவரை சமாதானப்படுத்தி திரும-ணத்துக்கு சம்மதிக்க வைக்க முயற்சிக்க வேண்டும். பெற்றோரில் யாரா-வது ஒருவர் மனம் இளகினால்கூட போதும். இதற்காக சில காலங்கள்

காத்திருப்பது ஏற்கக்கூடியதே.

பணிநிமித்தம்

அலுவலகத்தில் உத்தியோக உயர்வு அல்லது டிரான்ஸ்ஃபர் எதிர்பார்த்து பலரும் காத்திருப்பார்கள். இதனை அடிப்படையாக வைத்து சம்பள உயர்வு வரும்... குவார்ட்டஸ் கிடைக்கும் போன்ற நிலை இருக்கலாம். வேறு ஒரு ஊரில் போய் செட்டில் ஆகவேண்டிய அவசியம் இருக்கலாம். இப்படி ஒரு வாய்ப்பு வரும் என்பது தெரியவந்தால், அதற்காகவும் காத்திருப்பதில் தவறு இல்லை.

திருமணத்திட்டம்:

திருமணத்தை எப்படி முடிப்பது என்பதில் காதலர்களுக்கு இடையே பல்வேறு கருத்துவேறுபாடு எழலாம். காதலுக்குச் சம்மதம் தெரிவிக்கும் பல்வேறு உறவினர்கள் மற்றும் நண்பர்கள் அனைவரையும் வரவழைத்து பிரமாண்டமாக நடத்தவேண்டும் என்று பலர் நினைப்பார்கள். சிலர் காதலுக்கு எதிர்ப்பு பலமாக வரும் என்றால் போலீஸ் முன்னிலையில் திருமணம் முடிக்கவேண்டும் என்று ஆசைப்படுவார்கள். இன்னும் சிலர் யாரிடமும் எதுவும் சொல்லாமல் ஓடிப்போய் வெளியூரில் திருமணம் முடித்துக்கொள்ளலாம் என்று நினைப்பார்கள். பதிவுத் திருமணம், கோயில் திருமணம் என்று பல்வேறு வகையான திருமணத் திட்டம் இருக்கலாம். இதில் இரண்டு பேருக்கும் ஏற்ற திருமணம் எதுவென்று யோசித்து... பேச்சுவார்த்தை நடத்தி, இரண்டு பேரும் மனப்பூர்வமாக சம்மதித்தே திருமணத்திற்கு ஒப்புக்கொள்ள வேண்டும்.

எப்போதுதிருமணம்:

திருமணம் எப்படி நடத்தவேண்டும் என்பதைப் போலவே, எப்போது நடத்துவது என்பதிலும் காதலர்களுக்கு இடையே மாறுபட்ட கருத்துகள் இருக்கும். பெரும்பாலும் பெண்கள் உடனே திருமணம் நடத்தவேண்டும் என்று ஆசைப்படுவார்கள். ஆனால், ஆண்கள் முடிந்தவரை காதலில் ஜாலியாக இருந்துவிட்டு, தள்ளிப்போட்டு நிதானமாக முடிக்க நினைப்பார்கள். இதிலும் இருவரும் மனம் ஒப்புக்கொள்ளவேண்டியது அவசியம்.

காதலில் விழுந்தவர்கள் கடைசிவரை உடலோடு உடல் இணையாமல் இருந்தால், அவர்களுக்குமே விரைவில் திருமணம் முடிக்கவேண்டும் என்ற ஆர்வம் இருப்பது இயற்கை. இந்த ஒரு காரணத்துக்காகவேணும் ஆணும், பெண்ணும் திருமணம் வரையிலும் உடல் தீண்டாமல் இருப்பது நல்லது.

ஓடிப்போலாமா?

காதலில் விழுந்தவர்கள் திடீரென ஊரைவிட்டு ஓடிப்போகும் சூழல் ஏற்படலாம். பொத்திப்பொத்தி வளர்த்த காதல் எதிர்பாராத விதமாக யாருக்காவது தெரியவரும் வேளையில், காதலன் அல்லது காதலிக்குத் திருமணம் செய்துவைக்க அவசர முயற்சி நடக்கலாம். இனி எப்போதும் காதலுக்கு சம்மதம் சொல்லவே மாட்டார்கள் என்ற நிலை ஏற்படலாம். காதலில் விழுந்தவரை வீட்டில் அடைத்துவைத்து கொடுமைப்படுத்தும் நிலை இருக்கலாம். இதுபோன்ற வித்தியாசமான சூழலில் குடும்பத்தை விட்டு, ஊரைவிட்டு ஓடிப்போகும் முடிவுக்கு வரலாம். இப்படி ஒரு நிலை ஏற்படும் பட்சத்தில், குறைந்தபட்ச முன்னேற்பாடுகள் செய்யாமல் ஊரைவிட்டுக் கிளம்பவே கூடாது. கண்டிப்பாக காவல் துறை உதவியை நாடவேண்டும். ஏனென்றால், எந்த முன்னேற்பாடும் இல்லாமல் ஊரை- விட்டு ஓடிப்போனவர்களின் காதல் பெரும்பாலும் தோல்வியில் முடிந்து- விடும். எனவே, மிகவும் ஜாக்கிரதையாக திட்டம்போட்டு செயல்படுத்த வேண்டும்.

இந்த இடத்தில் ஒரு முக்கிய அபாயத்தைக் குறிப்பிட வேண்டும்.

அதிகம் விபரம் அறியாத பெண்கள், பணக்காரப் பெண்கள், எளிதில் எதையும் நம்பக்கூடிய பெண்களை பல ஆண்கள் காதல் வலையில் விழவைத்து ஏமாற்றுவது இந்த நேரத்தில்தான். திருமணம் முடிப்பதாக உறுதி கொடுப்பார்கள். யாரிடமும் நம்முடைய காதலைச் சொல்லவேண்- டாம். பணம், நகையை மட்டும் எடுத்துக்கொண்டு வந்துவிடு, நாம் திரு- மணம் முடித்தபிறகு வீட்டில் தகவல் சொல்லலாம். அதுவரை நட்பு வட்டாரத்துக்கும் நீ ஓடிவருவது தெரியக்கூடாது என்று ஆழமான நம்- பிக்கையை விதைப்பார்கள்.

இந்த ஆண்கள் காதலுக்காக உயிரையும் கொடுக்கத் துணிவது போல் பேசுவார்கள். எதிர்பாராத இன்பப் பரிசுகள் கொடுப்பார்கள். காத- லியை ஒவ்வொரு நிமிடமும் ஆச்சர்யத்திலும் சந்தோஷத்திலும் மூழ்- கடிப்பார்கள். எனவே, இத்தனை அன்பு செலுத்தும் நபர், ஓடிப்போ- லாமா என்று கேட்கும்போது பலரும் எந்த யோசனையும் இன்றி கையில் இருக்கும் பணம், வீட்டில் இருக்கும் நகையுடன் கிளம்பி விடுகிறார்கள்.

எங்காவது ஒரு பெரிய நகரத்துக்குக் கூட்டிச் சென்று, ஒரு கோயி- லில் தாலி கட்டிவிட்டு, குடும்பம் நடத்துவார்கள். அந்தப் பெண்ணின் கையில் இருக்கும் நகை, பணத்தை திடுமென எடுத்துக்கொண்டு

காணாமல் போய்விடுவார்கள். அல்லது அந்தப் பெண்ணையும் யாராவது ஒரு அயோக்கிய கும்பல் வசம் மாட்டிவிட்டுப் போய்விடுவார்கள். இன்று காதல் என்ற பெயரில் இப்படி ஏமாற்றும் ஆண்கள் பலர் இருக்கத்தான் செய்கிறார்கள்.

அதனால் காதலில் விழுந்த எந்த ஒரு பெண்ணும், ஓடிப்போகும் நிலையில் இருதரப்பு நட்பு வட்டாரம் மற்றும் தூரத்து உறவினர்களின் உதவி கேட்டு, அது கிடைத்தபிறகே போகவேண்டும். யாருக்கும் தெரி- யாமல் தனியே ஓடிப்போகலாம் என்று ஒரு ஆண் பேசினால், அது கண்டிப்பாக ஏமாற்றும் செயல் என்று பெண் உஷாராகிவிட வேண்டும்.

சுதந்திரம்

திருமணம் முடித்தால் தங்களது சுதந்திரம் பறி போய்விடும் என்று நினைப்பது உண்டு. தங்கள் போக்கில் எந்தவிதமான கடமையும் பொறுப்பும் இல்லாமல் சுற்றித்திரியும் நிலை போய், கட்டுப்பாட்டுக்குள் வாழவேண்டிய நிலை ஏற்படும் என்று தயங்குவார்கள். அதனால் ஆண், பெண் இருவருக்கும் திருமணத்துக்குப் பிறகு எந்த அளவில் சுதந்திரம் இருக்கும் என்பதை முன்கூட்டியே பேசிவிடுவது நல்லது.

ஆண்கள் தங்கள் நண்பர்களுடன் வாரம் ஒரு முறை ஜாலியாக ஊர் சுற்ற விரும்புவார்கள். மாதம் ஒரு முறை வெளியூர் போய் ஆட்டம் போட்டு வருவார்கள். இதுபோன்றவை திருமணத்துக்குப் பிறகும் தொட- ரலாமா வேண்டாமா என்று பேசிக்கொள்ள வேண்டும்.

பெண்களுக்கு வேலைக்குப் போவதில்தான் பெரிய பிரச்னை ஏற்- படும். திருமணம் முடித்துவிட்டால், வேலைக்குப் போகவேண்டாம். என்னை மட்டும் கவனித்துக்கொண்டால் போதும் என்று ஆண்கள் சொல்வார்கள். ஒரு சில பெண்களுக்கு இது மிகவும் மகிழ்வைக் கொடுக்கும். ஆனால், ஒரு சில பெண்கள் இதனால் தங்கள் சுதந்திரம், எதிர்கால வாழ்க்கை பறிபோய்விடும் என்று கருதுவார்கள். இன்னும் சில பெண்கள், குழந்தை பெறும் வரை வேலைக்குச் செல்ல விரும்புவார்- கள். இது போன்ற அனைத்து விஷயங்களையும் பேசி, இருவரும் ஒரே மனநிலைக்கு வரவேண்டியது அவசியம்.

இதுபோன்று திருமணத்துக்கு வேறு ஏதாவது காரணங்கள் இடைஞ்- சலாக இருந்தாலும், அவற்றை இருவரும் வெளிப்படையாகப் பேசி ஆராய்ந்து, அடுத்த கட்டத்துக்குச் செல்ல வேண்டும்.

'நான் உன்னை உயிருக்கு உயிராக விரும்புகிறேன். எந்த நேரமும் உன்னுடனே நான் இருக்கவேண்டும் என்று ஆசைப்படுகிறேன். இதற்குக் கல்யாணம்தான் சரியான பாதை என்று நினைக்கிறேன். நாம் இருவரும் கல்யாணம் முடிக்கவேண்டும் என்று பிறர் விரும்புவதைவிட, நான் உண்மையிலேயே விரும்புகிறேன்' என்ற மனநிலைக்கு இருவருமே வரவேண்டும்.

காதலிக்க சரியான நபரைத் தேர்வு செய்த நேரத்தில், 'இவர் இல்லை என்றால் எனக்கு வாழ்க்கை இல்லை... காதல் இல்லை' என்று எப்படி உறுதியான மனநிலையில் இருந்தீர்களோ, அதேபோன்று 'திருமணம் முடிக்கவில்லை என்றால் வாழ்க்கை இல்லை' என்ற மனநிலை வரவேண்டும். கனவுகள் எல்லாமே திருமணத்தில்தான் நனவாகப் போகிறது என்ற எண்ணம் வரவேண்டும்.

காதலை உரக்கச் சொல்லுங்கள்:

இருவரும் திருமணத்திற்குத் தயாரான பின்னரே, உங்கள் காதலை வெளிப்படையாக அறிவிக்கவேண்டும். முதலில் உங்கள் பெற்றோரிடம் நீங்கள் விரும்பும் நபரை ஒரு நல்ல நண்பராக அறிமுகம் செய்து வையுங்கள். குடும்பத்தினருக்கும் நீங்கள் விரும்புபவருக்கும் இடையே ஒரளவாவது புரிதல் ஏற்பட்ட பிறகு, காதல் வயப்பட்டு இருப்பதை அழுத்தம் திருத்தமாகச் சொல்லுங்கள்.

வீட்டில் காதலைச் சொல்லும் முன்னர் உங்களவரிடம், 'நான் வீட்டில் நம் காதலைச் சொல்லப் போகிறேன். பின்விளைவுகள் இருந்தால் எப்படித் தொடர்பு கொள்வது' என்பதை தெளிவாகச் சொல்லிவிட்டே, காதல் விவகாரத்தைப் பேசுங்கள். காதல் குறித்துச் சொல்லும்போது உங்களுக்கு எப்போதும் ஆதரவாக இருப்பது யார், நீங்கள் செய்யும் செயல்கள் சரியானதாக இருக்கும் என நினைப்பவர் யார் என்பதைத் தெளிவுபடுத்தி, அவரிடம் முதலில் சொல்லுங்கள். ஆண், பெண் யாராக இருந்தாலும் முதலில் அம்மாவிடம் சொல்வது பயனுள்ளதாக இருக்கும். 'நீங்கள் விரும்பும் நபரை திருமணம் செய்ய அப்பாவின் சம்மதத்தை நீங்கள்தான் பெற்றுத்தரவேண்டும்' என்று அம்மாவிடம் நம்பிக்கையுடன் சொல்லுங்கள். இந்தக் காதலில் மறுபரிசீலனை செய்வதற்கு எதுவுமே இல்லை என்பதில் உறுதியாக இருங்கள்.

ஒருவரிடம் சொன்னாலே மற்றொரு நபரிடம் போய்விடும். அவர் சொல்வதற்குப் பயப்படுகிறார் என்றால், நீங்களே மற்றொரு நபரிடமும்

உங்கள் விருப்பத்தைச் சொல்லுங்கள். நீங்கள் விரும்பும் நபர் பற்றி எந்த சந்தேகம் கேட்டாலும், அதனை நிவர்த்தி செய்யும் அளவுக்கு முழு- மையான தகவல்களுடன் தயாராக இருங்கள். நீங்கள் விரும்பும் நபரின் குடும்பம், பூர்வீகம், உறவினர்கள், தொழில், சொத்து என்று சகல விஷ- யங்களையும் அறிந்து வைத்து, கேட்கும் கேள்விகளுக்குப் பதில் சொல்- லுங்கள். எந்த ஒரு குடும்பத்திலும், காதலைச் சொன்னதும், உடனே ஏற்றுக்கொள்ளும் அளவுக்கு மனப்பக்குவம் இருக்காது. ஏனென்றால், தங்கள் பிள்ளைக்கு எதுவுமே தெரியாது, காதல் என்ற வார்த்தையைச் சொல்லி யாரோ ஏமாற்றி விட்டதாகவே நினைப்பார்கள். அதனால் காத- லைச் சொன்னதும் என்னவெல்லாம் நிகழலாம் என்பதைப் பார்க்கலாம்.

* தாய் அல்லது தந்தை கடுமையாக அடிக்கவோ அல்லது கண்- டிக்கவோ செய்யலாம்.

* வேலைக்குப் போகவேண்டாம் என்று வீட்டிலேயே பூட்டி வைக்க- லாம்.

* இங்கே இருந்தால்தானே காதல் பற்றி பேசுவாய் என்று தக்க பாதுகாப்புடன் வெளியூரில் உள்ள சொந்தக்காரர்களிடம் அனுப்பி வைக்- கலாம்.

* தங்கள் பிள்ளை மீது எந்தத் தவறும் இருக்க வாய்ப்பு இல்லை என்று நினைத்து, யாரை காதல் செய்கிறாரோ அவர் மீது ஏதாவது நடவடிக்கை எடுக்க வாய்ப்பு இருக்கிறதா என்று தேட வாய்ப்பு இருக்- கிறது.

* காவல் துறை அல்லது அரசியல் செல்வாக்கு இருந்தால், காதலை உடைக்க என்னவெல்லாம் செய்யமுடியும் என்று யோசிப்பார்கள்.

* செல்போன், கம்ப்யூட்டர் வசதியை திரும்ப எடுத்துக்கொள்வதுடன், நட்பாக யாரையும் சந்திக்கவும் தடை போடலாம்.

* ஜாதி, மதம் வேறாக இருக்கும் பட்சத்தில் எதிர்ப்பு கடுமையாக இருக்கும்.

* காதல் செய்யும் நபர் வீடு மீது தாக்குதல் நடக்க வாய்ப்பு உண்டு.

* காதலைக் கைவிடாவிட்டால், தற்கொலை செய்துகொள்வேன் என்று பெற்றோர் அன்பு மிரட்டல் விடுவது உண்டு.

* காவல் நிலையத்தில் சென்று பொய்வழக்கு கொடுக்கச் சொல்லி தூண்டுவது உண்டு.

* காதலைக் கைவிடாவிட்டால், நீங்கள் விரும்பும் நபரை கொலை செய்துவிடுவேன் என்று மிரட்டுவார்கள்.

* காதலைக் கைவிடாவிட்டால், குடும்பத்தில் மரியாதை இருக்காது, உறவினர்கள் யாரும் மதிக்க மாட்டார்கள் என்று மூளைச்சலவை செய்யப் பார்ப்பார்கள்.

* எங்கள் சொத்து, ஆதரவு, அன்பு எதுவும் கிடைக்காது என்று மிரட்டுவார்கள்.

* ஒரு சில வீடுகளில் தற்கொலை, கொலை நிகழவும் வாய்ப்பு உண்டு.

இதுபோன்ற சூழல்களில் என்ன செய்யவேண்டும் என்பது தெரியாமல் நிறைய பெண்களும், ஆண்களும் உணர்ச்சிவசப்பட்டு தவறான முடிவு எடுத்து விடுகிறார்கள். நீங்கள் மிகச்சரியான முடிவு எடுத்துள்ளதாக நம்புகிறீர்கள் என்பதால் நீங்கள் உணர்ச்சிவசப்படவோ, கோபப்படவோ வேண்டியது இல்லை. தற்கொலை செய்வது, வீட்டை விட்டு ஓடுவது போன்ற எதுவும் இந்தக் காதலுக்குத் தீர்வு இல்லை என்பதில் தெளிவாக இருங்கள்.

உங்கள் குடும்பத்தினர் காதலை எந்த வகையில் எடுத்துக்கொள்கிறார்கள் என்பதைப் பொறுத்து உங்கள் அடுத்தகட்ட நடவடிக்கை இருக்கவேண்டும். அளவுக்கு மீறி துன்புறுத்துவது அல்லது கொடுமைப்படுத்துவதாக இருந்தால் கொஞ்சமும் யோசிக்காமல், 'நான் அவரைக் காதலிக்கிறேன். திருமணம் செய்துகொள்ள விரும்புகிறேன்' என்று என் ஆசையைத்தான் சொன்னேன். அதில் உங்களுக்கு இத்தனை தூரம் விருப்பம் இருக்காது என்று நான் நினைக்கவில்லை. அதனால் கொஞ்சம் கொஞ்சமாக அவரை மறக்க நினைக்கிறேன் என்று கொஞ்சமும் கூசாமல் பொய்யைச் சொல்லி தப்பியுங்கள். தேவையெனில் பொய் சொல்லலாம் என்று திருவள்ளுவரே சொல்லி இருக்கிறார். அந்த சூழலில் தேவை இல்லாமல் துன்பப்படவேண்டிய அவசியம் இல்லை.

அதன்பிறகு பெற்றோர்கள் மனநிலையை மாற்றமுடியுமா என்பதைப் பாருங்கள். அப்படி மாற்றவே முடியாது எனும் பட்சத்தில் உங்கள் உறவினர், நண்பர்கள் துணையுடன் திருமண ஏற்பாடுகளில் இறங்கவேண்டியதுதான். ஆனால், உங்கள் பெற்றோர் மனம் மாறுவதற்கு கொஞ்ச கால அவகாசம் கொடுங்கள்.

பெரும்பாலான வீடுகளில் ஆரம்பத்தில் பெற்றோர் மிகவும் பிடிவா-
தமாக இருப்பார்கள். அதன்பிறகு கொஞ்சம் கொஞ்சமாக மகன் அல்-
லது மகளின் ஆசையை நிறைவேற்றுவதுதான் நியாயம் என்பதை ஒப்-
புக்கொண்டு சம்மதம் தெரிவித்து விடுவார்கள். ஒரு சிலர் சம்மதம்
தெரிவிக்கவில்லை என்றாலும், 'எனக்கு விருப்பம் இல்லை... உனக்குத்
தேவை என்றால் திருமணம் முடித்துக்கொள்' என்று விட்டேத்தியாகச்
சொல்வார்கள். இதுவும் கிட்டத்தட்ட சம்மதம் கிடைத்த நிலைதான்.

பெற்றோர்களிடம் தகவல் சொன்னபிறகு, மிகவும் நெருங்கிய உறவி-
னர் மற்றும் நண்பர்களிடமும் காதலைச் சொல்லிவிடுங்கள். பெற்றோர்
சம்மதம் கிடைத்ததும் அல்லது கிடைக்காமல் திருமணம் செய்வதாக
முடிவு எடுத்துவிட்டால், உடனே உங்களுக்குத் தெரிந்த அனைவருக்-
குமே திருமண பத்திரிகை கிடைக்கும்படி அனுப்பி வையுங்கள்.

மிகவும் சிம்பிளாக பதிவுத் திருமணமே செய்யப்போகிறீர்கள் என்-
றால்கூட, உங்கள் அனைத்து உறவினர்களுக்கும், திருமணம் செய்-
துகொள்ளப்போகும் தகவலையாவது தெரிவித்து விடுங்கள். நீங்கள்
காதலில் விழுந்து, திருமணம் செய்துகொண்டதை உங்களை அறிந்த
அனைவருக்கும் தெரிவிக்கவேண்டியது அவசியம். அப்போதுதான் உங்-
கள் நேர்மை, தைரியம், திடமான முடிவு போன்றவைகளுக்குப் போதிய
மரியாதை கிடைக்கும். திருமணம் என்பதே ஊர் அறிய இணைந்து
வாழ்வதற்காக எடுக்கும் நடவடிக்கைதான். அதனை யாருக்கும் தெரி-
யாமல் மறைக்கவேண்டிய அவசியம் கிடையாது.

காதலின்முடிவுதிருமணம்அல்லவே...

பல்வேறு தடைகளைக் கடந்து திருமணம் முடிந்தவுடன், ஒரு மாபெ-
ரும் சாதனை படைத்துவிட்டதாக இருவரும் பெருமிதம் அடைகிறார்கள்.
உண்மையிலேயே இது மகத்தான சாதனைதான். எங்கேயோ பிறந்து,
எப்படியோ வளர்ந்தவர்கள் காதல் வயப்பட்டு திருமணம் முடித்து ஒன்-
றாக வாழ்வது என்பதை நினைத்தாலே ஆச்சர்யமாகத்தான் இருக்கும்.

திருமணம் முடிந்துவிட்டது என்றால் காதல் மரம் அற்புதமாக பூத்துக்
குலுங்குகிறது என்று அர்த்தம். மரம் முழுவதும் பூக்கள் வந்துவிட்டதைப்
பார்க்க ஆனந்தமாக, அற்புதமாகத்தான் இருக்கும். இதைப் பார்த்தவு-
டனே காதலில் வென்றுவிட்டோம் என்று பலர் ஓய்வெடுத்து விடுகிறார்-
கள்.

தாங்கள் ஒரு முக்கியமான நபராக, பொறுப்புமிக்க மனிதராக மாறி-விட்டதாக கற்பனை செய்துகொள்கிறார்கள். இனி விளையாட்டுத்தன-மாக காதல், கத்தரிக்காய் என்று சுற்றிக்கொண்டு இருக்கவோ, தேவை-யற்ற வகையில் நேரம் கழிப்பதோ தவறு என்று நினைக்கிறார்கள். இந்த இடத்திலும் நிறைய காதல் தோற்றுப் போகிறது.

காதலில் எப்போதும் ஓய்வெடுக்க வேண்டிய அவசியம் இல்லை. காதல் மரம் பூத்து நின்றால் மட்டும் போதாது... அது கனி கொடுக்க வேண்டும்... ஆலம் விழுதுகளைப் போன்று என்றென்றும் வளர்ந்து பெருகி அழியாமல் நிற்க வேண்டும். அதனால் திருமணத்திற்குப் பிறகும் காதலைப் பேணிக் காக்கவேண்டும். இந்த இடத்தில் பலரும் காதலைக் கவனிக்க மறந்துவிடுவதால்தான், பெரும்பாலான கல்யாணம் தோல்வி-யில் முடிகிறது. திருமணத்திற்குப் பிறகும் காதல் தொடர்வதற்கான மந்-திரத்தைப் பார்க்கலாம்.

அத்தியாயம் 12

காதல் மந்திரம் 10 — **திருமணம் என்பது முடிவல்ல, தொடக்கம்**

காதல் மரம் பூத்துக்குலுங்கும் வண்ணம் கல்யாண வாழ்க்கையில் நுழைந்துவிட்டீர்கள். உங்கள் மனம் கவர்ந்தவர் இப்போது முழுக்க முழுக்க உங்களுக்கு என்றே ஆகிவிட்டார். இனி எந்த ஒரு சக்தியாலும் அவரிடம் இருந்து உங்களைப் பிரிக்க முடியாது. நீங்கள் ரசித்த, விரும்-பிய, கனவு கண்ட நபர் உங்கள் அருகேயே இருக்கிறார்.

இந்த சந்தோஷம் என்றென்றும் நிலைக்க வேண்டும். அப்போதுதான் காதல் செய்து கல்யாணம் செய்த சந்தோஷம் கிடைக்கும். திருமணம் செய்த முதல் இரண்டு வருடங்களை சிக்கலான காலம் என்றே சொல்ல-வேண்டும். ஏனென்றால் ஒரு இடத்தில் வளர்ந்துகொண்டிருந்த செடியை, இன்னொரு இடத்தில் நட்டு வைத்தது போன்று எங்கெங்கோ பிறந்து வளர்ந்த இருவர் ஒன்று சேர்ந்து வாழ்கிறார்கள். என்னதான் இருவ-ருக்குள்ளும் அன்பும் காதலும் இருந்தாலும் எத்தனையோ பிரச்னைகள் அவர்களைத் தாக்கக்கூடும். இந்த முக்கியமான காலகட்டத்தில் காத-லுக்கு எப்படி எல்லாம் பிரச்னைகள் வரும், காதல் முறிந்து போகாமல் இருக்க என்னவெல்லாம் செய்யவேண்டும் என்பதைப் பார்க்கலாம்.

வாழ்க்கைஎன்பதுசினிமாஅல்ல

இந்த உலகிலேயே அதிகமான திரைப்படங்கள் காதலை மையப்ப-டுத்தித்தான் எடுக்கப்படுகிறது. அப்படிப்பட்ட பெரும்பாலான சினிமாக்க-

ளில், திருமணம்தான் காதலின் வெற்றி என்று காட்டப்படும். காதலனும் காதலியும் வாழ்க்கையில் இணைந்துவிட்டாலே, சுபம் என்று படத்தை முடித்துவிடுவார்கள். அதனால் சினிமாவைப் பார்த்துக் காதல் செய்யும் இளசுகள் பலர், காதலைப் போன்றே திருமண வாழ்க்கையும் சர்க்கரை போன்று இனிக்கும் என்று நினைக்கிறார்கள்.

ஆனால், வாழ்க்கை என்பது மூன்று மணி நேரத்தில் முடியக்கூடிய சினிமா அல்ல. திருமணம் என்பது காதலின் அடுத்தகட்ட வளர்ச்சி-தானே தவிர, அதுவே காதலின் முடிவு அல்ல. இதுவரை கிடைத்த இனிமையை, வாழும் காலம் வரை தக்க வைத்துக்கொள்வதில்தான் வெற்றிகரமான காதல் இருக்கிறது. அதனால் காதல் வாழ்க்கை வேறு, திருமண வாழ்க்கை வேறு என்பதை ஆணும் பெண்ணும் புரிந்துகொள்ள வேண்டும். காதல் நேரத்தில் எந்தப் பொறுப்பும், கடமையும் இல்லை என்பதால் இனியும் முன்போன்று காலத்தைக் கழிக்க முடியாது. காதல் நேரத்தில், டீ சாப்பிடவேண்டும் என்றால் உடனே சொகுசாக உட்கார்ந்து சாப்பிடக்கூடிய ஹோட்டலாகத் தேர்வு செய்து போய் சாப்பிடலாம். ஆனால், திருமணத்திற்குப் பிறகும் அப்படி செய்யமுடியுமா?

ஒருவரும் சேர்ந்து டீ குடிக்கும் காசு கொண்டு அரை லிட்டர் பால் வாங்கி நான்கு முறை டீ குடிக்கலாம். ஆனால் பால், சர்க்கரை, டீ தூள் போன்றவை வாங்க வேண்டும். கேஸ் வேண்டும். தேவையான பாத்தி-ரங்கள் வேண்டும். முக்கியமாக டீ போடுவதற்குப் பயிற்சி வேண்டும்.

ஒரு டீ போடுவதற்கே இத்தனை 'வேண்டும்' என்றால், வாழ்க்கை நடத்துவதற்கு எத்தனை எத்தனை தேவைப்படும் என்பதைப் புரிந்து-கொள்ள வேண்டும். அதனால் காதல் நேரத்தில் ஒருவரை ஒருவர் புரிந்-துகொண்டதைவிட, இப்போதுதான் அதிகம் புரிந்துகொள்ள வேண்டும்.

குறைகளைக்கண்டுகொள்ளாதீர்கள்:

காதல் செய்யும் நேரத்தில் ஒரு பெண் அல்லது ஆண் செய்யும் தவறுகள் பெரிய குறைபாடாகத் தெரியாது. அதுவே திருமணத்திற்குப் பின் செய்யும்போது, மிகப்பெரிய குற்றமாக நினைப்பார்கள்.

காதலிக்கும் நேரத்தில், 'விடுமுறை என்றால் காலை 10 மணி வரைக்கும் தூங்குவேன்' என்று ஒரு பெண் சொல்லும்போது, 'அட... அன்னைக்கு ஒரு நாள்தானே நிம்மதியாத் தூங்கமுடியும்' என்று ஆதர-வாக ஆண் சொல்வான்.

அதே பெண் திருமணம் முடித்தபிறகு விடுமுறையில் காலையில் சீக்கிரம் எழாமல் தூங்கிக்கொண்டு இருந்தால் கோபப்படுவார்கள். 'சூரியன் வந்த பிறகும் பெண் தூங்கிக்கொண்டு இருந்தால், அந்த வீடு உருப்படாது' என்று டென்ஷன் ஆவார்கள். 'நான் காலை எழுந்து பேப்பர் படித்து முடித்துவிட்டேன். இன்னமும் டி போட்டுத் தராமல் தூங்கிக்கொண்டு இருக்கிறாய்' என்று சிலர் காட்டுக்கத்தல் கத்துவார்கள்.

அதேபோன்று காதல் செய்யும் நேரத்தில், காட்டு வேகத்தில் வண்டியை ஓட்டினால் கட்டிப்பிடித்து ரசிப்பாள் பெண். திருமணம் முடிந்தபிறகு வண்டியை ஓட்டுவதற்குக் கடுமையாக கட்டுப்பாடு போடுவார். நண்பர்களுடன் நெருக்கத்தைக் குறைக்கவில்லை என்றால் கோபமாவார்.

ஒருவர் மீது ஒருவர் கோபப்படுவதில் அர்த்தமே இல்லை. ஏனென்றால் மனிதர்கள் எல்லோருக்குமே சில பலவீனங்கள் உள்ளது. காதல் செய்யும்போது தவறுகளை ஏற்கும் மனநிலை இருந்தது போலவே, திருமணத்திற்குப் பின்னும் தொடரவேண்டும் என்பதை ஞாபகம் வையுங்கள்.

உண்மையான காதல் இருக்கும்போது குறைகளுடன் ஏற்றுக்கொள்வது மிகவும் சுலபம். ஒருவரிடம் இருக்கும் குறைகளை மாற்றுவது சுலபம், நாம் மாறிக்கொள்வதும் சுலபம். அதனால் குறைகளையும் பலவீனங்களையும் பொறுத்துக் கொள்ளவும் அலட்சியப்படுத்தவும் செய்யுங்கள்.

ஆனால், ஒரு சில குறைகள் சகித்துக்கொள்ள முடியாத அளவுக்கு இருக்கலாம். அப்படிப்பட்டதை மிகத் தெளிவாக உணர்த்தி, கொஞ்சம் கொஞ்சமாக மாறுவதற்கு வாய்ப்பு கொடுங்கள். ஒரு வேளை உங்களுக்குக் குறையாகத் தெரிவது, அவருக்கு குறையாகத் தெரியவில்லை என்றால், அவரது போக்கிலேயே விட்டுவிடுங்கள். ஒரு சரியான நேரம் வரும்போது, அந்த மாற்றத்தை வரவழைத்துக் கொள்ளலாம் என்று நம்பிக்கையுடன் இருங்கள்.

அவருடன் வாழ்ந்தால் வாழ்க்கை நன்றாக இருக்கும் என்பது காதல். அவருடன்தான் வாழ்க்கை என்பது திருமணம். அதனால் ஒருவருக்கொருவர் கருத்தொற்றுமையுடன் வாழ முற்பட வேண்டும். எத்தனை குறைகள் இருந்தாலும், அவற்றைக் களைந்து வெற்றிகரமாக காலம் எல்லாம் வாழ்ந்து காட்டுவோம் என்பதை நம்புங்கள்.

காதல் செய்து திருமணம் முடித்தவர்களை இரண்டு வகையாகப் பார்க்கவேண்டும். அதாவது இருவரும் தொடர்ந்து வேலைக்குச் செல்-

பவர்கள் முதல் வகை. ஆண் மட்டும் சம்பாதித்தால் போதும் என்று பெண் குடும்பத்தைக் கவனிப்பது அடுத்த வகை. இரண்டாவது வகை-யிலான திருமணத்தில் பெரும்பாலும் சிக்கல் இருப்பது இல்லை, ஏன் என்பதைப் பார்ப்போம்.

ஒரேதலைமை:

இருவரில் ஒருவர்தான் வேலைக்குச் செல்லும் காரணத்தால் பணம் சம்பாதிக்கும் பொறுப்பு ஒருவர் வசம் போய்விடுகிறது. அதனால் வீட்-டைத் தவிர வெளி உலகத்துக்கு அவர் ராஜாவாக இருக்கிறார். வீட்-டைப் பொறுத்தவரை முழுக்க முழுக்க அந்தப் பெண்ணின் கையில் இருக்கிறது என்பதால், அவள் அந்த வீட்டுக்கு மகாராணியாக இருக்-கிறாள். வீட்டை அலங்காரம் செய்வது தொடங்கி சமையல் வரை எல்-லாமே அவள் கையில் இருக்கிறது. இங்கே ஆணை குடும்பத் தலைவ-ராக ஏற்றுக்கொள்கிறாள் பெண்.

பணம் சம்பாதிக்க ஆணும், பணம் தவிர்த்த விஷயங்களுக்குப் பெண்ணும் தலைமை ஏற்று குடும்பத்தை நடத்துகிறாள். அதனால் ஒரு-வர் தலைமையை மற்றொருவர் ஏற்றுக்கொள்ளும் நிலையில், அவர்-களுக்கு இடையே பெரிய அளவில் கருத்துவேறுபாடுகள் வருவது இல்லை. அவரவர் சம்பந்தப்பட்ட விஷயங்களில் அவரவர்களே முடிவு-கள் எடுத்துக் கொள்கிறார்கள்.

மேலும் பெண்ணுக்கு நிறையவே நேரம் கிடைக்கிறது என்பதால், தன்னை அலங்காரம் செய்துகொள்ள முடிகிறது. வேலை முடித்து வீட்-டுக்கு வரும் ஆணுக்குப் பிடித்த வகையில் ஏதாவது செய்யவேண்டும் என்று யோசித்து செயல்பட முடிகிறது. அதுபோலவே வேலையில் இருந்து கணவன் வரும்போது, மனைவிக்கு ஏதாவது வாங்கிச் செல்ல-வேண்டும், வெளியே அழைத்துச் செல்லவேண்டும் என்று நினைப்புடன் வருவார். இருவரது மனதும், சிந்தனையும் ஒன்றுபடுகிறது. இவை எல்-லாவற்றையும்விட முக்கியமான விஷயம், இருவரும் ஒன்று சேர்ந்து பேசுவதற்குப் போதிய நேரம் கிடைக்கிறது. இருவரும் நிறைய பேசிக்-கொள்வதால், சின்னச்சின்ன மன வருத்தங்கள் இருந்தால்கூட, அதனை சரிப்படுத்திக் கொள்ளும் வாய்ப்பு கிடைக்கிறது.

இப்படி இருக்கும் காரணத்தால், இதுதான் நல்ல வாழ்க்கை... இப்ப-டித்தான் வாழவேண்டும் என்று அர்த்தம் இல்லை. இந்த முறையிலான வாழ்க்கையில், பொருளாதாரம் ஒரு நபரை மட்டுமே சார்ந்து இருப்ப-

தால், திடிரென வேலை பறிபோனால் அல்லது சம்பாதிக்கும் நபருக்கு உடல் நிலை பாதிக்கப்பட்டால் குடும்பம் தள்ளாடத் தொடங்கும். அடுத்தகட்டக் கனவான வீடு வாங்குதல், கார் வாங்குதல், குழந்தையை மிகப்பெரிய பள்ளியில் சேர்த்து படிக்க வைத்தல் போன்றவைகளை உடனடியாக நிறைவேற்ற இயலாது. ஒரு மிடில் கிளாஸ் வர்க்கத்தினர்களாக இருந்தால், வாழ்நாள் முழுவதும் மிடில் கிளாஸ் வாழ்க்கையையே வாழவேண்டிய சூழல் ஏற்படலாம். இந்த வகையில் ஏதாவது பிரச்னைகள் ஏற்படலாமே தவிர, வேறு வகையில் தம்பதியர்களுக்கு இடையே சிக்கல் தோன்றாது.

இரட்டைத்தலைமை:

இருவருமே வேலைக்குப் போகும் நிலையில் இருப்பவர்கள் திருமணம் செய்துகொண்டால், அந்த வீடு இரட்டைத் தலைமையுடன் இருக்கும். இருவரிடமும் பணம் இருக்கும், இருவரிடமும் அதிகாரம் இருக்கும். அதனால் எந்த ஒரு விஷயம் என்றாலும் இருவரும் முடிவு எடுக்க விரும்புவார்கள். ஒருவர் எடுக்கும் முடிவுக்கு இன்னொருவர் கட்டுப்படும் பட்சத்தில் எந்த பிரச்னையும் இல்லை. ஆனால், எல்லா நேரமும் ஒருவரை ஒருவர் அனுசரித்துச் செல்வார் என்று எதிர்பார்க்க முடியாது.

இருவரும் வேலைக்குப் போகும் நிலையில் இருந்தாலும் பெண்கள் தலையில்தான் முக்கியமான பொறுப்புகள் விழும். அதாவது சமையல் செய்வது, பாத்திரங்களை சுத்தப்படுத்துவது, துணிகளைத் துவைப்பது போன்ற வேலைகளைச் செய்துவிட்டு, அலுவலக வேலைக்கும் செல்லவேண்டிய அவசியம் ஏற்படும்.

பொதுவாகவே பெண்களுக்கு இருக்கும் பொறுப்பும், அக்கறையும் ஆண்களுக்கு வீட்டு வேலைகள் செய்வதில் இருக்காது. ஒரு பெரிய ஹோட்டலில் சமையல் நிபுணராக இருக்கும் ஆண் என்றால்கூட, வீட்டில் பெண்தான் சமைக்கவேண்டும் என்று நினைப்பார். சமையலுக்கு சின்னச்சின்ன உதவிகள் செய்வதையே ஆண்கள் பெரிய உதவியாக நினைப்பார்கள். அதாவது காய், கறிகள் நறுக்கித்தருவது, கழுவிய பாத்திரங்களை அடுக்கி வைப்பது, துவைத்த துணிகளை காயப்போடுவது அல்லது மடித்துவைப்பது போன்ற உதவிகளைப் பெரிதாக நினைப்பார்கள். பெண்கள் செய்யும் வேலைகளுடன் ஒப்பிட்டால், இவை எல்லாம் மிகவும் சாதாரணமே.

ஒரு சில பெண்கள் வேலைக்குச் செல்லும் இடத்தில் கடினமான பணி இருக்கும். அதனை முடித்துவந்து வீட்டிலும் வேலை செய்வது அவரைப் பொறுத்தவரை சித்ரவதையாகவே இருக்கும். திருமணத்துக்குப் பிறகு கூட்டுக்குடும்பமாக சேர்ந்து வாழவேண்டிய நிலை இருந்தால் அந்தக் குடும்பத்தினர் அனைவருக்கும் பணிவிடைகள் செய்யவேண்டிய அவசியம் நேரலாம். இதனைப் பெண்கள் ரசிப்பது இல்லை. 'இதற்குத்-தானா காதல் செய்தாய்?' என்று தங்களைத் தாங்களே நொந்துகொள்-வார்கள்.

பெண்கள் கடினமாக உழைப்பது ஆண்களுக்குத் தெரிய வந்தால்-கூட, இதெல்லாம் சகஜம் என்ற ரீதியில் அமைதியாக இருந்துவிடுவார்-கள். எல்லாப் பெண்களும் இப்படித்தானே வேலை செய்கிறார்கள் என்று சமாதானம் சொல்லிக்கொள்வார்கள். அதனால் இப்படிப்பட்ட சூழலில் தொடர்ந்து வாழும் கணவன் மனைவிக்கு இடையே பல்வேறு பிரச்னை-கள் தோன்றுகின்றன.

ஆனால், எந்த ஒரு பிரச்னை என்றாலும் அங்கே தீர்வு இருக்கும்-தானே. அதுவும் நெஞ்சம் முழுவதும் காதல் இருக்கும்போது, சிக்கல்-களைத் தீர்க்க வழியும் இருக்கவே செய்யும். குடும்பத்தை ஆண்களும் பெண்களும் எப்படி நடத்துவது என்பதை இனி பார்க்கலாம்.

வேலையில்பங்குகொள்ளுங்கள்:

ஆண், பெண் இருவரும் வேலைக்குச் செல்பவர்களாக இருந்தாலும் சரி, ஒருவர் மட்டும் வேலைக்குச் சென்று வருபவராக இருந்தாலும் சரி வீட்டு வேலைகளைப் பிரித்துக்கொள்ளுங்கள். ஆளுக்கு ஒரு வேலை என்று முதலிலேயே தெளிவு படுத்திவிடுங்கள்.

வீட்டு வேலைகளைப் பொறுத்தவரை சமையல், சுத்தப்படுத்துதல், பராமரிப்பு, ஷாப்பிங் என்று நான்கு வகையில் பிரித்துக்கொள்ள வேண்-டும். முதல் அத்தியாவசியத் தேவை சமையல். காலை எழுந்து காபி போடுவது தொடங்கி இரவுச் சமையல் வரை இதில் இருக்கும். யார் காலையில் எழுந்து காபி போடுவது என்பதை முதலில் முடிவு செய்ய-வேண்டும். யார் இரவில் வேகமாகத் தூங்குவது, யாருக்கு இரவுப் பணி இல்லை, யாருக்கு வேகமாக காபி தேவைப்படும் போன்ற தேவைகளை ஆலோசித்து இந்த முடிவுகள் எடுக்கப்படவேண்டும்.

ஆண்கள் இந்தப் பணியை எடுத்துக்கொண்டால் மிகவும் சிறப்பாக இருக்கும். காலையில் எழுந்து காபி போட்டு, தனக்கும் தன்னுடைய

ஜோடிக்கும் எடுத்துக்கொண்டு நாளிதழ் அல்லது டி.வி. பார்த்து அன்றைய செய்திகளை அறிந்துகொள்ளும் வகையில் அன்றைய நாளைத் துவக்கலாம். ஒரு வேளை கணவனுக்கு காலையில் சீக்கிரம் எழுவது பிடிக்காது, அந்த நேரம்தான் அசந்து தூங்குவார் என்றால், இந்தப் பணியை பெண் எடுத்துக்கொள்ளலாம்.

அடுத்து சமையல். முழுமையாக பெண் செய்யப்போகிறாரா என்பதை முதலிலேயே முடிவு செய்துகொள்ள வேண்டும். ஏனென்றால் காய் நறுக்குதல், வெங்காயம் உரித்தல் போன்ற பணிகள் இருக்கும். இதில் ஆண் பங்கு கொள்வது மிகவும் நல்லது. ஆனால், பெரும்பாலான ஆண்கள் இந்தப் பணியை விரும்பிச் செய்வது இல்லை. குடும்பம் சிக்கல் இல்லாமல் செல்லவேண்டும் என்று விரும்பினால், ஆண் இதில் பங்கு கொள்வது தவிர வேறு வழியே இல்லை.

இருவருக்கும் உயர் வருவாய் இருக்கும் பட்சத்தில் வேலைக்கு ஆட்களை வைத்துக்கொண்டால் இந்தப் பிரச்னை எழாது. ஆனாலும் இருவரும் கண்காணிக்கும் வேலைகளையாவது பங்கு போட்டுக்கொள்ள வேண்டும்.

அடுத்து சுத்தப்படுத்துதல். சமையலைவிட மிகவும் தொல்லையான விஷயம் என்று இதைச் சொல்லலாம். பாத்திரங்கள் கழுவுதல், வீட்டை சுத்தப்படுத்துதல், துணிகளை துவைத்தல் போன்ற பணிகள் இடம்பெறும். இதில் இருவரும் இணைந்து பங்களிப்பு செய்தால், அந்த வீட்டில் எந்தப் பிரச்னையும் எதற்காகவும் தோன்றவே தோன்றாது என்பதை உறுதிபடச் சொல்லிவிட முடியும்.

சுத்தப்படுத்தும் வேலையை யார் எடுத்துச் செய்தாலும் இதனை கடமைக்காக செய்வது சரியல்ல. 'இந்தக் குடும்பத்தின் நன்மை என் கையில் இருக்கிறது. பாத்திரங்கள், உடைகள், வீடு போன்றவை சுத்தமாக இருந்தால்தான் என்னையும் என் அன்புக்கு உரியவரையும் நோய் எதுவும் நெருங்காது. எங்கள் வீட்டை நான் எத்தனை தூய்மையாக வைத்திருக்கிறேன் என்பதில்தான் என் வெற்றி இருக்கிறது' என்று ஒவ்வொரு முறை அந்த வேலையைச் செய்யும் போதும் மந்திரம் போன்று சொல்லிக் கொள்ளுங்கள். இப்படிச் செய்தால் இந்த வேலையைச் செய்வது ஆணாக இருந்தாலும் பெண்ணாக இருந்தாலும் பெருமையாக இருக்குமே தவிர, சங்கடமாக இருக்காது.

வாஷிங் மெஷின் இருந்தால் அதில் துணிகளை எடுத்துப் போட்டு ஓடவிட்டு, காயப்போடுவது, பின் அதனை எடுத்து மடித்து வைப்பது போன்ற பணிகளை ஆண்கள் முழுமையாகவே எடுத்துக் கொள்ளலாம். காதல் செய்யும்போது, 'என் மனதுக்குப் பிடித்தவளை என் இதயத்தில் ராணி போன்று வைத்திருப்பேன்' என்று சொல்லி இருப்பார்கள். அது உண்மை என்பதை நிரூபித்துக் காட்டவேண்டிய இடம் இங்கேதான். தங்கள் காதலுக்காக இது போன்ற வேலைகளை ஆண்கள் செய்துதான் தீரவேண்டும்.

பராமரிப்பு என்பது வீட்டில் மிக முக்கியமான அம்சம். வாடகை கொடுப்பது, பால் அட்டை போடுவது, பேப்பர் பில் கொடுப்பது, வீட்டுக்கு கரண்ட் பில் கட்டுவது, பெட், தலையணைக்கு உறை மாற்றுவது, தண்ணீர் குழாயில் கோளாறு இருந்தால் சரி செய்தல், செல்போன் ரீ சார்ஜ் செய்தல், உடைந்துபோன குக்கர் கை பிடியை சரிசெய்வது, செடிக்குத் தண்ணீர் ஊற்றுவது என்று ஒவ்வொரு வீட்டிலும் ஏராளமான வேலைகள் இருக்கும். இது ஆண்களுக்கு ஏற்ற வேலை என்பதால், அப்படியே ஆண்களிடம் கொடுத்துவிடலாம்.

ஒரு வேளை ஆண் மாதத்தில் பத்து நாட்களுக்கும் மேல் சுற்றுப்பயணம் செய்வது அல்லது பகல் முழுவதும் பணி புரிபவர் என்றால், இதனையும் பெண்தான் செய்யவேண்டி இருக்கும். ஆனால், என்னென்ன வேலைகள் இருக்கின்றன, இதில் என்னவெல்லாம் யார் செய்வது என்று முன்கூட்டியே முடிவு செய்துவிட்டால் அவரவர் வேலையை அவரவர் செய்வது மிகவும் எளிதாக இருக்கும்.

பராமரிப்பு எத்தனை முக்கியத்துவம் வாய்ந்தது என்பதை தம்பதியர் புரிந்துகொள்ள வேண்டும். ஏனென்றால் தண்ணீர் குழாய் லேசாக ஒழுகும்போதே பார்த்துவிட்டால், அதனை சிறு செலவில் முடித்துவிடலாம். அதை அசட்டை செய்து ஒரு நாள் திடீரென தண்ணீர் குழாய் கழன்று விழுந்தால் அதை அடைக்க மிகவும் சிரமப்பட வேண்டும். உடனடியாக யாராவது ஒரு ஆளைக் கூப்பிட்டு எத்தனை பணம் கேட்டாலும் கொடுக்கவேண்டி இருக்கும். கேஸ் அடைப்பு, சேரில் ஆணி கழன்று இருப்பது போன்ற சின்னச்சின்ன வேலைகளை உடனடியாக செய்துவிடுவதுதான் சிக்கல் இல்லாதது.

அடுத்து ஷாப்பிங். சமையலுக்குத் தேவையான பொருட்களை யார் வாங்குவது என்பதும் சிக்கலானது. ஏனென்றால் சமையல் அறையில்

இருப்பவரே பொருள் வாங்கச் சென்றால், தேவையான அனைத்தையும் வாங்கிவிட முடியும். பெரும்பாலும் சமையல் செய்வது பெண்ணாகவும் ஷாப்பிங் செய்வது ஆணாகவும் இருப்பதால் எது வேண்டும் எது வேண்-டாம் என்பதில் பெரும் குழப்பம் ஏற்படலாம். இப்படிப்பட்ட சூழலில் சமையல் அறையில் ஒரு பேடு கட்டித் தொங்கவிட்டு, பெண் குறித்-துவைத்தால் அவற்றை வெளியே செல்லும் ஆண் வாங்கி வருவதற்கு எளிதாக இருக்கும். காய் மற்றும் உணவுப் பொருட்களை எப்படி வாங்க-வேண்டும் என்பதை ஆணுக்குச் சொல்லித்தர வேண்டும். தேவை அற்ற பொருட்களை வாங்காமல் இருப்பது மிகவும் முக்கியம். மேலும் என்ன பொருள் வாங்கவேண்டும் என்பதை முன்கூட்டியே இருவரும் தீர்மானம் செய்வது மிகவும் நல்லது.

பெண் அலுவலகம் செல்பவராக இருக்கும்பட்சத்தில், அவரே இதனை வாங்கி வருவதும் நல்லதே. இதுபோன்ற நான்கு முக்கியப் பணிகளையும் ஆண், பெண் இருவரும் அன்போடு செய்தால், அந்த வீட்டில் பிரச்னைகள் ஏற்படாது. காதல் வாழ்க்கையை வெற்றிகரமாக எதிர்கொள்கிறீர்கள் என்பதை உறவு மற்றும் நண்பர்களுக்கு ஆனந்தமா-கத் தெரியப்படுத்துங்கள். இது உங்களுக்குப் பெருமையாகவே இருக்கும்.

உறவினருக்குமரியாதை:

திருமணம் முடித்த கணவன் மனைவியருக்கு இடையே, முதல் பிரச்னை உறவினர்களை மதிப்பதில்தான் ஏற்படுகிறது. நம் சமூகக் கருத்துப்படி, பெண் என்பவள் கணவன் வீட்டுக்குச் சொந்தம் என்று மதிக்கப்படுகிறாள். அதனால் திருமணத்துக்குப் பிறகு முழுக்க முழுக்க கணவன் வீட்டைச் சேர்ந்தவளாக மாறவேண்டும் என்று எதிர்பார்க்கப்-டுகிறாள். கணவனின் பெற்றோர், உடன்பிறந்தோர்களை பெண் மிகவும் மதிக்கவேண்டும் என்று எதிர்பார்ப்பார்கள். அதேநேரம் பெண் வீட்டைச் சேர்ந்தவர்களுக்கு திருமணத்துக்குப் பிறகு எந்த உரிமையும் இல்லை என்று நினைப்பார்கள். இதுதான் காதல் திருமணத்தில் பெரும் மனவ-ருத்தத்தை ஏற்படுத்தும்.

ஆண், பெண் இருவரின் பெற்றோர் மற்றும் உறவினர்கள் சரிசம-மாகவே மதிக்கப்படவேண்டும். தன்னுடைய தந்தை தாயாரை கணவன் உயர்வாக மதித்துப் பேசுவதை பெண் கண்டுகொண்டால், மிகவும் மகிழ்-வாள். கணவன் மீது மதிப்பு கூடும். கணவன் குடும்பத்தாரை இன்னும் உயர்வாக மதிப்பாள். இது உள்டாவாக நடக்கும்போது, எல்லாமே மாறிப்-

போகிறது. ஒருவர் மீது ஒருவர் வைத்திருக்கும் மரியாதை குறைகிறது.

இன்னொரு வகையிலும் பிரச்னை ஏற்படலாம். காதலில் விழுந்து திருமணம் முடியும் வரையிலும் உறவினர்களை யாரும் ஒரு பொருட்-டாக மதிப்பது இல்லை. ஆனால், திருமணத்திற்குப் பிறகு உறவினர்கள் சொல்லும் ஆலோசனையைக் கேட்பார்கள். அதன்படி நடப்பார்கள்.

'என்னதான் காதல் திருமணம் என்றாலும் பெண் வீட்டில் உனக்குத் தேவையானதைக் கேட்டு வாங்குவதில் தவறு இல்லை. அதனால் உன் பிறந்தநாளுக்கு செயின் கேளு' என்ற ரீதியில் எதையாவது கொளுத்தி-விட்டுப் போவார்கள். அதுவரையிலும் அது போன்ற விஷயத்தில் அக்-கறை செலுத்தாமல் இருந்தவர்கள், பெண்ணிடம் இதைக் கேட்கும்போது பிரச்னை ஏற்படும்.

நேற்றுவரை காதலனை மிகவும் உரிமையுடன், 'நீ... வா... போ... சங்கர்...' என்று அழைத்தவளை குடும்பத்தினர் பயம் காட்டுவார்கள். 'இப்படி எல்லாம் புருஷனைக் கூப்பிட்டா ஆயுசு குறைஞ்சிடும். காத-லிக்கும்போது சரி, இப்பவும் அப்படிப் பேசுனா என்ன அர்த்தம்' என்று டென்ஷன் ஆவார்கள். பெரும்பாலான ஆண்கள், இந்த விஷயத்தில் பொதுவான நபர் போன்று தங்களைக் காட்டிக்கொண்டு நழுவுவார்கள். அதனால் பெண் தன்னை மாற்றிக்கொள்ள வேண்டிய கட்டாயத்துக்கு உள்ளாவாள். தான் விரும்பாமலே தன் மீது ஒரு சுமை சுமத்தப்பட்டதாக நினைத்துக் குமைவாள்.

இது உங்கள் இருவருடைய வாழ்க்கை. இதில் தலையிட வேறு யாருக்கும் உரிமை இல்லை என்று காதல் நேரத்தில் எடுத்த முடிவினை, திருமணத்துக்குப் பிறகும் கண்டிப்புடன் கடைபிடிக்க வேண்டும். உறவி-னர்கள் அனைவரும் போற்றுதலுக்கு உரியவர்கள் என்பதில் மாற்றுக் கருத்து இல்லை. அவர்களுக்குப் போதிய மதிப்பும் மரியாதையும் தரவேண்டியது ஆண், பெண் இருவருடைய கடமையும்கூட. ஆனால் அவர்களை உங்கள் வாழ்க்கையில் தலையிடச் செய்வது சரியல்ல.

அதனால் உறவினர்கள் எந்த ஒரு ஆலோசனை சொன்னாலும், 'எந்த ஒரு முடிவு என்றாலும் நாங்கள் இருவரும் சேர்ந்தே எடுப்போம். அதனால் உங்கள் ஆலோசனையை நாங்கள் பரிசீலனை செய்கிறோம்' என்று சொல்லி, அவர்களுக்கு எல்லைக்கோடு போடுங்கள். உறவினர்-கள் யாராக இருந்தாலும் அவர்கள் உங்கள் வீட்டு வரவேற்பரை மற்றும் டைனிங் டேபிள் வரையில் மட்டுமே வர உரிமை இருக்கிறது என்பதைப்

புரியவையுங்கள்.

உறவினர்களைப் போன்றே நண்பர்களுக்கும் உங்கள் வாழ்க்கையில் நுழைய ஒரு அளவுக்கு மட்டுமே உரிமை உள்ளது என்பதைப் புரிய வையுங்கள். திருமணத்திற்கு முன்னதாக வாராவாரம் நண்பர்களுடன் கும்மாளம் அடிப்பது உங்களுடைய பொழுதுபோக்காக இருக்கலாம். அதனை திருமணத்திற்குப் பிறகும் அப்படியே தொடர்வது சரியல்ல. நட்பை விட காதலும், காதலைவிட வாழ்க்கையும் பெரிது என்பதை உங்கள் நட்பு வட்டாரம் புரிந்துகொள்ளும்படி செயல்படுங்கள்.

வாரிசுவந்தாச்சு:

திருமணம் முடித்தவர்களை யார் சந்தித்தாலும் கேட்கும் முதல் கேள்வியே, 'என்ன மாசமா இருக்கீங்களா?' என்பதாகத்தான் இருக்கும். இப்படிக் கேள்விகள் கேட்கப்படுவதை தவறு என்று சொல்லமுடியாது. ஏனென்றால் நமது சமுதாயத்தின் சூழல் அப்படித்தான் இருக்கிறது. திருமணம் முடித்த அனைவரும் உடனே குழந்தை பெற்றுக்கொள்ள வேண்டும் என்று உறவினர்களும் நண்பர்களும் எதிர்பார்க்கிறார்கள். அப்போதுதான் வாழ்க்கை நிறைவடையும் என்று நம்புகிறார்கள். ஒருவ-கையில் இது உண்மையும் கூட.

மனிதர்கள் படைக்கப்பட்டதே, தங்கள் இனத்தை மென்மேலும் பெருக்கிக் கொள்வதற்காகத்தான் என்று ஏற்கெனவே நாம் பார்த்திருக்கி-றோம். ஆனாலும், குழந்தை என்பது உங்கள் தனிப்பட்ட உரிமை என்-பதில் தெளிவாக இருங்கள். அதனால் முதலில் குழந்தை விஷயத்தில் உங்கள் இருவரது முடிவு என்ன என்பதை முதலிலேயே தீர்மானித்து-விடுங்கள். அப்போதுதான், யாராவது கேள்விகள் கேட்டால், உடனே தெளிவான பதிலைச் சொல்லிவிட முடியும்.

'அடுத்த வருடம் பி.எச்.டி. முடிக்கவேண்டி இருக்கிறது. அதனை முடித்தபிறகே குழந்தை என்பதில் தீர்மானமாக இருக்கிறோம்' என்பது போன்று ஏதாவது ஒரு பதிலை அனைவருக்கும் சொல்லி வைத்தீர்கள் என்றால், இதுபோன்ற கேள்விகளை அடிக்கடி எதிர்கொள்ள வேண்டிய அவசியம் இருக்காது.

ஆனால், குழந்தைப்பேறு என்பது வாழ்க்கையை சுவாரஸ்யப்படுத்த-வும், அர்த்தப்படுத்தவும் கூடியது என்பதைப் புரிந்துகொள்ளுங்கள்.

முதல் குழந்தையை எத்தனை சீக்கிரம் பெற்றுக்கொள்கிறீர்களோ அத்தனை சீக்கிரம் நல்லது என்று மருத்துவம் சொல்கிறது. அதனால்

திருமணம் முடித்தவர்கள் முதல் குழந்தைக்கு எந்தக் கட்டுப்பாடும் விதிக்கவேண்டிய அவசியம் இல்லை. ஆனாலும் இதில் இறுதி முடிவு எடுக்கவேண்டியது கணவன், மனைவி இருவரும்தான். ஏனென்றால் அவர்களுக்குத்தான் வீட்டின் பொருளாதார நிலை மற்றும் சூழல் புரியும்.

அலுவலக நிமித்தமாக ஆண் அல்லது பெண் சில காலங்கள் வெளியூர் அல்லது வெளிநாடு செல்லவேண்டிய சூழல் இருக்கலாம். குழந்தை உடனே பெற்றுக்கொள்வதற்கு ஏற்ப உடல் நிலை இல்லாமல் இருக்கலாம். புதிய வீடு கட்டி முடித்தபிறகு, அங்கே சென்று குழந்தை பெறவேண்டும் என்று நினைத்து இருக்கலாம். இப்படி எந்த ஒரு கார- ணம் என்றாலும் அதைத் தெளிவாக யோசித்து குழந்தைப் பேறு என்ப- தில் தெளிவாக இருங்கள்.

உங்கள் வீட்டுக்கு ஒரு குட்டி ஜீவன் வரப்போவதை ஆசையுடன் எதிர்பார்க்க வேண்டும். இதில் இரண்டு பேருக்கும் ஒரே மாதிரியான கருத்து இருக்கவேண்டியது அவசியம்.

ஒரு சிலர் நிறைய நிறையக் குழந்தைகள் பெற்றுக்கொள்ள வேண்- டும் என்று ஆசைப்படுவார்கள். இன்னும் சிலர் குழந்தைகளே வேண்- டாம் என்றும் நினைக்கக்கூடும். இந்த விஷயத்தில் ஆண், பெண் இருவருக்கும் ஒன்றுபட்ட கருத்து வரும்வரையிலும் யார் ஒருவரும் அவசரப்படக்கூடாது. இந்த விஷயத்தில் இருவரும் மருத்துவர் கருத்- தையும் அறிந்துகொள்வது மிகவும் ஏற்கத்தக்கது. ஏனென்றால் இருவரின் உடல் நிலை, ரத்த வகை போன்ற எத்தனையோ விஷயங்கள் குழந்தை பிறப்பில் முக்கிய பங்கு வகிக்கலாம். அவற்றை எல்லாம் எப்படி எதிர்- கொள்வது என்பதையும் அறிந்துகொள்ள வேண்டும்.

காதல் திருமணம் முடித்தவர்கள் வாழ்க்கையில், குழந்தை பிறப்பு மிக முக்கிய பங்கு வகிக்கும். ஏனென்றால், இந்த நிகழ்வுக்குப் பிறகு பெரும்பாலான பெற்றோர்கள் அன்புடன் ஒன்று சேர்கிறார்கள். பெண்- ணுக்கு என்னவெல்லாம் செய்யவேண்டும் என்பதைப் பார்த்துப் பார்த்து செய்வார்கள். சமூகத்தில் ஒரு முக்கியப் பொறுப்பு வந்ததாக ஆண் பெருமிதம் கொள்வான். ஒரு பெண் குழந்தைக்குத் தாயாகும் போது, அவள் மீது ஆண் வழக்கத்தைவிட அதிக அன்பு செலுத்துகிறான். அதனால் எப்படி என்றாலும் திருமணத்திற்குப் பிறகான வாழ்வில் கணவன் மனைவிக்கு இடையே அன்பு பெருக அல்லது சிக்கல் உண்- டாக குழந்தை முக்கிய காரணியாக இருக்கிறது. குழந்தை என்பது காத-

லின் சின்னம் என்பதை மகிழ்வுடன் ஏற்றுக் கொள்ளுங்கள். குழந்தைகளை உங்கள் காதலின் வாரிசாக நினைத்து சந்தோஷப்படுங்கள். குழந்தையைக் கவனிப்பது காதலைப் போன்றே இன்பம் தரக்கூடியது. அதனால் குழந்தையின் முகத்தில் காதலைக் காணுங்கள். நீங்கள் குழந்தை மீது வைக்கும் அன்பு, அடுத்தவர் கண்களுக்கு உங்கள் காதல் வெற்றியாகத் தெரியும். காதல் கொடி வெற்றிகரமாக பறப்பதை குழந்தைகள் மூலம் இந்த உலகத்துக்கு உணர்த்துங்கள்.

குடும்பத்துக்குநேரம்ஒதுக்குங்கள்:

திருமணத்திற்குப் பிறகு காதல் முறிவதற்கு மிகமிக முக்கிய காரணியாகக் கருதப்படுவது, குடும்பத்திற்கு ஆண் அல்லது பெண் போதிய நேரம் ஒதுக்காததுதான். அதிகம் சம்பாதிக்கவேண்டி இருக்கிறது என்றோ அதிக நேரம் வேலை பார்க்கவில்லை என்றால் பணியில் இருந்து தூக்கிவிடலாம் என்றோ ஏதாவது காரணம் சொல்லி தினமும் லேட்டாக வீட்டுக்கு வருவதை பல ஆண்களும் சில பெண்களும் செய்வார்கள்.

இது அவர்கள் துணைக்கு மிகுந்த கோபத்தையும் எரிச்சலையும் உருவாக்கும் செயலாகும். வாழ்க்கைக்கு பணம் தேவையே ஆனால் பணம்தான் வாழ்க்கை என்று வாழாதீர்கள்.

குடும்பத்திற்கு குறிப்பிட்ட நேரம் ஒதுக்குவதே முக்கிய கடமை என்பதில் மிகத் தெளிவாக இருங்கள். அப்போதுதான் இருவரும் மனம் விட்டுப் பேசவும் விவாதிக்கவும் முடியும். வீட்டில் இருக்கும் எல்லா வேலைகளையும் ஒருவர் தலையில் சுமத்திவிட்டு, ஒருவர் மட்டும் தப்பித்துக்கொள்வது சரியல்ல.

'முழு நேரமும் வேலை செய்தால்தான் நல்ல சம்பளம் வரும், வீடு வாங்க முடியும், கார் வாங்க முடியும், பிள்ளைகளை நன்றாக படிக்க வைக்கமுடியும்' என்று சொல்லும் சமாதானங்கள் எதுவுமே காதல் வாழ்க்கையின் சந்தோஷத்துக்கு ஈடாகாது. அதனால் விடுமுறை தினங்களை முழுமையாக குடும்பத்திற்கு ஒதுக்குங்கள். வாரம் முழுவதும் பெண் கஷ்டப்பட்டு வேலை செய்கிறாள் என்றால், அவளுக்கு அன்று முழு ஓய்வு கொடுங்கள். எங்காவது வெளியில் சென்றுவிட்டு வரலாம். காதல் செய்த இடங்களுக்கு மீண்டும் ஒரு பிக்னிக் மாதிரி அவ்வப்போது சென்று வருவது, வாழ்க்கையை மிகவும் சுவாரஸ்யமாக மாற்றும்.

அதனால் நேரம் இல்லை என்ற காரணத்தை எப்போதும் சொல்லவே சொல்லாதீர்கள். பணம், புகழ் அனைத்தையும் விட உங்களுக்கு நெருக்-

கமானவருடன் இருப்பதே முக்கியம் என்பதைப் புரிந்துகொள்ளுங்கள். தவிர்க்க முடியாமல் தொடர்ந்து சில நாட்கள் அலுவலகப் பணியாக வெளியூர் செல்லவேண்டிய நிர்ப்பந்தம் ஏற்பட்டால், அடுத்து சில நாட்கள் லீவு போட்டு காதல் வாழ்க்கையைச் சரிக்கட்டுங்கள். உங்களுக்காகவே வீட்டில் ஒருவர் இருக்கிறார் என்ற மனநிலையில் செயல்பட வேண்டியது மிகவும் அவசியம் ஆகும். இருவரும் சந்தோஷமாக சேர்ந்து வாழ்வதற்காகத்தான் திருமணம் முடித்திருக்கிறீர்களே தவிர, தனித்தனியே சாதிப்பதற்கு அல்ல. அதனால் எந்தக் காரணம் கொண்டும் நேரம் ஒதுக்குவதைத் தவிர்க்கவே வேண்டாம்.

இன்பம்தரும்படுக்கையறை:

காதலில் மிகவும் முக்கியமான பங்கு காமத்துக்கும் இருக்கிறது. ஒரு பெண்ணைப் பார்த்து ஆண் ஈர்க்கப்படுவதற்கு அடிப்படைக் காரணமே, மனதுக்குள் இருக்கும் காமம்தான். சிறந்த முறையில் நாகரிகமாக வடிவமைக்கப்பட்ட காமத்தைத்தான், நாம் காதல் என்று சொல்கிறோம்.

திருமணத்திற்கு முன் ஆண்கள் உறவு கொள்வதற்குத் துடிப்பார்கள். பெண்களைத் தீண்டவும், தொடவும், தழுவுவதற்கும், முத்தமிடவும் ரொம்பவே மெனக்கெடுவார்கள். அதே ஆண், திருமணத்திற்குப் பிறகு அத்தனை தூரம் அலைவது இல்லை. ஏனென்றால் அந்தப் பெண் தன் அருகே இருக்கிறாள்... தேவைப்படும் நேரத்தில், தேவைப்படுவது போன்று பயன்படுத்திக்கொள்ள முடியும் என்பதால் அசட்டையாகி விடுகிறான்.

திருமணத்திற்கு முன் உறவு கொள்ளத் துடித்த ஆண், இப்போது அத்தனை தூரம் மெனக்கெடுவது இல்லை என்றதுமே பெண் ஏமாற்றம் அடைகிறாள். தன்னிடம் போதுமான இன்பம் இல்லை என்று கருதுகிறாள். அதனால் உறவை சுருக்கத் தொடங்குகிறாள். இதுபற்றி வெளிப்படையாகப் பேசுவது நம் நாட்டு கலாசாரம் இல்லை என்பதால் செக்ஸ் உறவை மறுக்கத் துணிகிறாள் அல்லது போதுமான ஒத்துழைப்பு கொடுக்காமல் இருக்கிறாள்.

செக்ஸ் உறவு என்பது நமது நாட்டில் அருவருக்கத்தக்க, வேண்டப்படாத, வெளிப்படையாக பேச இயலாத, மறைக்கக்கூடிய பிரச்னையாகவே கருதப்படுகிறது. உண்மை என்ன தெரியுமா?

உளவியல் நிபுணர் சிக்மண்ட் பிராய்டு, 'மனிதன் உயிர் வாழ்வதற்கு உணவு எத்தனை அவசியமோ, அதுபோன்று, ஒரு மனிதனுடைய

வாழ்க்கையின் வளர்ச்சிக்கு, தெளிந்த, முறையான, இயற்கையோடு இணைந்த, மனநிறைவு தரக்கூடிய செக்ஸ் வாழ்க்கை இருவருக்கும் அவசியம்' என்கிறார். மேலும், 'மனிதர்கள் செக்ஸ் வாழ்க்கையில் திருப்தி அடையவில்லை என்றால் பல மனநோய்களுக்கும், சமூகவி-ரோத செயல்களுக்கும் ஆளாகிறார்கள்'' என்றும் கூறியிருக்கிறார்.

அதனால்தான் நமது முன்னோர்கள், செக்ஸ் அவசியத்தை வலியு-றுத்தும் வகையில், கோயில்களில் சிலைகளாக செதுக்கியும், புனிதநூ-லாக எழுதியும் வைத்திருக்கிறார்கள்.

ஆனால் இன்று வரை ஆண்கள் செக்ஸ் விஷயத்தில் சுயநலமி-யாகவே செயல்படுகிறார்கள். தாங்கள் சுகம் அனுபவித்தால் போதும் என்று நினைக்கிறார்கள். பெண்ணுக்கு சுகம் வேண்டும் என்பதைக் கருத்தில் கொள்வது இல்லை. அதனாலே பெண்கள் முழு இன்பத்தை அடைய முடியாமல் தவிக்கிறார்கள். தன்னை முழுமையாக திருப்திப-டுத்தாத கணவனை பெண் மதிப்பது இல்லை. அதனால் இல்வாழ்க்கை-யில் சிக்கல், தகராறு, சண்டை ஏற்பட்டு விவாகரத்து வரை செல்கிறது.

ஆண், பெண் இருவரும் சேர்ந்து இன்பத்தை அனுபவிக்க வேண்டி-யது காலத்தின் கட்டாயமாகும். இதனை ஆண்களும் பெண்களும் புரிந்து நடந்து கொண்டால் எல்லாம் சுகமாகும்.

இல்லற வாழ்வில் தம்பதியருக்கு இடையே நிகழும் கலவியில், உச்-சகட்டம் என்பது ஓர் அற்புத சக்தி. உச்சி முதல் உள்ளங்கால் வரை அனைத்து உறுப்புகளும் ஒன்றுசேர்ந்து இயங்கும் அற்புத சக்தி நிலையே உச்சகட்டம்.

காம களியாட்டத்தில் ஆண்களால் உடனடியாக பங்குபெற முடியும் என்பதால் எத்தனை விரைவாக இன்பம் பெற முடியுமோ அத்தனை விரைவாக இன்பம் பெற்று கலவியில் இருந்து வெளியேற நினைப்பார்-கள். ஏனெனில் ஆணின் காம அலைவடிவம் செங்குத்தானது. நேரடி-யாக உயரே எழுந்து உடனே கீழே இறங்கக்கூடியது.

ஆனால் பெண்ணின் உடல் அலைவடிவம் அப்படியல்ல. நிதானமாக படிப்படியாக உயர்ந்து செல்லக்கூடியது. ஒரே நேரத்தில் மூன்று தடவைக்கு மேலும் உயரத்தைத் தொடக்கூடியது. அதனால் பெண்களால் குறுகிய நேரத்தில் உச்சகட்டத்தை அடைய முடியாது என்றாலும், அதி-கமான நேரம் உச்சகட்டத்தை அனுபவிக்க முடியும்.

பெண்கள் உச்சகட்டம் அடைய காலதாமதம் ஆகும் என்பதால்தான், அவளை திருப்திபடுத்தப் பயந்த ஆண்கள், அவளுக்கு உச்சகட்டம் என்ற ஒன்று இருப்பதையே காட்டாமல் அவசர அவசரமாக காமத்தை முடித்துக் கொண்டார்கள்.

காமத்தில் மூன்று செயல்கள் நடைபெறுகின்றது.

முதலாவது நேரம். அதாவது எப்போது காம உணர்வு ஏற்படுகிறதோ, அந்த நேரத்தில் இருந்து, அந்த இன்பத்தை அடையும் வரையிலும் அவர்களுக்கிடையே நேரம் என்பதே இருப்பதில்லை. ஆம், காமத்தில் நேரம் என்பது மறைந்து போகிறது.

அடுத்தது, காமத்தில் 'நான் என்பது மறைந்து போகிறது. ஒரு காத-லன், கணவன், மேலதிகாரி, வேலைக்காரன், காவல்காரன், கண்டிப்-பான அப்பா என்று எந்த ஒரு பாத்திரத்திற்கும் படுக்கையறையில் இடம் கிடையாது. காமத்தின் முன்னே அனைவரும் 'நான்'என்ற அகந்தை இல்லாத மனிதர்கள்.

மூன்றாவது செயல், இயற்கையுடன் இணைவதாகும். ஆம், காமத்-தின் செயல்பாடுகளின் போது இயற்கையுடன் மனிதர்கள் இணைகி-றார்கள். வலி, வேதனை, பசி, கோபம், ஆத்திரம் போன்ற அத்தனை உணர்வுகளும் மறந்து இன்பம் என்ற ஒரே நோக்கத்துடன் இயற்கையுடன் இணைந்து பிரபஞ்சமாக மாறுகிறார்கள்.

எத்தனை தூரம் காமத்தை அனுபவிக்கிறார்களோ, அத்தனை தூரம் தம்பதியர்களுக்குள் அன்னியோன்யம் அதிகரிக்கின்றது. உடலுக்குள் ஒளிந்திருக்கும் இன்பத்தை அனுபவிக்க மட்டுமல்ல, மனித விடுதலைக்-கும், தம்பதியர் ஒருவருக்கொருவர் புரிந்து கொள்வதற்கும் உச்சகட்டம் வழிவகுக்கின்றது. உச்சகட்டத்தை அடைந்த தம்பதியினர் எவரும் விவா-கரத்து கோரி நீதிமன்றத்தை நாடுவதில்லை. வாழ்வில் பொருளாதாரக் குறைபாடு, உடல்நலக் குறைபாடு இருந்தால்கூட, அவர்களுக்கு உறவு இன்பம் போதுமான அளவு கிடைத்தாலே, நிம்மதியான சந்தோஷமான வாழ்க்கை வாழ்வதாக நினைத்து பெருமைப்படுவார்கள்.

எத்தனை பணம் கொடுத்தும் வாங்கிக்கொடுக்க முடியாத சந்தோ-ஷத்தை ஒரு முழுமையான உடல் உறவு மூலம் கொடுத்துவிட முடியும். அதனால் ஆண், பெண் இருவரும் படுக்கை அறைக்குள் நுழைந்ததும் தங்கள் ஈகோவை மறந்து ஆனந்த விளையாட்டில் ஈடுபட வேண்டும். யார் முதலில் அழைப்பது என்பதுதான் பெரும்பாலான தம்பதியருக்குள்

இருக்கும் பிரச்னை.

இதனைத் தீர்ப்பது மிகவும் எளிது. இன்று செக்ஸ் அழைப்பினை ஒருவர் விடுத்தால் அடுத்த அழைப்பை அடுத்தவர் விடவேண்டும் என்று வைத்துக்கொள்ளலாம். அல்லது யார் முதலில் படுக்கை அறைக்-குள் நுழைகிறாரோ அவர்தான் அழைக்க வேண்டும் என்று ஒப்பந்தம் போட்டுக்கொள்ளலாம்.

பசி எடுக்கிறது என்றால் கேட்பதற்குத் தயங்குவது இல்லை என்பது போலவே உடல் பசி எடுத்தால் கேட்கத் தயக்கம் தேவை இல்லை. உங்-களுக்கு விருப்பமானவரிடம், உங்கள் விருப்பத்தைத் தெரிவித்து இன்பம் பெற்றுக்கொள்வதில் எந்தத் தவறும் இல்லை. ஏதேனும் சங்கேத பாஷை வைத்துக்கொள்ளலாம். இன்னைக்கு பெட்ரூம்ல விருந்து சாப்பிடுவோமா, பாட்டு பாடுவோமா என்று ஏதேனும் ஒரு வார்த்தையைப் பயன்படுத்து-வது, சுவாரஸ்யமாகவும் அழைப்பதற்கு எளிதாகவும் இருக்கும்.

இருவரும் மனம் விரும்பி எப்படிப்பட்ட வகையிலும் செக்ஸ் உறவினை அனுபவிக்கலாம். செக்ஸ் உறவு என்பது ஒரு தியானத்தைப் போன்று புனிதமானதுதான். அதனால் இதில் அருவெறுப்பு அடைவது, வெட்கப்படுவது, தயங்குவது எதுவுமே தேவை இல்லை. ஒருவரை ஒரு-வர் முழுமையாக திருப்தி படுத்த முயற்சி செய்தால் காமம் ஜெயிக்கும்... காதலும் வலுப்படும்.

அதீதமும்ஆபத்தே:

காதல் திருமணம் முடித்த இருவருமே முதல் சில வருடங்கள், தண்-ணீரில் தத்தளிக்கும் படகு போன்ற மனநிலையில்தான் இருப்பார்கள். தாங்கள் எடுத்த முடிவு சரிதானா... தங்கள் எதிர்காலம் சரியாக அமை-யுமா என்று பயம் கொள்வார்கள். எந்தக் காரணம் கொண்டும் தாங்-கள் தோற்றுவிடக் கூடாது என்று நினைப்பார்கள். அதனால் கூடுத-லாக அன்பைப் பொழிவதாக நினைத்து சில தவறுகளும் செய்வார்கள். ஆண், பெண் இருவருமே இப்படி நடந்து கொள்வது உண்டு.

தன்னைப் போலவே இன்னொரு பெண் தன் கணவர் மீது காதல் வயப்பட்டு, தன்னுடைய வாழ்க்கையைப் பிரித்துவிடக் கூடாது என்று பெண் நினைப்பார். அதுபோலவே தன்னுடைய மனைவி வேலைக்குப் போனால், வேறு ஒருவரை காதல் செய்ய நேரிடலாம் என்று ஆண் நினைப்பது உண்டு. இருவருக்கும் நல்ல புரிதல் இருந்தாலும், மனித மனம் சில நேரங்களில் இப்படி குழப்பத்தில் தடுமாறத்தான் செய்யும்.

தாங்கள் திருமணம் முடித்திருக்கும் நபர் எந்த ஒரு சூழ்நிலையிலும் தன்னைவிட்டுப் பிரிந்துவிடக்கூடாது என்ற அதீத பாசமாகவே இந்த செயலைப் பார்க்கவேண்டும். இந்த செயல் திருமணம் முடித்து சில ஆண்டுகள் வரை தொடரலாம்.

இந்த அதீத காதலை நம்பிக்கையின்மை என்று எடுத்துக்கொண்டு சண்டை போடுவது பல்வேறு பிரச்னைகள் உருவாகக் காரணமாகி விடுகிறது. சாதாரணமாக வேறு ஒருவருடன் பேசுவதைக்கூட விரும்பமாட்டார்கள். லேட்டாக வந்தால் பல்வேறு கேள்விகள் வரும். தன்னுடையவர் தனக்கே தனக்குத்தான் முழுமையாக வேண்டும் என்று விரும்புவார்கள்.

அதனால் இது போன்ற சூழலில் ஆண், பெண் இருவரும் எந்தக் காரணம் கொண்டும் ஆத்திரம் கொள்வது கூடாது. 'நான் தப்பே செய்யவில்லை, என் மீது சந்தேகமா?' என்று கோபம் கொள்ளக்கூடாது. 'தப்பு செய்யவில்லை என்றால் ஏன் கோபம் வருகிறது?' என்று பதில் கேள்வி வரும். சண்டை போட்டுக்கொண்டே போனால், பிரச்னை பெரிதாகுமே தவிர தீர்வு கிடைக்கவே கிடைக்காது.

இரண்டாவது குழந்தை பெற்ற தாய்களுக்கு இந்த விஷயம் எளிதில் புரியும். அதாவது புதிய குழந்தையைக் கூடுதல் நேரம் கவனிப்பது கண்டு, முதல் குழந்தை அதிகமாக கோபப்படும். வேண்டுமென்றே நிறைய சேட்டை செய்யும். அடம் பிடிக்கும். அந்தக் குழந்தையை சமாதானப்படுத்துவதற்காக, தாய் நிறைய செல்லம் கொஞ்சுவாள். 'நீதான் என் செல்லக்குட்டி... என் மூத்த பையன்... நீதான் தம்பிப் பாப்பாவை நல்லா பார்த்துக்கணும்' என்று அவனுக்குரிய முக்கியத்துவத்தை உணர்த்துவாள். தொடர்ந்து இப்படி சமாதானப்படுத்தினால் மட்டுமே முதல் பையன் நல்ல மன நிலைக்கு வருவான். இதை புரியாமல் சேட்டை செய்யும் மூத்த குழந்தையை அடிப்பதில் அர்த்தம் இல்லை.

அதனால் தன்னைப் பற்றிக் கூடுதல் கேள்வி கேட்கிறார் என்றால், இன்னும் கூடுதல் நேரம் நீங்கள் அவருடன் பேச வேண்டும். 'நீ போன் செஞ்சபோது மேனேஜர் ரூம்ல இருந்தேன். அதனால எடுக்க முடியலை. ரொம்பவும் முக்கியமான ஃபைலைத் தேட வேண்டியதாப் போச்சு. எல்லோரும் தேடினபோது நான் மட்டும் உன் கிட்ட பேசிக்கிட்டு இருந்தா நல்லா இருக்குமா. அதான் போன் எடுக்கலை' என்ற ரீதியில் விலாவாரியாக எடுத்துச் சொல்லுங்கள்.

கணவன், மனைவி இருவரும் தினமும் அரை மணி நேரமாவது மனம் விட்டுப் பேசினால், இது போன்ற பிரச்னைகளில் இருந்து தப்-பித்துக் கொள்ள முடியும். இது போன்ற பிரச்னைகளை எந்தக் காரணம் கொண்டும், மூன்றாம் நபரிடம் பேசவே வேண்டாம். அவர்கள் உடனே, 'காதல் திருமணம் உடைந்து விட்டது. இருவரும் சந்தேகம் கொண்டு சண்டை போட்டுத் திரிகிறார்கள்' என்று கதை கட்டி விடுவார்கள். யார் இந்த விஷயத்தை வெளியே சொன்னது என்று தேவை இல்லாத பல்-வேறு பிரச்னைகளை சந்திக்க வேண்டிவரும். எனவே உங்கள் தம்பதி-யர் இருவருக்கும் இடையே நடக்கும் எந்த ஒரு பிரச்னை என்றாலும், அவர்களுக்குள் தீர்த்துக் கொள்ள வேண்டும்.

சில நேரங்களில் அதீதக் காதல் ஆபத்தானதாக மாறுவது உண்டு.

* வேலைக்குப் போகும் ஆண், பெண்ணை வீட்டுக்குள் வைத்துப் பூட்டிவிட்டுப் போவது உண்டு. கேட்டால், 'உன் மீது நம்பிக்கை இருக்-கிறது... ஆனால் உன் அழகு மீது நம்பிக்கை இல்லை' என்பது போல் எதையாவது பேசுவார்.

* பெற்றோர் அல்லது உறவினர்களுடன் தொடர்பு கொண்டால், தன் மீதான அக்கறை குறைந்துவிடும் என்ற பயத்தில் யாருடனும் சேர்வதற்-குத் தடை விதிப்பார்கள்.

* எது சரியான உணவு, எது சரியான உடை என்பது தனக்குத்தான் தெரியும். அதனால் நான் சொல்வதை மட்டுமே கேட்கவேண்டும் என்று அடம் பிடிப்பார்கள்.

* கணவன் அல்லது மனைவிக்குப் பிடிக்கும் என்பதற்காக தகுதிக்கு மீறி செலவழிப்பார்கள்.

இதுபோன்று அதீதக் காதல் காரணமாக சில தவறுகள் நடக்கலாம். இவை எல்லாமே கொஞ்சம் கொஞ்சமாக தீர்க்கப்பட வேண்டியவை. அதனால் உங்களவரின் மனம் புண்பட்டு விடாமல் எடுத்துச் சொல்லுங்-கள்.

யார் என்றே தெரியாத நிலையில் அவர் இருந்தபோது, அவரை உங்களை நோக்கி திசை திருப்ப முடிந்தது என்றால், இப்படிப்பட்ட விஷயங்களில் இருந்தும் அவரை வெளியே கொண்டுவர முடியும் என்ற நம்பிக்கையுடன் இருங்கள். எந்தக் காரணம் கொண்டும் காதல் மீதான நம்பிக்கையை மட்டும் கைவிடாதீர்கள். இந்த உலகில் மிகச் சிலருக்கு மட்டுமே கிடைக்கூடிய அற்புதமான காதலும், திருமணமும் உங்களுக்குக்

கிடைத்திருக்கிறது. அதனால் இதனை முழுக்க முழுக்க அனுபவியுங்-
கள்.

சின்னச்சின்ன சிக்கல்கள், பிரச்னைகள் எல்லோருடைய வாழ்க்-
கையிலும் வருவதுதான் என்பதை ஏற்றுக்கொண்டு, தைரியமாக எதிர்-
கொள்ளுங்கள். நிறைய நிறையப் பேசுங்கள். உங்கள் காதல் மரம் நிழல்
மட்டுமல்ல, கனிகளையும் அள்ளிக் கொடுக்கும். நீங்கள் உங்களுக்கு
மட்டுமல்ல, மற்றும் சிலருக்கும் ஆதர்ச காதலர்களாகத் திகழ்வீர்கள்.

திருமணம் முடிந்த பிறகு காதல் மேலும் மேலும் மிளிர்வதை உணர
முடியும். தினம் தினம் வளரக்கூடியது காதல் மரம். அதனால் வாழும்
காலம் முழுவதும் இனிமையுடன் வாழ முடியும். உங்கள் காதல் வாழ்க்-
கைகான பத்து மந்திரங்களையும் எப்போதும் மனதில் கொள்ளுங்கள்.

திருமணம் முடித்த முதல் இரண்டு வருடங்கள் நீங்கள் காதல்
ஜோடிகளாக மற்றவர் கண்களுக்கும் உங்களுக்கும் தெரிவீர்கள். அதற்-
குப் பின் ஒரு சாதாரண தம்பதியராக பலரும் மாறி விடுகிறார்கள்.
காலம் முழுவதும் காதல் ஜோடியாகவே சந்தோஷத்துடன் வாழ்வதற்கான
சில வழிமுறைகளை மட்டும் அடுத்த அத்தியாயத்தில் அறிந்து கொள்-
ளுங்கள்.

அத்தியாயம் 13

காலம்எல்லாம்காதல்தொடரட்டும்!

காதல் மரம் பூத்துக் குலுங்கி, கனி தரும் காலங்களில் அதாவது
திருமணம் முடித்த முதல் இரண்டு ஆண்டுகளில் எப்படி எல்லாம் பிரச்-
னைகள் ஏற்படலாம் என்பதைப் பார்த்தோம். காதல் எனப்படும் கற்பக
மரமானது காலம் எல்லாம் கனி தந்துகொண்டே இருக்கும். கனி மட்-
டுமல்ல, வாழ்வில் நீங்கள் கேட்கும் அத்தனையும் கிடைக்கும். உலகில்
வெற்றி பெற்ற அத்தனை சாதனையாளர்களுக்குப் பின்னேயும், அவர்-
களது காதல் துணை இருந்தார்கள் என்பது நிஜம். அதனால் காதல்
மரத்தை காலம் உள்ளவரை கண்ணும் கருத்துமாகப் பார்த்துக்கொண்-
டால், வாழ்வில் மிகப்பெரிய வெற்றியை அடைய முடியும்.

அதேநேரம், காதல் மரத்தை அக்கம்பக்கத்தினர் சேதம் செய்துவிடா-
மல் பாதுகாக்க வேண்டும். அந்த மரத்தில் நோய் வந்துவிடாமல் பரா-
மரிக்க வேண்டும். காதல் மரமானது ஆல மரம் போன்று ஏராளமான
விழுதுகளுடன் காலம் எல்லாம் வாழும் வரை வளர்க்கவேண்டியது காத-
லர்களின் கடமை ஆகும். திருமணம் முடித்து ஒரு குழந்தை பிறந்த

பிறகு காதலர்கள் வாழ்க்கை எப்படி எல்லாம் திசை மாறலாம்... சிக்கல் விழலாம் என்பதையும் அதில் இருந்து எப்படி மீள்வது என்பதை பார்க்-கலாம்.

குழந்தைக்குமுதல்உரிமை:

குழந்தை பிறக்கும் வரையிலும் அனைத்துப் பெண்களும் கணவன் மீது உயிராக இருப்பார்கள். குழந்தை பிறந்தவுடன் நிலைமை அப்படியே மாறிவிடும். பத்து மாதங்கள் தங்கள் உடலில் சுமந்து, ரத்தம் கொடுத்து வளர்த்து, உயிர் போகும் பிரசவ வலியுடன் பெற்ற குழந்தையைக் கவனிப்பதில் முழு நேரத்தையும், கவனத்தையும் செலவிடுவார்கள். குழந்தைக்குக் கவனிப்புத் தேவை இல்லாத நேரத்திலும், கவனிப்பார்கள். குழந்தை தூங்கும் நேரத்திலும்கூட, அதனைப் பற்றிய நினைப்பிலேயே இருப்பார்கள்.

தங்கள் வாழ்க்கை இனி குழந்தை சார்ந்தது என்று நினைப்பார்கள். தன்னை விரும்பி, தன்னுடைய அன்பை விரும்பும் கணவனைவிட, குழந்தையைக் கவனிப்பதுதான் முக்கியம் என்று நினைப்பார்கள். இதனை கணவன் புரிந்துகொண்டு, அப்படியே தன் போக்கில் விட்டுவிட வேண்டும் என்றும் நினைப்பார்கள். குழந்தையைக் கவனிக்கும் அக்கறை காரணமாக தங்களை அலங்கரித்துக் கொள்வதிலும், தங்களைக் கவனித்துக் கொள்வதிலும் அதிக சிரத்தை எடுத்துக்கொள்ள மாட்டார்-கள். கணவனுக்குத் தேவையான உதவிகளை செய்வது, ஆலோசனை-கள் சொல்வது, மகிழ்வுடன் கொஞ்சி விளையாடுவதைவிட குழந்தை-யைக் கவனிப்பதுதான் முக்கியம் என்று நினைப்பார்கள். இது கணவன் மனைவிக்கு இடையிலான படுக்கை உறவையும் பாதிக்கும்.

உண்மையில் குழந்தையைக் கவனிப்பதில் இத்தனை அக்கறை செலுத்த வேண்டியது இல்லை என்பதை பெரும்பாலான பெண்கள் உணர்வதே இல்லை. முழு நேரமும் குழந்தையை கண்ணும் கருத்து-மாகக் கவனிப்பவரே சிறந்த தாயாக இருக்க முடியும் என்று நினைத்து விடுவார்கள். அதனால் அந்தக் குழந்தையை ஆசை ஆசையாக கவனிக்கிறார்கள்.

தான் விரும்பி திருமணம் முடித்துவந்த பெண்ணுக்கு தன்னைவிட, தன் குழந்தை பெரிதாகப் போய்விட்டது என்பதை எந்த ஒரு ஆணாலும் முழுமையாக ஏற்றுக்கொள்ள முடியாமல் தவிப்பார்கள். இதனால் இரு-வருக்கும் இடையே பிரிவு ஏற்படுகிறது. ஒரு கட்டத்தில் மனைவியிடம்

கிடைக்காத கம்பெனி, ஆறுதல், இன்பம் வேறு எங்கே கிடைக்கும் என்று தேடத் தொடங்குகிறார்கள்.

இந்த சூழ்நிலையில் தங்களை மிகவும் மாற்றிக்கொள்ள வேண்டியது பெண்களே. குழந்தை என்பது பெண்ணின் உடலின் ஒரு பகுதி, உயிரின் ஒரு பகுதி என்றாலும் அதனை முழு நேரமும் கவனிக்க வேண்-டிய அவசியம் இல்லை. குழந்தைக்குத் தேவை பாசமும் பராமரிப்-பும்தானே தவிர, முழுநேரக் கண்காணிப்பு இல்லை. அதனால் குழந்-தையைப் போன்றே கணவனும் முக்கியம் என்பதை உணரவேண்டும். கணவன் இல்லை என்றால் குழந்தை இல்லையே. அதனால் குழந்தை-யைக் கவனித்துக்கொள்ளும் வேலையை ஒருவரே மேற்கொள்ளாமல், தம்பதியர் இருவரும் இணைந்து மேற்கொள்ள வேண்டும். அப்போதுதான் குழந்தை மீது அன்பு, பாசத்தை கணவரும் வளர்த்துக்கொள்ள முடியும்.

பெண்களின் அதிகப்படியான குழந்தை பாசத்தை கொஞ்சம் கொஞ்-சமாகவே மாற்றுவதற்கு முயற்சி செய்யவேண்டும். தேவை என்றால் ஒரு மனநல மருத்துவரிடம் ஆலோசனைக்கு அழைத்துச் செல்லலாம். அவர் ஆண், பெண் மனநிலை புரிந்தவராக இருத்தல் வேண்டும். ஏனெ-னில் மகப்பேறு மருத்துவரிடம் அழைத்துச் சென்றால், 'குழந்தைக்கு முழு நேர கண்காணிப்பு வேண்டும்' என்று சொல்லி நிலைமையை இன்னும் கெடுத்துவிட வாய்ப்பு உண்டு. குழந்தையைப் போன்றே தானும் அன்-புக்காக ஏங்குவதை ஆண்கள் வெளிப்படையாகவே சொல்லலாம். அப்-போதுதான் பெண் புரிந்துகொள்வாள். இதனைச் சொல்வதற்குத் தயங்கி வெளியே சென்று அன்பைத் தேட முயற்சிக்கும்போது, வாழ்க்கையில் மோசமான திருப்பம் நிகழ்கிறது. அதனால் இப்படி ஒரு சூழல் ஏற்பட்டு விடாமல் பாதுகாக்க வேண்டிய முக்கியப் பொறுப்பு பெண்களுக்குத்தான் இருக்கிறது.

குழந்தை வளர்ந்தபிறகு அதனை வளர்ப்பதிலும் கண்டிப்பதிலும் தாய், தந்தை இருவருக்கும் பிரச்னை வருவது உண்டு. ஒருவர் அடித்-தால் இன்னொருவர் தடுப்பார். அப்போது இருவருக்கும் கடுமையான மோதல் வரும். இந்த விஷயத்தில் குழந்தையின் சேட்டை குறித்து மட்டும்தான் சண்டை இருக்கவேண்டுமே தவிர, 'உனக்குக் குழந்தை வளர்க்கவே தெரியலை', 'அப்பனைப் போலவே குழந்தை பிறந்திருக்கு', என்ற ரீதியில் சண்டையை திசைதிருப்பக் கூடாது.

குழந்தை என்றால் கண்டிப்பாக சேட்டைகள் செய்யத்தான் செய்யும். நீங்கள் சின்ன வயதில் எத்தனை குறும்புகள், சேட்டைகள் செய்திருப்-பீர்கள். படிக்க எத்தனை தூரம் வருந்தி இருப்பீர்கள் என்று சிந்தித்துப் பாருங்கள். குழந்தை குறித்து வரும் சண்டை எந்தக் காலத்திலும் தம்-பதியர் உறவைப் பாதித்து விடக்கூடாது என்பதில் உறுதியாக இருங்கள். 'இது அம்மா செல்லம்... அப்பா செல்லம்' என்று பிரித்து வளர்க்காதீர்-கள். குழந்தை இருவருக்கும் சொந்தமானது, இருவருக்கும் அன்பு காட்-டவும், அதட்டி வளர்க்கவும் உரிமை உள்ளது என்பதை ஏற்றுக்கொள்-ளுங்கள். குழந்தை வளர்ந்து தெளிவான ஒரு முடிவு எடுக்கும் வயதுக்கு வரும் வரையில், நீங்கள் இருவரும் சேர்ந்து குழந்தையின் எதிர்காலத்-தைத் தீர்மானிக்க வேண்டுமே தவிர, தனித்தனியே அல்ல.

மிரட்டும்பொருளாதாரப்பாதிப்பு:

காதல் செய்யும்போது வாங்கிய சம்பளம் இருவருக்குப் போதுமான-தாக இருக்கும். ஆனால் ஒரு குழந்தை பிறந்த பிறகு நிறைய செலவுகள் இருக்கும். மாதாமாதம் பரிசோதனைக்குச் செல்வது, தடுப்பூசி போடு-வது, குழந்தை பராமரிப்புச் செலவு என்று திடீரென செலவுகள் கூடும். குழந்தை பெற்றுக்கொண்ட பெண், உடனே வேலைக்குச் செல்லமுடி-யாத சூழல் ஏற்படலாம். அதனால் தனியொரு மனிதனாக பொருளாதா-ரச் சுமையைச் சுமக்க வேண்டி இருக்கும்.

மேலும் திடீரென ஆண் அல்லது பெண்ணுக்கு உடல் நலம் பாதிக்-கப்படலாம். ஒரு சில நேரம் இந்தப் பாதிப்பு அதிகச் செலவு வைக்கக்-கூடியதாக இருக்கலாம். அதாவது இதய அறுவை சிகிச்சை, கர்ப்பை அறுவை சிகிச்சை என்று திடீரென எதிர்பாராத பெரிய செலவு ஆண் அல்லது பெண்ணுக்குச் செய்யவேண்டிய சூழல் ஏற்படலாம். கையில் இருந்த பணம், நகை மற்றும் சேமிப்புகளை செலவழித்த பின்னும் கடன் வாங்க வேண்டிய நிலை ஏற்படலாம்.

வாழ்க்கையில் முதன்முதலாக இப்படிப்பட்ட சோதனைகள், சோகங்-களைத் தாங்குவது பலருக்கு அதிர்ச்சியாக இருக்கும். பெற்றோர் மற்றும் உறவினர்கள் சொன்னபடி திருமணம் முடித்திருந்தால், நமக்கு இப்படி தேவை இல்லாத செலவுகள் வந்திருக்காதோ என்று யோசனை வரும்.

ஒரு சிலருக்கு வேலை போகலாம். அதிக நாட்கள் விடுமுறை போட்டு, அதன் காரணமாக சம்பளம் குறையும் நிலை ஏற்படலாம். இப்படிப்பட்ட நேரங்களில் ஆணும், பெண்ணும் மனம் தளர்ந்துவிடுவது

உண்டு. இதற்குக் காரணம் என்று ஒருவரை ஒருவர் குற்றம் சாட்டிக் கொள்வார்கள்.

உண்மையில் இதுபோன்ற நிகழ்வுகள் எப்போதாவது, எல்லோருக்கும் நிகழத்தான் செய்யும் என்பதை நம்புங்கள். இந்த நேரத்தில்தான் ஒருவருக்கு ஒருவர் ஆறுதலாகவும் உறுதியுடனும் இருக்கவேண்டும் என்பதில் தெளிவாக இருங்கள். இது போன்ற விபத்துகள் எல்லோரது வாழ்விலும் நிகழும், இதை சமாளித்துத்தான் ஆகவேண்டும் என்பதை இருவரும் சேர்ந்து நம்பவேண்டும்.

'உன்னைத் திருமணம் செய்யாமல் இருந்திருந்தால் இந்நேரம் நான் செல்வத்தில் புரண்டு இருப்பேன்... உன்னால்தான் நான் இப்படி பிச்சைக்காரன் போல் இருக்கிறேன்' என்ற ரீதியில் எந்தக் காலத்திலும் இருவரும் பேசிவிடக் கூடாது. இது உறவை அதிகமாகப் பாதித்துவிடும்.

உண்மைக்குணம்வெளிவருதல்:

பெண், ஆண் இருவரும் பல்வேறு மோசமான குணங்களைக் கொண்டவர்களாக இருக்கலாம். ஆனால் காதல் வந்த நேரத்தில் இதுபோன்ற குணங்களை எல்லாம் ஒதுக்கிவைத்துவிட்டு, முடிந்தவரை நல்லவராகவே வாழ்ந்து வருவார்கள். தங்கள் குறைகளை கஷ்டப்பட்டு மறைத்துக் கொள்வார்கள். உண்மையில் இதுபோன்ற தவறான குணம் உங்கள் மனதில் இருந்தால், அதனை முழுமையாக அகற்றிவிட வேண்டும். இல்லை என்றால் என்றாவது ஒரு நாள் வெடித்து வெளியேவந்துவிடும்.

* பெண் சாதாரணமாக திரும்பத் திரும்ப ஒரு விஷயத்தை அழுத்திச் சொல்லும்போது, ஆண் கோபப்பட்டு அடித்து விடலாம்.

* இதுவரை அமைதியாக இருந்த பெண்ணும் ஆங்காரத்தில் கத்துவது, கெட்ட வார்த்தைகளை உபயோகப்படுத்துவது, திரும்ப அடிப்பது என்று இறங்கிவிடலாம்.

* அக்கம் பக்கத்தினர் அல்லது உறவினர்கள் மீது பொறாமைக் குணத்தைக் காட்டலாம்.

* சிகரெட், மது குடிப்பதை காதல் மயக்கத்தில் கட்டுப்படுத்தி வைத்திருக்கலாம். இனியும் இதை எதற்கு மறைக்கவேண்டும் என்று தைரியமாக வெளிப்படுத்தி விடலாம்.

* வீட்டுச் செலவுக்குக் கொடுக்கும் பணத்தைக்கூட, அலங்காரப் பொருட்கள் வாங்கும் பெண்ணின் குணம் வெளிப்படலாம்.

* பெரியோர்களை மதிப்பது போல் இத்தனை நாட்கள் நடித்ததை, போதும் என நிறுத்திக் கொண்டு அலட்சியப்படுத்தலாம்.

இதுபோன்று எந்த ஒரு குறைபாடு தெரியவந்தாலும் மனைவி அல்லது கணவனும் திருப்பி எதிர்தாக்குதலில் இறங்கிவிடக் கூடாது. அப்படி இறங்கினால் இவர் மனதில் இருந்த கெட்ட குணங்களுக்கும் மீண்டும் உயிர் வந்துவிடும். 'காதல் செய்த தருணங்களில் எத்தனை இன்மையாக இருந்த உனக்கு, இன்று உனக்கு ஏதோ தாங்க முடியாத துயரம் அல்லது துன்பம் ஏற்பட்டிருக்க வேண்டும். இல்லையென்றால் இப்படி நடந்திருக்காது' என்ற ரீதியில் சமாளிக்கவே முயற்சிக்க வேண்டும். அதை விடுத்து, 'அவள் கத்தினாள்... அதனால் நானும் கத்தினேன். அவள் கையை ஓங்கினாள்... நான் அடித்துவிட்டேன்' என்ற ரீதியில் பதிலுக்குப் பதில் இருவரும் போட்டி போட்டால் அந்த உறவு விரைவில் அறுந்துவிடும்.

அதனால் அவரவர் மனதுக்குள் பதுங்கி இருக்கும் கெட்ட குணங்கள் எந்தக் காரணம் கொண்டும் வெளியே வந்துவிடாமல் புதைத்து வைக்கவேண்டும். யாராவது ஒருவர் தாங்க முடியாமல் அவரது குணத்தைக் காட்டினாலும், அதனைப் பொறுத்துக்கொள்ள பழகவேண்டுமே தவிர, எதிராளியும் அதற்குப் போட்டியாக சுயரூபத்தைக் காட்டக் கூடாது.

சண்டையும்சமாதானமும்:

கணவன் மனைவிக்குள் நிறையவே கருத்து வேறுபாடுகளும் சண்டையும் ஏற்படுவது சகஜம்தான். சண்டை போடாத தம்பதியர் இந்த உலகத்தில் யாருமே இருக்கமுடியாது. ஆனால் அந்த சண்டை உங்கள் உறவை மேலும் இனிமையாக்குவதாக இருக்கவேண்டுமே தவிர, பிரிப்பதாக அமைந்துவிடக் கூடாது.

* சண்டை போடுவார் என்ற காரணத்துக்காக கணவன் அல்லது மனைவிக்குத் தெரியாமல் யாரும் எந்த செயலையும் செய்ய முயற்சிக்கக்கூடாது.

* சத்தம் போடுகிறார், சண்டை போடுகிறார் என்பதற்காக எதையும் கேட்காமல் அசட்டையாக இருக்கக்கூடாது.

* எந்தக் காரணத்துக்காக சண்டை வருகிறதோ அதைப் பற்றி மட்டும்தான் சண்டையின் போது பேசவேண்டுமே தவிர, கணவன் அல்லது மனைவி மீது குற்றம் சுமத்தக் கூடாது. நண்பரின் திருமணத்துக்காக மூன்று நாட்கள் விடுமுறை எடுத்துச் செல்லவேண்டும் என்று

விரும்பினால், சண்டையானது குறிப்பிட்ட விவகாரத்தின் மீது மட்டும்-
தான் இருக்கவேண்டும். அந்த நபர் எத்தனை முக்கியமானவர் என்ப-
தைப் புரியவைக்க வேண்டும். அதேநேரம் ஏன் போகவேண்டாம் என்ப-
தற்குச் சொல்லப்படும் காரணத்தையும் கவனமாக பரிசீலிக்க வேண்டும்.
இதைவிடுத்து, 'நீ மட்டும் உன் ஃபிரண்ட் கல்யாணத்துக்கு லீவு போட்-
டுப் போவாய்... நான் போகக்கூடாதா' என்ற ரீதியில் சண்டை இருக்-
கக்கூடாது.

* ஒருவர் கோபப்படும் நேரத்தில் இன்னொருவரும் கோபப்படவே
கூடாது. இருவரும் ஒரே நேரத்தில் கோபப்பட்டால் சண்டை பெரிதாகுமே
தவிர, சமாதானம் ஏற்படாது.

* எனக்குக் கோபம் வந்தால் கண்ணுமண்ணு தெரியாமல் பேசிவி-
டுவேன் என்று காரணம் சொல்லிக்கொண்டு வாய்க்கு வந்தபடி பேசுவது
சரியல்ல. கட்டுப்படுத்தியே தீரவேண்டும்.

* 'நீ என்ன வேண்டுமானாலும் பேசிக்கொள்... எனக்கு அதைப்பற்-
றிக் கவலையே இல்லை' என்ற ரீதியில் சிலர் இருப்பார்கள். இது மிகப்-
பெரிய அவமதிப்பாக எடுத்துக்கொள்ளப்பட்டு, சண்டை மேலும் வலுவ-
டையவே செய்யும்.

* குற்றம் சொல்வதை தன்மையுடன் சொல்லுங்கள். 'முன்பு நீ மிக-
வும் பொறுமையுடன் சமையல் செய்வாய்... இப்போது அவசரத்தில்
செய்வதால்தான் ருசி இல்லை என்று நினைக்கிறேன்' என்பது போன்றே
பேசுங்கள். குற்றத்தை அவர்கள் உணர்ந்துகொள்ளவும், திருந்தவும் சந்-
தர்ப்பம் கொடுக்கவேண்டும்.

* எந்தக் காரணம் கொண்டும் அவமரியாதை செய்யாதீர்கள். 'உங்-
களைக் கல்யாணம் முடிச்சு என்ன சுகத்தைக் கண்டேன். நாலு பவுன்
நகை வாங்கிக் கொடுக்க வக்கு இல்லை', 'பிரியாணி திங்கத் தெரியுது...
செய்யத் தெரியலை. இப்படி ஒரு முட்டாளைக் கட்டிட்டு வந்துட்டேனே',
'அறிவாளியா இருந்தா எதுக்கு புரமோஷன் போடாம இருக்கப்
போறாங்க...' என்ற ரீதியில் எந்தக் காரணம் கொண்டும் குறை சொல்-
லாதீர்கள். ஒரு முறை சாதாரணமாக சொல்லப்படுவதும் அவர்கள்
மனதில் முள் போன்று குத்திக்கொண்டே இருக்கும்.

* எந்த ஒரு தவறு நடந்தாலும், 'நீ மட்டும்தான் காரணம்' என்று
சொல்லி தப்பித்துக்கொள்ள நினைக்காதீர்கள். 'நாம் சேர்ந்து செய்-
தோம்... ஏனோ தவறாகி விட்டது' என்ற ரீதியில் பேசுங்கள். உண்மை-

யில் அவர் மட்டும் தவறு செய்தவராக இருந்தால், கண்டிப்பாக தவறை உணர்ந்து கொள்வார், மீண்டும் தவறு செய்யமாட்டார்.

* டி.வி. பார்த்துக்கொண்டிருக்கும் நேரத்தில் ரிமோட்டை கீழே போட்டு உடைத்துவிட்டார் என்றால், 'நீதானே தப்பு செஞ்சே... நீயே போய் வாங்கு' என்ற ரீதியில் கண்டுகொள்ளாமல் இருக்காதீர்கள். 'தெரியாமத்தான் போட்டிருப்பே... இனியாவது பத்திரமா வைச்சுக்கோ' என்றே பேசுங்கள். எதிராளி தவறு செய்திருந்தாலும், அதில் இருந்து வெளியே வர உதவி செய்யுங்கள்.

* எத்தனை சண்டை நடந்தாலும், 'நான் இன்னமும் உன்னை லவ் பண்றேன். நீ சண்டை போடாம இருந்தா இன்னமும் அதிகமா லவ் பண்ணுவேன்' என்ற ரீதியில் எந்த ஒரு சண்டையையும் முடிவுக்குக் கொண்டுவந்துவிட முடியும்.

* எந்த ஒரு சண்டை என்றாலும், குறிப்பிட்ட நேரத்துக்கு மேல் அதனைத் தொடராதீர்கள். 'மீன் தொட்டியை உடைச்சதுக்காக இரண்டு நாள் சண்டை போடணுமா? அதை மறந்திடுப்பா' என்று சொல்லுங்கள். தொடர்ந்து சண்டை போட்டுக்கொண்டே இருப்பதில் எந்த அர்த்தமும் இல்லை.

* அதே போன்று சண்டை போடுவது உருப்படியான காரணத்துக்-குத்தானா என்பதையும் ஒரு கணம் சிந்தித்துப் பாருங்கள். சோற்றில் உப்பு இல்லை என்ற காரணத்துக்காக தொடங்கிய சண்டையை, அதற்-குப் பிறகு இரண்டு முறை சாப்பிட்ட பிறகும் தொடர்வதில் அர்த்தம் இல்லை. அதனால் சண்டை போடத் தகுதி இல்லாத விஷயங்களை அப்போதே தூக்கிப் போடுங்கள்.

* எந்தக் காரணம் கொண்டும் சண்டை போடும்போது குடும்பத்தாரை இழுப்பது, கெட்ட வார்த்தைகளை உபயோகப்படுத்துவது, அடிப்பது என்று இறங்கிவிடக் கூடாது என்பதில் மிகவும் உறுதியுடன் இருங்கள்.

* ஒரு விஷயத்துக்காக சண்டை போடும்போது, அதற்காக மட்டுமே சண்டை போடுங்கள். எந்தக் காரணம் கொண்டும் முந்தைய காரணங்-கள், பழைய விவகாரங்களைக் கிளறாதீர்கள்.

* எந்த ஒரு விஷயம் என்றாலும் உங்களவர் சொல்வதை முதலில் முழுமையாக, பொறுமையாக கேளுங்கள். நீங்கள் எந்தக் குறுக்கீடும் இல்லாமல் கேட்ட பிறகு, உங்கள் கருத்தைச் சொன்னால் அதற்குத் தனி மரியாதை இருக்கும் என்பதை உணர்ந்துகொள்ளுங்கள்.

* சண்டை போடுவதாக இருந்தாலும் எதிரெதிரே நின்றுதான் பேச-வேண்டும் என்று அர்த்தம் இல்லை. அருகருகே உட்கார்ந்துகொண்டு, தோளில் கை போட்டு அல்லது கைகளை அழுத்தமாகப் பிடித்துக்-கொண்டு, உங்கள் கருத்தைச் சொல்லுங்கள். தொடும் போது இருவருக்-கும் ஏற்படும் அன்பு சண்டையை வளரவிடாது.

* உங்கள் பக்கம் தவறு இருப்பது உறுதியானால், கொஞ்சமும் யோசிக்காமல் தவறை ஒப்புக்கொள்ளுங்கள். சண்டை போடுவதைவிட சரண்டர் ஆவது உங்கள் உறவை மேலும் வலுப்படுத்தும்.

* உங்கள் மனம் கவர்ந்தவர், இதயத்தில் இருப்பவர், அன்பு செலுத்-துபவரிடம்தான் சண்டை போடுகிறீர்களே தவிர எதிரியிடம் அல்ல என்-பதை மனதில் கொண்டே எந்த ஒரு வார்த்தையையும் பேசுங்கள். உன் மீதான அன்பு காரணமாகவே இதனைச் சொல்கிறேன். நம் காதல் செழித்து வாழ்வதற்காகத்தான் இப்படிச் செய்கிறேன் என்று சொல்லுங்-கள்.

* சண்டை ஒரு குறிப்பிட்ட நேரம் காலத்தைத் தாண்டியும் செல்கிறது என்றால், கொஞ்சமும் தயங்காமல் கவுன்சிலிங் செய்யும் நபர் அல்லது மன நல மருத்துவர் ஒருவரை அணுகுங்கள். அவர் சொல்வதை இரு-வரும் மனமுவந்து ஏற்றுக்கொள்ளுங்கள்.

மீண்டும்ஒருகாதல்:

காதல் செய்யும்போது நிறைய எதிர்ப்புகள், பிரச்னைகள், சுவாரஸ்-யங்கள் இருக்கும். அதன் காரணத்தால் மாபெரும் எதிர்பார்ப்புகளு-டன் திருமண வாழ்க்கையில் நுழைவார்கள். அங்கே இருவரும் எந்த அலங்காரமும் இல்லாத இயல்பான வாழ்க்கையைத் தொடர வேண்டி வரும். குழந்தை, அன்றாடக் கடமைகள், எதிர்காலத் திட்டங்கள் என்று ஒரு சராசரி வாழ்க்கையை வாழவேண்டி இருக்கும். அதனால் என்ன-தான் மனதுக்குப் பிடித்த துணை கிடைத்து இருந்தாலும் சிலருக்கு த்ரில் குறைந்துபோனதாகத் தெரியும். தினம் தினம் சந்தோஷம் கிடைத்துவி-டாது. வேலைப்பளு காரணமாக இருவருக்குள்ளும் பேச்சுவார்த்தைகள் குறையத்தொடங்கலாம். ஒருவரை ஒருவர் பாதுகாப்பது, பராமரிப்பதும் குறைந்து குடும்பத்தில் அவரவர் பங்கினைச் செய்வதில் அக்கறை காட்-டும் நிலை வரலாம். இதனால் ஆரம்ப காலத்தில் ஆர்வத்துடன் ஈடு-பட்டு வந்த செக்ஸ் உறவும் குறையத்தொடங்கும். இதனால் வாழ்க்கை சுவாரஸ்யம் இல்லாமல், கிட்டத்தட்ட மெஷின் வாழ்க்கையாக நகரத்

தொடங்கும்.

இப்படிப்பட்ட நேரத்தில் எங்காவது, யாரிடமாவது கூடுதல் சுவாரஸ்-யம் தென்பட்டால் மனம் அவர்களை நோக்கித் திரும்புவது உண்டு.

பெரும்பாலும் நன்றாகத் தெரிந்த பழகிய உறவு வட்டம், அலுவலக வட்டத்தில்தான் புதிய உறவு தோன்றும். இன்னும் சொல்லப்போனால் அத்தை பெண், மனைவியின் சகோதரி, பக்கத்து வீட்டுப் பெண், கணவ-ரின் உறவினர்கள், கணவரின் நண்பர்கள், அலுவலகத்தில் பணியாற்று-பவர்கள்தான் திருமணமான ஆண், பெண்ணுக்கு வலை விரிப்பார்கள். ஏனென்றால் அருகில் இருந்து கவனிப்பவர்களுக்குத்தான், உங்களிடம் தோன்றும் சின்னச்சின்ன மாற்றங்களும் தெரியும். அதனால் அக்கறை-யுடன் விசாரிப்பார்கள், ஆறுதல் சொல்லக் காத்திருப்பார்கள்.

'கல்யாணத்துக்கு முந்தி எத்தனை துருதுருன்னு இருப்பே... இப்ப என்னடான்னா முகத்தில் களையே காணோம்', 'முந்தி எப்பவும் ஃப்ரஷ் ஆப்பிள் போல இருப்பே, இப்போ யாரும் கவனிக்கிறது இல்லையா... காஞ்சிபோன கத்திரிக்காய் மாதிரி இருக்கே', 'உன்னோட அழகுக்கு ஒரு ராஜகுமாரனைக் கட்டியிருக்கணும்... இப்படிப் போய் மாட்டிக்கிட்டே', 'ஆபிஸ் டேர்ன்னு சொல்லிட்டு ஒரு நாள் வா... என்ஜாய் பண்ணிட்டு வரலாம். அப்போதான் நீ இயல்பா இருக்கமுடியும்' என்று கமென்ட் அடிப்பார்கள்.

இதுபோன்ற வார்த்தைகள், அன்பு காட்டுதல், பரிதாபப்படுதல், அக்-கறை செலுத்துதல் எல்லாமே தவறான பாதையில் கொண்டு போகும் என்பதை ஆரம்பத்திலேயே உணர்ந்துகொள்ள வேண்டும். இதற்கு செவி சாய்க்கத் தொடங்கினால் என்னவெல்லாம் நிகழும் என்பதை முதலி-லேயே யோசித்துவிட வேண்டும்.

இப்படி சுவாரஸ்யமாக யாராவது பேசுகிறார்கள் என்றாலே சுதாரிக்-கவேண்டியது அவசியம். தாங்கள் திருமணம் ஆனவர், இது போன்ற தவறான உறவுகளுக்குத் தயாரானவர் இல்லை. என் மனதுக்குப் பிடித்-தவருடன் வாழ்ந்து வருகிறேன் என்பதை அழுத்திக் கோடிட்டுப் பேச வேண்டும்.

தேவை இல்லாமல் போன் நம்பர் பரிமாறிக்கொள்வது, வாய்ப்பு கிடைக்கும் என்று தெரிந்தே தனியே டேர் செல்வது, திருமணம் அல்லது குழந்தை குறித்துப் பேசாமல் இருத்தல், பொய்யான காரணங்களைக் கூறி தங்கள் குடும்ப வாழ்க்கை சரி இல்லை என்று நம்பவைத்தல்

போன்றவை வாழ்க்கையை நரகமாக்கிவிடும். அதனால் எப்போதும் மனைவியின் போட்டோவை கணவனும், கணவனின் போட்டாவை மனைவியும் பர்ஸ், டிராயர் போன்ற இடங்களில் வைத்துக்கொள்வது நல்லது.

பிறரிடம் அவ்வப்போது தங்கள் இணையைப் பற்றி புகழ்ந்து பேச-வேண்டும். 'ஞாயிற்றுக் கிழமைன்னா வீட்ல கூத்து கட்டி அடிப்பார். சிரிச்சு சிரிச்சு வயிற்று வலியே வந்துவிடும்', 'என்ன சமைச்சாலும் டேஸ்ட் தூக்கிடும். அதுவும் ஃபாஸ்ட் ஃபுட் வேகத்தில் வேலை செய்-வாங்க' என்ற ரீதியில் வெளிப்படையாக பேசும் பட்சத்தில் வேறு யாரும் உறவுக்குள் நுழைந்துவிடாமல் தடுக்க முடியும். அதையும் தாண்டி ஆர்-வம் ஏற்பட்டு உறவில் நுழைந்துவிட்டால் என்னவெல்லாம் நேரிடும் என்-பதை யோசித்துப் பார்க்கவேண்டும்.

* டைவர்ஸ் செய்ய நேரிடும்.

* டைவர்ஸ் செய்தால், இருக்கும் சொத்தை எல்லாம் கொடுக்க நேரிடும்.

* இத்தனை நாட்கள் வாழ்ந்த வாழ்வு போலி என்று உறுதி செய்-யப்படும்.

* தேவையற்ற குற்றச்சாட்டுகள் இணை மீது எழுப்ப வேண்டி வரும்.

* உங்கள் உயிருக்கு உயிராக கருதும் குழந்தையை இழக்க வேண்டி வரும்.

* ஒரு நல்ல காதலராக, ஒரு குடும்பஸ்தராக உறவுகள் மற்றும் நண்பர்கள் வட்டாரத்தில் இருக்கும் மரியாதை குலைந்து போகும்.

* ஒரு ப்ளே பாய் அல்லது ப்ளே கேர்ள் என்று உங்களை எண்ணும் அளவுக்கு நிலைமை மாறிவிடும்.

* உங்கள் அடுத்தடுத்த முடிவுகளுக்கு நண்பர்கள், உறவினர்களிடம் இருந்து ஆதரவும், வழிகாட்டுதலும் கிடைக்காது.

* திருமணத்திற்குப் பின்னான உறவு, கள்ளக் காதல் என்றே அழைக்கப்படும். சட்டப்படி தவறு. எனவே தனியே சந்தித்துப் பேசுவதும் குற்றம்.

* புதிய உறவினால் எதிர்காலம் முழுவதும் சந்தோஷமாக அமையும் என்பதற்கு எந்த உத்தரவாதமும் இருக்காது.

* பரிதாபம் மற்றும் உதவி செய்யும் நோக்கத்தில் தோன்றும் புதிய உறவு எந்த ஒரு சூழலிலும் பின்வாங்கக்கூடும். அப்போது இருவரையும்

இழந்து தவிக்கக்கூடும்.

அதனால் காதல் திருமணத்தின் தொடக்கத்தில் கிடைக்கும் சந்-தோஷம், அப்படியே குறையாமல் காலம் முழுவதும் தொடரும் என்று எதிர்பார்க்காதீர்கள். தினம் தினம் ஒரே வாழ்க்கையை வாழ்வதைத்தான் இந்த உலகில் உள்ள அனைத்து மக்களும் செய்துகொண்டு இருக்கிறார்-கள். அதனால் சுவாரஸ்யத்தை வாழ்க்கையில் விடுத்து வெளியே தேடத் தொடங்குங்கள். புதிய வேலை, புதிய தொழில் போன்றவைகளை இரு-வரும் இணைந்து செய்யும்போது, செய்யவேண்டிய ஏராளமான பணிகள் கண்ணுக்கு முன் நிற்கும். செயல் இல்லாத மனதில்தான் மீண்டும் காதல் தோன்றும் என்பதால் ஏதாவது ஒன்றில் முழு ஈடுபாட்டுடன் இறங்குங்-கள்.

புதிதாக ஏதாவது ஒரு சினிமா கிளப்பில் சேர்ந்து நிறைய படங்கள் பார்ப்பது, தோட்டம், வன விலங்குகள் பற்றிக் கற்றுக் கொள்வது, போட்-டோகிராபி படிப்பது என்று புதிய விஷயங்களில் ஆர்வம் செலுத்தத் தொடங்கிவிட்டால், கணவன் மனைவிக்குள் மீண்டும் அன்பு பெருகி விடும். பேசுவதற்கு புதிய விஷயங்கள் நிறைய இருக்கும். பேச்சு பெரு-கினாலே, கணவன் மனைவி பந்தம் உடைந்துவிடாமல் உறுதி அடை-யும்.

ஒரு வேளை கணவன் அல்லது மனைவி இன்னொரு பந்தத்தில் விழுகிறார் அல்லது ஆர்வமாக இருக்கிறார் என்றால் என்ன செய்வது?

* கோபத்தைக் காட்டுவதாக நினைத்து எந்தக் காரணம் கொண்டும் பேச்சை நிறுத்தி விடாதீர்கள். அது இன்னமும் அவர்களுக்கு வசதியா-கப் போய்விடும்.

* சண்டை போடாதீர்கள். உடனே உங்கள் நண்பர்கள், உறவினர்க-ளிடம் புகார் சொல்லாதீர்கள்.

* ஏன் அப்படி நிகழ்ந்தது? என்ன காரணம் என்று சிந்தித்துப் பாருங்கள்.

* போதிய நேரம் ஒதுக்கவில்லை என்று தெரிந்தால், அன்று முதல் கூடுதல் நேரம் ஒதுக்குங்கள்.

* கட்டில் பந்தம் குறைவாக இருப்பதாகத் தோன்றினால், அன்று முதல் நெருக்கத்தை இன்னும் அதிகமாக்குங்கள்... செக்ஸ் உறவை கூடுதல் சுவாரஸ்யம் ஆக்குங்கள்.

* யாரிடம் எதற்காக ஆர்வமாக இருக்கிறார் என்பதை அறிந்து-கொண்டு, அது எந்த வகையில் உங்களிடம் குறையாக இருக்கிறது என்பதை அறிந்து நிவர்த்தி செய்யப் பாருங்கள்.

* மனம் தடுமாற ஆணுக்கும் பெண்ணுக்கும் மிக முக்கிய காரண-மாக சொல்லப்படுவது படுக்கையறை சமாச்சாரம். 'என்னுடைய ஆசை-களை முழுமையாக நிறைவேற்றுவது இல்லை' என்பதுதான் முக்கிய குற்றச்சாட்டாக இருக்கும். அதனால் செக்ஸ் பற்றி கூடுதலாகத் தெரிந்-துகொண்டு, உங்களவர் என்ன விரும்புகிறாரோ அதனைக் கொடுக்க முயற்சி செய்யுங்கள்.

* உங்களவருக்கு எப்படிப்பட்ட உறவு பிடிக்கிறது என்பதை மனம் விட்டுப் பேசுங்கள். படுக்கை அறையில் எப்படி வேண்டுமானாலும் நடந்-துகொள்ள அவருக்கு உரிமை இருக்கிறது என்பதை வெட்கம் இன்றிச் சொல்லுங்கள், அதனை அப்படியே செயல்படுத்தவும் செய்யுங்கள்.

உங்கள் துணையாக இருப்பவர் இன்னொரு காதலில் விழுவதற்கு நீங்கள் எந்த வகையிலாவது காரணமாக இருக்கிறீர்களா என்பதை மீண்டும் மீண்டும் யோசித்து அவற்றை எல்லாம் களைந்த பிறகு, புதிய காதல் பற்றி இயல்பாகக் கேளுங்கள்.

'நான் காலம் முழுவதும் உனக்காகவே வாழ்வதற்குத் தயாராக இருக்கிறேன். அதனால் வேறு எந்த உறவுகளிலும் சிக்கி நம் வாழ்க்-கையைப் பாழாக்கிக் கொள்ள வேண்டாம்' என்று மிகுந்த அன்போடு வேண்டிக் கொள்ளுங்கள். இந்த உறவுக்காக இருவரும் எத்தனை தூரம் சிரமப்பட்டோம் என்பதை மீண்டும் ஒரு முறை எடுத்துச் சொல்லுங்கள். 'ஏதோ ஒரு குறை உங்களுக்கு நம் வாழ்வில் இருக்கிறது என நினைக்-கிறேன். என்னவென்று சொன்னால் அதனை சரி செய்ய முடியும்' என்று நம்பிக்கையை விதையுங்கள்.

'நீங்கள் நட்பு ரீதியில் பழகுவது என்றால் தவறு இல்லை... வேறு தவறான உறவுக்குப் போய்விடாமல் பார்த்துக் கொள்ளுங்கள்' என்று நேரிடையாகவே பேசுங்கள். அழுது கூச்சல் போடுவது, கத்துவது, சண்டை போடுவது, ஆதாரங்களை எடுத்துப் போடுவது என்று தேவை அற்ற சீன்களை கிரியேட் செய்யாதீர்கள்.

தவறான உறவுக்கு எந்த வகையிலும் நீங்கள் காரணம் இல்லை என்பதை அழுத்தமாகப் பதிவு செய்யுங்கள். உங்களுக்கும் மூன்றாம் நபர்களிடம் இருந்து காதல் அழைப்புகள் வரலாம். அப்படி ஏதாவது

வருவது தெரிந்தால், ஆரம்ப கட்டத்திலேயே துண்டித்து விடுங்கள்.

இது போன்று பிரச்னை ஏற்பட்டதும், கீரியும் பாம்புமாக சண்டை போட்டுக்கொண்டே இருப்பதைவிட, கொஞ்ச காலம் பிரிந்து இருக்கலாம் என்று இருவரும் சேர்ந்து முடிவு எடுப்பது உண்டு. பெண் அவளது தாய் வீட்டுக்கும், ஆண் அவனது நண்பர்கள் அல்லது உறவினர்கள் வீட்டுக்கும் போவது உண்டு. பிரிந்து இருந்தால் இருவருக்கும் பழைய நினைவுகள் தோன்றும், மறக்கமுடியாமல் ஒன்று சேர்ந்துவிடலாம் என்று நினைப்பார்கள்.

ஆனால், உண்மை அதுவல்ல. இந்த நேரத்தில் அனைத்துத் தொந்-தரவுகளில் இருந்தும் விடுதலை பெற்ற உணர்வு பலருக்கும் தோன்றுவது உண்டு. 'இத்தனை நிம்மதியை, சந்தோஷத்தை எதற்காக திருமணத்தில் தொலைக்கவேண்டும்' என்று எண்ணி, நிரந்தரமாகப் பிரிவதற்கு அதிக வாய்ப்பு உண்டு.

மேலும் அவரவர் நட்பு வட்டாரம் மற்றும் உறவுகள், அவர்களுக்கு வேண்டப்பட்டவர்களுக்கு மட்டுமே ஆதரவு தெரிவிப்பார்கள். அவர்கள் செய்ததுதான் சரி என்று சொல்வார்கள். அதனால் இந்தப் பிரிவு நிரந்-தரப் பிரிவாக மாறிவிடும். இப்போதும் நம் நாட்டில் கோபித்துக்கொண்டு தாய் வீட்டுக்குப் போகும் எத்தனையோ பெண்கள் திரும்பவே முடியாமல் தவிப்பதை, கண் முன்னே நாம் காணமுடியும். அதனால் எந்தக் கார-ணம் கொண்டும் பிரிந்து வாழ்வதை ஏற்றுக்கொள்ளவே வேண்டாம்.

எந்தக் காரணங்களால் சண்டை வந்து இருந்தாலும், அதற்கு ஒரு தீர்வு இருக்கும் என்பதை நம்புங்கள். காதல் காலத்தில் ஏற்பட்ட ஊடல் போன்றே திருமண காலத்திலும் ஊடல் தோன்றும். இது உறவைப் பலப்-படுத்தும் என்பதை உறுதியுடன் நம்புங்கள்.

தெரிந்தநபர்களிடம் ஆலோசனைவேண்டாம்:

உங்கள் நபர் காதல் வசப்பட்டது உறுதி என்றால், வேறு ஏதாவது ஒரு பிரச்னை பிரிவு வரை செல்கிறது என்றால் நீங்களே அவரிடம் அன்போடு எடுத்துச் சொல்லிப் பாருங்கள். அதன்பிறகும் மாறவில்லை, மாறுவதற்கான வாய்ப்பு தெரியவில்லை என்றால், தகுதியான மூன்றாம் நபரிடம் செல்லுங்கள். அது கவுன்சிலிங் செய்பவர் அல்லது மன நல மருத்துவர் போன்று தகுதியான நபராக இருக்கவேண்டியது அவசியம். எந்தக் காரணம் கொண்டும் அவருக்குத் தெரிந்தவர் அல்லது உங்க-ளுக்கு வேண்டப்பட்டவர் அல்லது மேல் அதிகாரி அல்லது வழக்கறிஞர்

போன்று எவரையும் நாடாதீர்கள். ஏனென்றால் ஒரு சிலர் குடும்பத்தை சேர்த்து வைப்பதைவிட, பிரிப்பதில் இன்பம் காண்பார்கள்.

தனித்தனியே உங்கள் பிரச்னையைப் பேசும்போது, உண்மையை மட்டுமே பேசுங்கள். நீங்கள் பேசுவதை உங்கள் நபர் அருகே இருந்து கேட்டால் எப்படி இருக்கும் என்பதைக் கற்பனை செய்துகொண்டே பேசுங்கள். உங்கள் பக்கம் தவறு இருக்கிறது என்று தெரியவந்தால் உடனே திருத்திக்கொள்ளுங்கள். உங்கள் நபர் தவறு செய்துவிட்டதாக ஒப்புக்கொண்டால், மனம் திறந்து அவரை ஏற்றுக்கொள்ளுங்கள். நடந்-துவிட்ட தவறுக்காக மன்னிப்பு கேட்கவேண்டும் என்று எதிர்பார்க்காதீர்-கள். சிறிய விபத்தில் இருந்து தப்பித்ததாக நினைத்துக் கொள்ளுங்கள். ஒரு முறை தவறு செய்தவர் மீண்டும் மீண்டும் தவறு செய்ய வாய்ப்பு இருக்கிறது என்று நினைத்து சந்தேகப்பட்டுக்கொண்டே இருக்காதீர்கள்.

குழந்தைஇன்மைமற்றும்உடல்நலக்குறைபாடு:

இந்தியாவைப் பொறுத்தவரை பெரும்பாலான திருமணத்தில் சண்டை, பிரிவு வருவதற்கு முக்கியக் காரணமாக குழந்தையின்மை இருக்கிறது. முன்பு இதில் பெண் மட்டுமே குற்றம் சாட்டப்பட்டு வந்தார். ஆனால், இப்போது மருத்துவ முன்னேற்றம் காரணமாக, யாரிடம் உண்-மையான காரணம் இருக்கிறது என்பதைக் கண்டுகொள்ள முடிகிறது. அதனால் 'குறிப்பிட்ட நபரே காரணம்' என்று தெரியவந்ததும், தன்னு-டைய வாழ்க்கை கெட்டுப்போனதாக மற்றவர் நினைக்கிறார்.

'முன் கூட்டியே இந்தத் தகவல் தெரிந்து இருந்தும் மறைத்துவிட்டார்' என்று நினைத்து கோபம் கொள்வது உண்டு. உண்மையில் குழந்தை-யின்மை என்பது இப்போது தீர்க்கமுடியாத பிரச்னை இல்லை. மருத்-துவம் சகலவிதமான குறைகளையும் தீர்க்கும் வண்ணம் வளர்ந்துவிட்-டது. குழந்தை பிறக்கவே முடியாது என்ற நிலை ஏற்பட்டால்கூட, தத்து எடுத்துக்கொள்ள முடியும். அதனால் இதனை ஒரு குறையாக ஆணும் பெண்ணும் எடுத்துக்கொள்ளவே கூடாது. ஆண்மைக் குறைவு, பெண்-மைக் குறைவு போன்றவையும் தீர்க்கக்கூடிய பிரச்னைகளே. நாள் முழு-வதும் கஷ்டப்பட வேண்டிய அவசியம் இல்லை.

வலிப்பு, இதய நோய் போன்ற உடல் குறைபாடு காணப்படும் பட்-சத்திலும், 'முன்கூட்டியே சொல்லவில்லை' என்று தவறாக நினைப்பார்-கள். ஒரு சில நேரம் விபத்து ஏற்பட்டு ஏதாவது உறுப்பு செயல் இழந்து போகும் சூழல் ஏற்படலாம். இப்படிப்பட்ட நேரங்களிலும் காதலித்து திரு-

மணம் செய்ததற்கு சிலர் வருத்தம் அடைவார்கள். இது மிகவும் மோச-மான மனோநிலை ஆகும்.

உங்கள் நபருக்கு ஏற்பட்டிருக்கும் இதே குறை, உங்களுக்கு வந்தி-ருந்தால் என்ன எதிர்பார்ப்பீர்கள்?

உங்களவர் அன்பாக, அனுசரணையாக இருக்கவேண்டும் என்று-தானே விரும்புவீர்கள். அப்படியே நீங்களும் இருங்கள். உங்கள் மனதில் இருப்பவருக்காக காலம் எல்லாம் சேவை செய்யவேண்டிய அவசியம் ஏற்பட்டாலும் கலங்காமல் செய்யுங்கள். மாற்றம் வரும் என்று நம்புங்-கள். வேறு எதிலும் கிடைக்காத சந்தோஷம், திருப்தியை உங்கள் நபரை அன்போடு கவனிப்பதில் நீங்கள் கண்டு அடைந்துவிட முடியும். இது-தான் காதல் என்பதை உணரவும் முடியும்.

திருமணத்தில்தோல்வி :

நீங்கள் எத்தனையோ முயற்சி செய்தாலும்கூட, உங்கள் நபர் உங்-களைவிட்டு பிரிந்துவிடும் சூழல் ஏற்படலாம். இதுவும் வாழ்வில் ஒரு அங்கமே என்று ஏற்றுக்கொள்ளும் உறுதியான மனநிலை வேண்டும். பிரியும் காலங்களில் மிகவும் நம்பிக்கையுடனும் தெளிவுடனும் வாழ்க்-கையை எதிர்கொள்ள வேண்டும்.

எந்தக் காரணம் கொண்டும் காதல் அல்லது கல்யாணம் தவறு என்ற முடிவுக்கு வராதீர்கள். ஏனென்றால் நீங்கள் காதல் செய்தது நிஜம். விரும்பித்தான் காதல் செய்தீர்கள். அதுபோலவே திருமணம் முடித்ததும் நிஜம். பல எதிர்ப்புகளை மீறித்தான் திருமணம் முடித்தீர்கள். இத்தனை காலமும் உங்களை சந்தோஷமாகவும், இனிமையாகவும் வைத்திருந்த காதலுக்கு மனப்பூர்வமாக நன்றி செலுத்துங்கள்.

ஒரு தவறான நபரை தேர்வு செய்த காரணமாகவே இந்தத் தோல்வி நடந்திருக்கிறது என்பதை மனப்பூர்வமாகவே ஏற்றுக்கொள்ளுங்கள். ஏதோ ஒரு வகையில் இந்தப் பிரிவுக்கு நீங்களும் ஒரு காரணம் என்-பதை ஒப்புக்கொள்ளுங்கள். வாழ்க்கை தோல்வியில் முடிந்தது என்-றாலும் இன்னமும் எதிர்காலம் இருக்கிறது. காதல் தவிர சாதிக்க இந்த உலகில் எத்தனையோ விஷயங்கள் இருக்கிறது. அதனால் இத்-தனை காலம் சந்தோஷமாக வைத்திருந்த காதல் அனுபவங்கள் மட்டுமே போதும் என்ற நம்பிக்கையுடன் வாழத் தொடங்குங்கள்.

நீங்கள் ஒரே ஒரு நபரை மட்டுமே காதல் செய்வதற்கு இந்தப் பூமிக்கு வரவில்லை என்பதை உணருங்கள். உங்கள் பெற்றோர், நண்-

பர்கள், உறவுகள் என்று பார்க்கும் அத்தனை நபர்களிடமும் உங்கள் அன்பை, காதலை செலுத்துங்கள். நீங்கள் அன்பை விதைக்கும் போது, அதுவே பல மடங்காக உங்களுக்குத் திரும்பக் கிடைக்கும் அதிசயத்-தைக் காணமுடியும். மீண்டும் ஒரு காதல் உங்களை ஆட்கொள்ளும்-வரை, கீழ்க்கண்ட கவிதையை எழுதிய உருதுக் கவிஞனின் சொற்களில் வாழ்ந்து பாருங்கள். காணும் இடம் எல்லாம் காதலாகவே இருக்கும். மண்ணில் வாழும்வரை காதலுடன் வாழலாம்.

இந்தத் துக்கம்
எனக்குப் பிடித்தது
காரணம்
இது
நீ தந்தது!

....   நிறைவு

....

www.ingramcontent.com/pod-product-compliance
Lightning Source LLC
Chambersburg PA
CBHW071432130726
47997CB00006B/2053